ரகசியமாக ஒரு ரகசியம்

முதற்பதிப்பு: 2023

First Edition: 2023

Ragasiyamaga Oru Ragasiyam

ரகசியமாக ஒரு ரகசியம்

Indira Soundarajan

இந்திரா சௌந்தர்ராஜன்

ISBN: 978-93-5695-653-7

காப்புரிமை @ ஆசிரியர்

Pustaka Digital Media Pvt. Ltd.
#7-002, Mantri Residency,
Bannerghatta Main Road, Bengaluru - 560 076
Karnataka, India
+91 7418555884

ரகசியமாக ஒரு ரகசியம்

இந்திரா சௌந்தர்ராஜன்

ஒரு டைரிக் குறிப்பு

மாலன்

(பொறுப்பாசிரியர், குமுதம்)

இன்று இந்திரா சௌந்தர்ராஜனிடமிருந்து கடிதம் வந்தது. மூன்றாவது கடிதம். அவரது புத்தகத்திற்கான முன்னுரையை நினைவூட்டி எழுதியிருந்தார். அவர் அனுப்பி வைத்திருந்த ஆனந்த விகடன் பக்கங்களின் ஜெராக்ஸ் நகலை, அது கிடைத்த மூன்று தினங்களுக்குள்ளாகப் படித்து முடித்துவிட்டேன். ஆனால் எழுதத்தான் கை வரவில்லை. ஏதேதோ வேலைகளினால் தட்டிப்போகிறது என்று சொன்னால் ஏற்றுக்கொள்ளவா போகிறார்? சாக்குச் சொல்வதாகத்தான் நினைப்பார்.

நினைப்பார் என்ற இந்த வார்த்தையை எழுதும்போது, அவரைப் பற்றிய எண்ணங்கள் மலர்கின்றன. பானுமதியின் கல்யாணத்தில் அவரைச் சந்தித்தேன். சௌபா அறிமுகப்படுத்தி வைத்ததாக ஞாபகம். மண்டபத்தை விட்டு வெளியே வந்து வாசலில் கட்டியிருந்த வாழை மரத்தைப் பிடித்து நின்றுகொண்டே நிறையப் பேசினோம். இலக்கியப் பேச்சுத்தான்.

யாருடனும் முதல் அறிமுகத்தில் நான் இவ்வளவு பேசியது கிடையாது. இவரிடம் எப்படிப் பேசினேன் என்று டி.வி.எஸ். நகருக்குப் போய்க் கொண்டிருந்தபோது யோசித்தேன். அவர் எழுத்துப் பரிச்சயமாயிருந்தது காரணமாக இருந்திருக்கலாம்.

எழுத்தே எழுத்தாளர்களுக்கு முகமாகிவிடுகிறது. படித்துப் பழகிவிட்ட எழுத்து, பார்த்துப் பழகின முகமாகிவிடுகிறது. தயக்கம், கூச்சம் எல்லாம் பழகிவிட்ட முகம் என்பதால் உடைந்துபோய் விடுகிறது. யோசித்துப் பார்த்தால், பழகினது

எழுத்துத்தான். முகமில்லை. சௌபா, செண்பா எல்லாம் இப்படிப் பழகின முகங்கள் தான்.

இந்திரா சௌந்தர்ராஜனின் இந்தப் பழகிய முகம் இந்தத் தொடர்கதையைக் கொத்தாக ஒரே மூச்சில் படிக்கும்போது அடிக்கடி வந்து வந்து போயிற்று. அடடா என்று வியக்கத் தோன்றியபோதும், இதை இப்படி எழுதியிருக்கலாமே என்று சொல்லத் தோன்றியபோதும், இது சினிமாத்தனமாக இருக்கிறது என்று கடிந்துகொள்ளத் தோன்றியபோதும் வந்து போயிற்று.

இப்போது இன்னொரு தரம் கதையை எடை போட்டுப் பார்த்துவிடலாம். கதையின் ப்ளஸ் பாயிண்டுகள் என்னென்ன? நல்ல சத்தான கதை. சரளமாகப் போகிறது. முற்றிலும் தன் எழுத்துத் திறமையை நம்பிவிடாமல், ரா.கி. ரங்கராஜன் பாணியில் சம்பவங்களாகப் பின்னிக் கதையை அமைத்திருக்கிறார். Show. Don't tell என்ற இந்த உத்தி தொடர்களுக்கு ஏற்ற உத்தி தான். சினிமாவிற்குக் கதை எழுதுவது போல், காட்சிகளாக ஒன்றன்மேல் ஒன்றாக அடுக்கிச் செய்யப்பட்ட கதை. யோசித்துப் பார்த்தால் இதுதான் கதையின் பலவீனமும். சில இடங்கள் சினிமாத்தனமாக இருக்கிறது. எதிர்பாராத திருப்பங்கள் எதிர்பார்த்த மாதிரியே அமைகின்றன. மருந்தை முதுகுக்குப் பின்னால் ஒளித்து வைத்துக்கொண்டு, பொம்மையைக் காட்டி குழந்தையை அழைப்பது போல, தனது எழுத்துத் திறமையை ஒளித்துக்கொண்டு, கதையைக் காட்டி வாசகனை இழுக்கிறார். ஒரு எழுத்தாளன், அதுவும் இ.சௌ.வைப் போல எழுத்து வன்மை கைவரப் பெற்றவர், ஏதாவது ஒரு அத்தியாயத்தில் தன் 'கைவரிசை'யைக் காட்டிவிட வேண்டும். இல்லையென்றால் வெறும் கதைசொல்லியாக முடிந்து போவான். எழுத்தாளர்களை நினைவு வைத்துக்கொள்ளவும், அர்ச்சிக்கவும் முன் வருகிற வாசகர்கள் கதை சொல்லிகளை மறந்துபோகிறார்கள். இதை இ.சௌக்கு என்றேனும் ஒரு நாள் நான் சொல்லியாக வேண்டும். வருத்தப்படுவாரோ? கோபித்துக் கொள்வாரோ? பரவாயில்லை. மருந்து கொடுக்கிறவன் பிள்ளையை நினைக்க வேண்டும், கசப்பை அல்ல.

சரி, ஒரு தொடர்கதையில் எழுத்தாளன் எவ்வளவுதான் சொல்லிவிட முடியும்? அது அவருக்கு தெரிந்துதான் இருக்கிறது. கதையில் காட்டமுடியாத கெட்டிக்காரத்தனத்தைக் கவிதையில் காட்டி புகுந்து விளையாடுகிறார்.

இந்தக் கதைக்கு இன்று 'ரெலவன்ஸ்' உண்டா? கேள்வியைத் தூக்கிப்போடும் நேரத்தில் டி.வி.யில் செய்தி சொல்கிறார்கள். வேப்ப மரத்திற்கு அமெரிக்கா உரிமை கொண்டாடுகிறது. 'அறிவுச் சொத்துரிமை' கொண்டாடுகிறது என்று.

இத்தனைக்கும் பிறகு முன்னுரை என்று எதனை எழுதப்போகிறேன்? தனியாக ஒன்று எழுது வேண்டுமா? இந்த டைரிக் குறிப்பையே கொடுத்துவிட்டால் என்ன? ஏன் கூடாது?

- மாலன்

வாசக நெஞ்சங்களுக்கு வணக்கம். ஆனந்த விகடனில் நான் எழுதிய இந்தத்தொடர் இப்பொழுது உங்கள் கைகளில் புத்தகமாக...

விகடனில் நான் எழுதிய மூன்றாவது தொடர் இது. ஆனால் முந்தைய இரு தொடர்களைக் காட்டிலும் கூடுதலான பரபரப்பையும், வாசக வரவேற்பையும் நான் இதில் பெற்றேன்.

குறிப்பாக இது தொடராக வந்த ஒவ்வொரு வாரமும் இதன் போக்கு குறித்தும், இதன் கட்டமைப்பு குறித்தும் என்னை வாசகர்கள் துளைத்தெடுத்தது ஒரு ஆச்சரியமான அனுபவம் எனக்கு.

காரணம் இதன் கருவமைப்பும், அதை Suspense சிதறாமல் நான் கையாண்ட விதமுமே.

பொதுவாக என் நாவல்கள் மிக வித்யாசமாய் இருப்பதில் நான் மிகுந்த கவனத்துடன் இருப்பேன். எவர் போலவும் இருந்துவிடாது, 'என் வழி தனி வழி' என்பதை மெய்ப்பிப்பதில் எனக்கு வேட்கை அதிகம்.

அதனாலேயே மனித வாழ்வில் சர்ச்சைக்குரிய, ஆராய்ச்சிக்குரிய, முடிவுகாண மாட்டாத விஷயங்களைத் தொட்டு எழுதுவதில் எனக்கு நாட்டமும் பிறந்தது எனலாம்.

நாட்டம் பிறப்பது பெரிதல்ல... அதில் ஆழத்துடன் அர்த்தம் சிதறாமல் இருப்பது மிக முக்கியம். இதற்காக உழைப்பதில் உள்ள மகிழ்ச்சி அளவிட முடியாதது.

இந்த 'ரகசியமாக ஒரு ரகசியம்' தொடரை எழுதும்போதும் என் உழைப்பும் கூட அளவிட முடியாததாகவே இருந்தது. இதன் வெற்றியின் பின்னால் இன்னொருவரும் இருக்கிறார். அவர்தான் ஆனந்த விகடன் ஆசிரியர் உயர்திரு எஸ். பாலசுப்பிரமணியம் அவர்கள்.

இந்தத் தொடரின் வெற்றிக்கு என்னிலும் இவரே முழு முதல் காரணமாய் இருப்பவர்...

தன் இதழ்களில் வரும் தொடர்கள் தோல்வி என்ற இலக்கை அடைந்துவிடாது, வெற்றி, மிகப்பெரிய வெற்றி என்கிற இலக்கை அடைந்தே தீர வேண்டும் என்று உறுதியாய் இருப்பவர்.

இவர்போல் உழைப்பவரை நான் பார்த்ததில்லை.

இந்தத் தொடருக்கான இவர் உழைப்பும், ஆலோசனைகளும் இந்தத் தொடரை வெற்றிக்கு மிகச் சுலபமாய் இட்டுச் சென்றன.

இவருக்கு நன்றி என்கிற சொல்லைக் காட்டிலும் பெரிதான ஒன்றை என் வாழ்நாளில் காட்டினால்தான் நான் அர்த்தமுள்ளவனாகத் திகழமுடியும்.

விகடனில் நான் எழுதிய மூன்று தொடர்களின் வெற்றிக்கும், 'ஆதரவு அன்பு ஆலோசனை' என்று படி அமைத்துத் தந்த பெருந்தகை இவர். மூன்று தொடருமே திரைப்படம், தொலைக்காட்சித் தொடர் என்று தங்களின் அடுத்தகட்ட வளர்ச்சியை அடைந்து நிற்கவும் இவரே காரணம்.

அதிலும் 'ரகசியமாக ஒரு ரகசியம்' எனும் இத்தொடரை நான் முடித்த மறுவாரத்திலேயே தொலைக்காட்சித் தயாரிப்பாளர்கள் என்னை அணுகத் தொடங்கிவிட்டனர்.

இறுதியில் இயக்குனர் சிகரம் திரு. K. பாலசந்தரின் மின்பிம்பங்கள் இதைத் தொலைக்காட்சி தொடராக்க முன்வந்தபோது அவர்களுக்கு இதை அளித்தேன். மின்பிம்பங்களின் அடிநாதமாய் திகழ்பவர் திரு. B. கைலாசம், இயக்குனர் சிகரம் திரு. K. பாலசந்தரின் புதல்வர்! அமைதியான ஆழ்ந்த கலா அனுபவம் உள்ள ஒரு தரமான தொலைக்காட்சித் தயாரிப்பாளர் இவர். இவரது தயாரிப்பில் இத்தொடர் தொலைக்காட்சி தொடராகவும் வடிவமெடுத்து வலம்வரத் தயாராகிக் கொண்டிருக்கிறது.

இப்படி பல முகங்களில் வெற்றியைத் தொட்ட வித்யாசமான இத்தொடரை என் மதிப்பிற்குரிய தொழிலரசர் உயர்திரு சுரேஷ் கிருஷ்ணா அவர்களுக்கு சமர்ப்பிப்பதில் நான் மிகுந்த பெருமையும், மகிழ்ச்சியும் கொள்கிறேன்.

நான் உயர்திரு சுரேஷ் கிருஷ்ணா அவர்களின் பெருமைக்குரிய சுந்தரம் பாசனர்ஸ் (TVS) நிறுவனத்தில் ஒரு ஊழியன். படிப்படியான வளர்ச்சி என்பது எது? என்பதற்கான விடையை என் நிறுவனத்தில் இருந்து நான் பார்த்து உணர்ந்தவன். 'ஒழுக்கமில்லாத எந்த செயலாலும் ஒருவன் உயர முடியாது' என்பது என் மதிப்பிற்குரிய இயக்குனரின் வேதக்கருத்து. அதை அனுபவித்து அறிந்தவன்.

இயந்திரத்துறையில் இருந்தும் என் நிர்வாக இயக்குனருக்கு மந்திரப் புலமையும், வளமான ரசனையும் மிக உண்டு. ஆதலால் நான் பெற்ற உற்சாகமும், ஊக்கமும் என்றும் நன்றிக்குரியவை.

தொழில் வளர்ச்சி பற்றி பேச்சில் ஐரோப்பா, அமெரிக்கா என்று போய்க் கொண்டிருப்பவர். அதன் பரிமாணத்தை உணர்த்த சட்டென்று அவ்வையையும், வள்ளுவனையும் துணைக்கழைக்கும் போது எவரும் ஒரு வினாடி அசந்து போவார்கள். அத்தனை தமிழறிவு! கூடவே கரம் பற்றி குலுக்கி, போனஸ் இன்சென்டிவ், அவார்டுகளை ஒவ்வொரு தொழிலாளிக்கும் தானே நேரடியாய் 25 வருடங்களுக்கும் மேலாக வழங்கி வரும் ஊழியத்தை மதித்து தலைவணங்கும் பாங்கு, உலக நாடுகளோடு போட்டியிடும் நுண்ணறிவு – அவர்கள் வெற்றிக்கு கைக்கொள்ளும் தொழில்நுட்ப விஷயங்களை மற்ற நிறுவனங்களுக்கு முன்பாக இந்தியாவுக்கு எடுத்து வரும் வேகம், தீர்க்க தரிசனத்தோடு நிறுவனத்தை வழிநடத்தும் செம்மை, என்று நான் வியந்துகொண்டே போகும் விஷயங்களின் ஒரு பெட்டகம் தொழிலரசர் உயர்திரு சுரேஷ் கிருஷ்ணா அவர்கள்! பிசினஸ் இந்தியா இதழ் இவரை சிறந்த தொழிலதிபராக தேர்வு செய்து பாராட்டியுள்ளது ஒரு சிறிய சான்று. அவருக்கு இந்த நூலைப் பணிவுடன் நான் சமர்ப்பிப்பதில் பெருமகிழ்ச்சி கொள்கிறேன்...

இதன் வெற்றிக்கு இடமளித்த வாசக நெஞ்சங்களுக்கும், இதற்கு மதிப்புரை நல்கியுள்ள இலக்கியச் சிற்பி திரு. மாலன்

அவர்கட்கும், என் எழுத்துக்களை சிறப்பாக வடிவமைத்து புத்தகமாக்கித் தரும் பதிப்பகத்தாருக்கு என் நன்றிகள் என்றும் உரியது.

அன்புடன்,
இந்திரா செளந்தர்ராஜன்

கொடிமரக் கல்வெட்டின் மருவிய, தமிழ் எழுத்துகளை ஒழுங்குபடுத்தி, கொஞ்சம் கவிதையைக் கலந்து பார்த்தபோது, அதில் ஒரு நுட்பமான தகவல் இருந்தது.

> 'அந்தி சந்தி ஆகாச ஜோதி
> அஸ்தமனத்திலே இருக்குதோர் சேதி!
> அடைபட வேண்டும் ஆலயக் கதவு
> அடைக்காவிட்டால் ஏற்படும் சிதைவு
> காலபைரவன் காற்றாய் வருவான்
> சித்த பக்தருக்கு வரமாய்த் தருவான்
> சித்தமில்லாதோர் சீவனை விடுவார்'

உற்சாகமாய்த் தென்பட்டாள் லலிதா! அவளிடம் இருப்பதிலே சற்றுப் பளிச்சென்றிருக்கும் அரக்குப் பாவாடையும் தாவணியுமாய், இரட்டைச் சடையெல்லாம் போட்டுக்கொண்டு தலை நிறைய பூவும், முகம் நிறைய மஞ்சளுமாய்த் தெரிகிறாள். ஒரு தேவதையின் சாயல்!

அவளை அதிசயமாய்ப் பார்க்கிறான் அண்ணன் மணிசுந்தரம். அவன் மட்டுமா? அவள் அப்பா வைத்தியநாத பட்டரும்கூட அதிசயமாய்த்தான் பார்க்கிறார்.

"என்னம்மா... அலங்காரமெல்லாம் பலமா இருக்கு. இந்த மலைப்பிரதேசத்துக்கு உன் தோழிகளெல்லாம் வரப்போகிறாங்கற குஷியா?"

அவள் முகம் அதன் நிமித்தம் ஆமோதிப்பதாய் அசைந்து சிரிக்கிறது.

"எத்தனை பேரும்மா வரா?"

"அனுஷா, ப்ரியா, தர்ஷனான்னு மூணு பேர்ப்பா."

"இந்தச் சித்தர்பட்டியைப் பெரிய மானஸ்ரோவரா நினைச்சிட்டு நீ லெட்டர் எழுத, அவாளும் படிச்சிட்டு ஆ ஊன்னு நினைச்சிண்டு கிளம்பி வந்துண்டிருக்கா! இது ஒரு சரியான மர்மப்பட்டி. வந்து பார்த்துட்டு நன்னா திட்டப்போறா பாரு..." மணிசுந்தரம் பேசியதிலிருந்து அவனுக்கு அந்த ஊர் பிடிக்கவில்லை என்பது துல்லியமாகத் தெரிந்து போயிற்று.

பிராமண ஆச்சாரம் மீறி வளர்ந்த மீசையுடன் நல்ல சுருட்டை முடித் தலையோடு கொஞ்சம் கபில்தேவ் சாயலில் தெரிகிறான். அவளைச் சீண்டியது போதும் என்பதுபோல் அங்கிருந்து நகர ஆரம்பிக்கிறான்.

வெளியே வந்தவன் முகத்தில் காத்திருந்த மாதிரி வந்து மோதுகிறது கொல்லிமலைக் காற்று.

சந்தனக்காட்டில் விளையாடி அருவிப்பக்கமாய்ப் போய் அந்த நீரோடு கொஞ்சம் உறவாடி, அடர்ந்த அந்த மலையின் செடிகொடிகளையெல்லாம் நீவிக்கொண்டு வாசம் கமழ வீசும் அந்தக் குளிர்காற்று அவனைச் சிலிர்க்க விடுகிறது.

திடும்மென்று, "சித்தேஸ்வர சாமிக்கு..." என்று ஒரு குரல். அதைத் தொடர்ந்து, "அரோகரா" என்கிற கோரஸ்.

இப்படிப்பட்ட குரலும், கோரஸும் அவனுக்குப் புதிதில்லை. சித்தர்பட்டி என்று பெயர் வருவதற்கே காரணமான சித்தேஸ்வரர் கோயிலை நோக்கி மலைசாதிக் கூட்டம் ஒன்று பயபக்தியோடு போகிறது.

அங்கேயிருந்த கோயிலையும் பார்க்க முடிகிறது.

அந்த மலைச்சரிவில் அடர்ந்த மரக்கூட்டத்தின் நடுவே நிமிர்ந்திக்கொண்டு தெரிகிறது கோயிலின் புதிய கோபுரம்!

மனிதன் வசிக்க வலுவான ஒரு குச்சு வீடு கூட அவ்வளவாக இல்லாத அந்தக் கிராமத்தில், அரைப்பனை உயர மதில் சுவரோடும், நூற்றெட்டுக் கால்கள்கொண்ட பிரகாரவெளியோடும், திரும்பின பக்கமெல்லாம் கல்வெட்டும் சிற்பமுமாய்ப் பழைமை மணம் கமழ தெரியும். அந்தக் கோயிலை நின்ற இடத்தில் இருந்தே வெறிக்கிறான் மணிசுந்தரம்.

'டணங்... டணங்...' என்கிற உச்சிக்கால பூஜைக்கான மணிசத்தம் அந்த மலைப் பிராந்தியத்தையே அதிர விடுகிறது.

இந்தச் சத்தமும், கூட்டமும், வழிபாடுகளும் சூரியன் அஸ்தமிக்கும் வரைதான்.

அதன்பின் மணிச்சத்தம் ஒலிப்பதென்பதோ, கோயிலைத் திறந்து வைத்திருப்பதோ மன்னிக்கவே முடியாத குற்றங்கள். மீறித் திறந்திருந்தால் என்னவாகும்?

என்னவாகும் என்கிற அந்தக் கேள்விக்கு முன்னால் மணிசுந்தரத்தின் மனக்கண்ணில் உயிருக்குயிரான நண்பன் ஸ்ரீகாந்தின் சடலம் கொழுந்துவிட்டு எரியத் தொடங்குகிறது.

மணிசுந்தரத்தின் எண்ணங்களும் பற்றி எரிய ஆரம்பிக்கின்றன!

சித்தர்பட்டி சித்தேஸ்வரர் கோயிலுக்கென்று விசித்திரமான ஆச்சாரங்கள் உண்டு. அதில் ஒன்று சூரியன் அஸ்தமிக்கும் முன் நடையைச் சாத்திவிட வேண்டும் என்பது. இல்லையென்றால் மரணம் சம்பவிக்கும்!

சிவன் கோயிலைப் பைரவமூர்த்தி காவல் காப்பதாக ஐதீகம். கோயில் கல்வெட்டுக்கூட அதைத்தான் சொல்கிறது. அந்தப் பைரவமூர்த்தியான நாய்தான் தவறு செய்பவர்களைக் கடித்துக் குதறிக் கொன்றுவிடும் என்று ஊர்பேசிற்று!

ஒருபக்கம் இப்படி ஆச்சார மீறலை ஒட்டி மரணமே பரிசாகத் தரப்பட்டாலும், மறுபக்கம் தீராத வியாதியெல்லாம் தீரும் நிலை! அதிலும் பெரிய பெரிய டாக்டர்கள் எல்லாம் பார்த்துக் கைவிட்ட மனநோயாளிகள் இங்கே வந்து கோயிலிலுள்ள சுனைநீரில் குளித்த மாத்திரத்தில் குணமாகும் அதிசயத்தை விவரிக்க வார்த்தைகளே கிடையாது!

இந்தச் சுனை பற்றிச் சமீபகாலம் வரை சரியாக வெளியே தெரியாமலே இருந்தது. தன்னுடைய எஸ்டேட்டைச் சுற்றிப் பார்க்க வந்தார் கோடீஸ்வரர் வைரவன் செட்டியார். வரும் வழியில் மலை உச்சிக்குச் சில கிலோமீட்டர் முன்பாகவே இருக்கும் இந்த ஊரைத் தாண்டும்போது அவரது கார் பஞ்சர் ஆகிவிட்டது.

டயர் மாற்றும் வரை அந்த இடிந்த கோயிலில் ஒதுங்கி அப்படியே சிற்பங்களால் கவரப்பட்டு உள்வரை சென்ற செட்டியாருக்கு, சுனைநீர் சுவைக்க வேண்டிய ஒரு சூழ்நிலையும் உண்டாயிற்று.

சுனையை ஒட்டிய பாறையின் மேல் ஒரு கல்வெட்டுச் செய்தியும் கண்ணில் பட்டது.

யதேச்சையாக செட்டியாரோடு அன்று கூட வந்த கண்ணப்பன் ஒரு சரித்திர ஆராய்ச்சியாளர். ஓரளவு கல்வெட்டு எழுத்து வாசிக்கத் தெரிந்தவர்.

அவர் அந்தச் செய்தியை வாசித்துவிட்டு ஆடிப்போனார்.

"செட்டியார் இந்தச் சுனைநீர் ஒரு டானிக். இதை ஒருத்தன் நூத்தி எட்டு மண்டலம் குடிச்சா அவனுக்கு முதுமையே வராதாம்."

"நூத்தியெட்டு மண்டலம்னா?"

"கிட்டத்தட்ட ஐயாயிரத்து நூத்து எண்பத்து நாலு நாள். ஏறத்தாழ பதினாலரை வருஷம்..."

"அடேங்கப்பா...!"

"அதுமட்டுமல்ல. இந்தச் சுனைநீர்ல பெளர்ணமியன்னிக்குக் குளிச்சா சித்தப்பிரமை தீருமாம். இந்தச் சுனை நீரோடு உரிய மூலிகைகளைச் சேர்த்துச் சாப்பிட்டா எல்லா வியாதியும் தீரும்னும் போட்டிருக்கு..."

வாஸ்தவம்தான் என்பதைச் செட்டியாரும் சில நாளிலேயே உணர்ந்து கொண்டார். அவருக்கிருந்த வெண்குஷ்டமே குணமாகிவிட்டதே!

அவரைக் குணப்படுத்த போராடிய மருத்துவர் கூட்டம் அன்று பிளந்த வாயை இன்றுவரை மூடவில்லை...!

வைரவன் செட்டியார் பார்வையில் படும்வரை அந்த மலைக்கோயிலில் ஆடு, மாடு மேய்ப்பவர்கள் மட்டும்தான் படுத்துக் கிடந்தார்கள்.

யாருக்குமே கோயிலின் மகத்துவம் தெரிந்திருக்கவில்லை.

செட்டியாருக்குத் தெரியப்போய் மெள்ள மகத்துவம் பரவ ஆரம்பித்தது.

அந்தக் கோயிலில் ஊமைச்சாமி ஒன்றும் படுத்துக்கிடக்கும். வாய் திறந்து ஒரு வார்த்தை பேசாது. இடுப்புத் துண்டோடு வெண்ணிற தாடி மீசையும், சடை முடியுமாய் அதைப் பார்ப்பவர்கள் அதையே கூட ஒரு சித்தர் என்று கருதுவதுண்டு. நூற்று நாற்பது வயதாகிறதாம். நம்புவது அவரவர் விருப்பம். இந்த ஊமைச்சாமியும் கூட மூலிகை மருத்துவத்தில் கில்லாடி! இதை அறிந்துகொண்ட செட்டியார் ஊமைச்சாமியையும் மெள்ள வெளிச்சத்துக்குக் கொண்டு வந்தார்.

அவர் கனவில் சித்தர் ஒருவர் வந்து சொன்னதாக கூறிக் கோயிலைப் புனருத்தாரணம் செய்தார்.

அதுமட்டுமா?

சித்தர் கோயில் சந்நிதியில், பனை ஓலையில் அல்லது தாழம்பூ மடலில் கோயிலை வருங்காலத்தில் எப்படி நிர்வகிக்க வேண்டும் என்கிற ஆணை கூட வர ஆரம்பித்தது. இன்றுவரை அவ்வப்போது இதுபோல் குறிப்பு வருவதுண்டு.

இப்படிக் குறிப்பு எழுதி வைப்பது மலையில் முந்நூறு வருஷமாய்ச் சாகாமல் நடமாடிக் கொண்டிருக்கும் ஒரு சித்தர்தான் என்பது சிலர் கருத்து. இல்லையில்லை அந்தப் பரமசிவன்தான் என்பது வேறு சிலர் கருத்து.

யாரோ ஆசாமி என்று துணிச்சலாய்க் கூறியவர்களும் உண்டு. எல்லாருமே அந்த மரணத்தை நேரில் பார்த்ததும் அடங்கி ஒடுங்கிப் போய்விட்டார்கள்.

அது மணிசுந்தரத்தின் பால்ய நண்பன் ஸ்ரீகாந்தின் மரணம்.

ஸ்ரீகாந்த் ஒரு பத்திரிகையாளன்.

சித்தர்பட்டி பற்றிக் கேள்விப்பட்டுத் துப்பறியும் புத்தியோடு அந்த மலைக்கு வந்தான். மணிசுந்தரம் அவனுக்குப் பக்கபலமாய் நின்றான்.

"மணி, நீ ஒரு பட்டரின் பிள்ளையாக இருந்தும் பகுத்தறிவோட எதையும் சிந்திச்சு ஒரு நாஸ்திகனாகவும், முழு மனுஷனாகவும் இருக்கறதைப் பார்த்து ரொம்பப் பெருமைப்படறேன்டா..." என்று மணிசுந்தரத்துக்கு சர்டிபிகேட்டெல்லாம் கொடுத்தான் ஸ்ரீகாந்த்.

இருவரும் அந்த மலைக்கோயிலைப் புரட்டி எடுத்துச் சலித்து வடித்தார்கள். ஸ்ரீகாந்த் கல்வெட்டையெல்லாம் போட்டோகூட எடுத்துக்கொண்டான்.

'ஆறு மணிக்கு மேல ஏன் நடையைச் சாத்தணுமாம்?' என்ற கேள்வி ஸ்ரீகாந்தைத் துளைத்து எடுத்தது. 'பேசாம ரகசியமா இரவு கோயில்ல தங்கிப் பார்த்துட்டா போச்சு. எதுக்குக் குழப்பம்?'

இப்படி ஸ்ரீகாந்த் தங்கிப் பார்க்க எடுத்த முடிவு, ரகசியமாகத்தான் இருந்தது.

ஒருநாள், சேலம் கிளம்பிவிட்டதாக ஸ்ரீகாந்த் எல்லோரிடமும் விடைபெற்றுக் கொண்டு யாருக்கும் தெரியாமல் கோயிலுக்குள் ஒளிந்துகொண்டான்.

மறுநாள் கோயிலுக்கு அருகில் அடர்ந்த புதரில் அவன் உடம்பு கிடந்தபோது மணிசுந்தரத்துக்கும் விலாவில் ஆணி அடித்த மாதிரி வலி.

பிரேதப்பரிசோதனை அறிக்கை நாய்க்கடியை ஊர்ஜிதம் செய்தது. ஊரே பயம் மிகக் கொண்டுவிட்டது.

மணிசுந்தரத்தால் மட்டும் அந்த மரணத்தை ஜீரணிக்கவே முடியவில்லை.

"நெருப்பைத் தொட்டா சுடும்னா சரின்னு கேக்கணும். 'நான் தெரியாமத்தானே தொட்டேன். எப்படி என்னை நெருப்பு சுடலாம்?'னு கேக்கறது எவ்வளவு அபத்தமோ, அவ்வளவு அபத்தம் இந்தக் கோயில்ல எச்சரிக்கையை மீறி அபச்சாரமா நடந்துக்கறது. இந்தக் கலியுகத்துல தன் சக்தியை நிதர்சனமா நிருபிச்சுண்டு இங்க சுவாமி அருள்பாலிக்கிறார். அவரை ஆழம் பார்க்கிற யோக்யதை நமக்கு ஏது?" பட்டரின் பேச்சை ஊரே ஒப்புக்கொண்டாலும் மணிசுந்தரத்தால் ஒப்புக்கொள்ள முடியவில்லை.

◈ ◈ ◈

"வாவ்... எவ்வளவு பெரிய கல்தூண் - அதுலயும் ஒரே கல்லுல செஞ்சிருக்காங்கன்னா நிஜமாகவே இது ஒரு அதிசயம் தான்..." கொடிமரம் பார்த்து விழிவிரிய, தோள் குலுக்கி அதிசயப்படுபவள் தர்ஷனா.

"அந்தக் கல்தூண் உச்சியில ஒரு சிவலிங்கம் இருந்ததாம். மரகத லிங்கமாம். பௌர்ணமி வெளிச்சத்தில பார்த்தா ஒரே பரவசமா இருக்குமாண்டி, இப்ப அது எங்க போச்சுன்னே தெரியலை. லலிதா தன் தோழிகளுக்கு விளக்கம் கொடுத்துக் கொண்டிருக்கிறாள். அவர்கள் அதைக் கேட்டு வியப்பதைப் பார்த்துப் பூரித்துப்போகிறாள். பாதம் தரையில் படாதபடி மிதக்கிறாள்!"

"ஆமா, கோயிலுக்குள்ளே ஏன் இருட்டா இருக்கு? கரண்ட் கனெக்ஷன் இல்லியா?"

"சித்தர் கூடாதுன்னுட்டார். ஓலை மூலமா தகவல் வந்தது!"

"டீ நிஜமாவா. நம்பவே முடியலைடி என்னால."

"ஆமா... கர்ப்பக்கிரகத்துல ஓலை கிடைக்கும். ஓலைல விஷயம் இருக்கும்... நான் நேர்லயே பார்த்தவளாச்சே. நம்பாம இருக்க முடியுமா?"

"கடைசியா என்ன சேதி வந்தது?"

"கும்பாபிஷேகமெல்லாம் எனக்கு வேண்டாம். நான் சொல்றப்ப நடத்தினா போதும்! திருவிழா, உற்சவம்னு எதுவும் இப்ப வேண்டாம். பக்தர்கள் கூட்டத்தையே நான் இப்ப விரும்பலைன்னு சித்தர் சொல்லிட்டாருடி."

"அப்படிச் சொல்லியுமா இவ்வளவு கூட்டம்?"

"முன் அளவு இல்லை. ரொம்பக் குறைஞ்சு போயிடுத்து. நான் இந்த ஊருக்கு வந்த புதுசுல பம்பாய்ல இருந்தெல்லாம்கூட இந்தக் கோயிலைப் பத்திக் கேள்விப்பட்டுப் பக்தர்கள் வந்தாங்க தெரியுமா?"

"எல்லா விஷயமுமே ஆச்சரியமாத்தான் இருக்கு." அவர்கள் பேச்சோடு பேச்சாக நடக்க ஆரம்பித்தார்கள். பிரகாரங்களை வளைய வந்தார்கள். பல இடங்களில் கும்மிருட்டு கண்ணைக் கரித்தது.

அங்கெல்லாம் பட்டருக்கு உதவியாக இருக்கும் வாய் பேசாத பசுபதி, தீப்பந்தம் தூக்கி வந்து அவர்களுக்கு உதவி செய்தான். அழுக்கேறிய வேட்டி, இடுப்பில் ஒரு குற்றாலத்துண்டு, நெற்றியில் தீர்க்கமாய்ப் பட்டை என்று வேலைக்கார லட்சணத்தை ஒத்தி எடுத்திருந்தான்.

அவனே சில சிற்பங்களைச் சுட்டிக்காட்டி, அவர்களுக்கு லலிதா காட்டாததைக் காட்டிவிட்ட பெருமிதம் கொண்டான்.

"யார்டி லலிதா இந்த ஆளு?"

"பசுபதின்னு பேருடி, அநாதை, பாவம் பேச வராது. இந்தக் கோயிலைக் காவல் காக்கற ஒரு மனுஷ நாய்னு வெச்சுக்கோயேன். ரொம்ப நல்லவன்" என்கிறாள் லலிதா.

பசுபதி அதைக் கேட்டு உச்சி குளிர்ந்து, நன்றி சிலிர்ப்போடு லலிதாவை பார்க்கிறான். அப்படியே ஓடிப்போய் ஒரு கல்நந்தியின்

காதில் ஒரு குச்சியை விட்டு, அதை அதன் வாய் வழியாக உருவி எடுத்து 'எப்படி?' என்று பார்வையாலேயே கேட்கிறான்.

அப்போது கோயில் மணிச்சத்தம் சற்றுத் தீர்க்கமாய் இடைவிடாமல் அடிக்க ஆரம்பித்தது. "ணங்... ணங்... ணங்..."

பசுபதி பார்வையில் உடனேயே தீப்பிடித்தது. எல்லோரையும் பார்த்து, "கிளம்புங்க கிளம்புங்க..." என்பதுபோல் சமிக்ஞை செய்தபடி சுனையை விட்டு நடக்க ஆரம்பித்தான். ஊஹாஉம் ஓட ஆரம்பித்தான்! அவனைப் பார்த்து எல்லோருமே வேகமானார்கள்.

"என்ன ஆச்சு, ஏன் ஓடுறாங்க?"

"நடை சாத்தப் போறாங்க. சூரியன் அஸ்தமிக்கிற நேரமாச்சுல..."

"அதுக்காக இப்படியா ஓடுறது?"

"புரியாம பேசாதே... வேகமா நட! ஒரு நிமிஷம் தாமதிச்சாலும் நம்ம உயிர் நமக்குக் கிடையாது..."

தோழிகளோடு வெளியே வந்தாள் லலிதா.

சிறிது நேரத்துக்கெல்லாம் பட்டர் வெளியே வந்து தூப, தீபம் காட்ட பசுபதி நிலைக்கதவை ஒரு தேர் இழுப்பதுபோல் இழுத்து மூட ஆரம்பித்தான்.

மூடிய மறுவிநாடியே நிலைக்கதவின் முன் கற்பூர தீபாராதனை காட்டப்பட்டது. அவ்வளவுதான்.

இனி கிழக்குச் சூரியனைப் பார்த்த பிறகே கதவைத் திறக்கலாம்.

"பசுபதி... பூட்டிச் சாவியைக் கொண்டா!" என்கிறார் பட்டர். பசுபதி அதற்கென ஆயத்தமான போதுதான், "ஐயையோ நம்ம தனலெட்சுமி உள்ளேயே மாட்டிக்கிட்டாபோல இருக்குங்க" என்கிற ஒரு பெண்ணின் அலறல் பலமாக அவர்களைத் தாக்கியது.

"என்ன புள்ள சொல்றே? நல்லாப் பாரு...!"

"பார்க்காமலா சொல்றேன். நாம வெளிய வந்த அவசரத்துல அவளை மறந்துட்டேங்க."

"இப்படியா பொறுப்பில்லாம நடந்துக்குவே. இப்ப என்னடி பண்ண? சாமி, கொஞ்சம் கதவைத் திறங்களேன் குழந்தை உள்ள மாட்டிக்கிச்சு." குழந்தையின் தகப்பன் பேசுவது கேட்டுப் பட்டர் உலுங்கிப்போனார்.

"என்னப்பா நீ... என்னைச் சோதிக்கிறியா? எல்லாரும் வெளிய போயிடனும்கறதுக்காகத்தானே மணி அடிக்கிறோம். அப்படி இருந்துமா இப்படி அஜாக்கிரதையா இருக்கிறது..."

"தெரியாம நடந்துடுச்சு சாமி. கொஞ்சம் பெரிய மனசு பண்ணுங்க... கதவைத் திறங்க சாமி..."

"கதவைப் பூட்டித் தீபாராதனை காட்டிட்டா திறக்கப்படாதுப்பா. திறந்தா விபரீதம் நடந்துடும்..."

"குழந்தைகளுக்காகத் திறந்தா ஒரு விபரீதமும் நடக்காது சாமி. எங்களுக்கிருக்கிறது ஒரே பெண் குழந்தை. சாமி பெரிய மனசு பண்ணுங்க..." குழந்தையின் தாய்க்காரி பட்டரின் காலிலேயே விழுந்தாள்.

லலிதாவும், அவள் தோழிகளும் திறந்த விழி மூடாமல் இதைப் பார்த்து அதிசயிக்கின்றனர்.

"என்ன அங்கிள் இது, கொஞ்சம் கதவைத் திறந்தாதான் என்ன?" தர்ஷனா கேட்டு விடுகிறாள்.

ஆளாளுக்குப் பேசுவது பட்டரை விட பசுபதியை அதிகம் பாதித்ததோ, என்னவோ சாத்திய கதவை மளாரென்று திறக்க ஆரம்பித்தான்.

க்ரக்க் க்கக்கச்ச்... திறந்துகொண்ட கதவைத் தாண்டி வேகமாக உள்ளே ஓடினான். சில விநாடிகளில் அழுதுகொண்டே குழந்தை மறுபிரகாரவெளியிலிருந்து ஓடி வந்தது.

"என் கண்ணே தனலட்சுமி..." தாய்க்காரி ஓடிப்போய்க் கதவருகில் ஓடிவந்த குழந்தையை வாரி மார்பில் அணைத்துக்கொண்டாள். செவ்வந்திப் பூவாய் அது மலங்க மலங்க விழித்து அழுதது. எல்லோர் பார்வையும் குழந்தையின்

மேலேயே இருந்தது. பட்டர் பார்வை மட்டும் உள்ளேபோன பசுபதியைத் தேடியது. "பசுபதி பசுபதி" என்று உதடும் கூடக் கூவியது. ஊஹூம் பதிலில்லை.

"டேய் வாடா சீக்கிரம். குழந்தைதான் வந்துடுத்தே. நீ என்ன பண்றே உள்ள?" கேள்வியோடு கதவுக்கு அப்பால் எட்டிப் பார்த்தார். நீண்ட இருண்ட பிரகாரம் ஹோவென்று வெறித்தது. பசுபதி வந்த மாதிரி தெரியவில்லை. பயத்தோடு பிரகாரவெளியில் காலை வைத்தார். அப்பாவைப் பின்தொடர ஆரம்பித்தாள் லலிதா. அந்தப்பக்கம் வந்த மணிசுந்தரம்கூட இந்தக் களேபரத்தைக் கவனித்து விருட்டென்று கோயிலுக்குள் நுழைந்தான்.

மலைச்சித்தர் சந்நிதி அருகில் இருந்து ஒருவகை முக்கல் முனகல் சத்தம் முதலில் பட்டருக்குக் கேட்டது. நெருங்கிச்சென்று பார்த்தபோது, பட்டருக்குப் பாத நரம்பே அறுந்துபோனது. கீழே ரத்த விளாரியாய் உயிர்ப் போராட்டம் நடத்திக் கொண்டிருந்தான் பசுபதி.

"டேய் பசுபதி, என்னடா இது அலங்கோலம். எப்படிடா இப்படி ஆச்சு?"

பதறிப்போன பட்டர் அவனை மடிமேல் அள்ளிப்போட்டு அலற, லலிதாவும், தோழியர் கூட்டமும் நடுக்கத்துடன் இதைப் பார்த்து விதிர்த்து நிற்கின்றனர். அங்கே நுழைந்திருந்த மணிசுந்தரம் பசுபதியைப் பார்க்கக்கூடாத அந்தக்கோலத்தில் பார்த்துப் பதறினான். தலையை அதிர்ச்சியுடன் நிமிர்த்தியபோது பிரகார முடிவின் வளைவில் கறுப்பு நாய் ஒன்றின்பின் கால்களும், வாலும் மட்டும் தெரிந்தது போலிருந்தது. அதுவும்கூட ஒரு மின்வெட்டுக் கால அளவுக்குள் மறைந்துபோனது!

வடக்கு பிரகார இடப்பக்க மூலையில் சற்றே புரிபட்ட கல்வெட்டு எழுத்துகள் ஓர் ஆச்சரியத் தகவல் அளித்தன.

> 'சந்திர சாகர சுந்தர நாளிலே
> எந்திர மந்திர தந்திரமின்றி
> ஓர் திறம் உரைப்பேன்...
> சுனைநீராடு சுகச்சீர்கூடு!'

மணிசுந்தரம் தலையைச் சிலிர்ப்பிக்கொண்டான். கண்ணையெல்லாம் கூடக் கசக்கிவிட்டுக் கொண்டு பார்த்தான். "பார்த்தது நாயைதானா? இல்லை அது மனப்பிரமையின் பிரதிபிம்ப வடிவமா?"

சில விநாடிதான் இப்படியெல்லாம் கேள்விகளுடன் இருக்க முடிந்தது. அடுத்த விநாடி கால்களில் ஓட்டம் வந்து அவனை ஓட அழைத்தது.

நாயைக் கண்டதாக உணர்ந்த அதே மேற்குப் பிரகார முடிவு நோக்கி ஓடினான்.

"இந்தக் களேபரத்துல இவன் எங்க ஓடுறான்?"

"தெரியலப்பா."

"டேய் மணி, வேண்டாம்டா. எங்கடா போறே. இவனுக்கு நடந்த விபரீதத்தைப் பார்த்தும் உனக்குப் பயம் வரலை?" பட்டர் அலறினார்.

"அப்பா... இப்படி அலறினா எப்படி? பசுபதியைத் தூக்குப்பா. நம்ம ஊமைச் சாமிக்கிட்டே கொண்டு போவோம்..." லலிதா சொன்னதைத் தொடர்ந்து, பட்டரின் கிழட்டுத் தேகம் பசுபதியைக் கஷ்டப்பட்டுத் தூக்கப் பார்த்தது.

பசுபதி அதற்குச் சம்மதிக்காத மாதிரி பலவீனமாய் முனகினான்.

"ஏன்டா தூக்க வேண்டாங்கறே?" அவனை மடியில் போட்டபடி பட்டர் கேட்ட கேள்விக்கு, அவன் விழிகள் பிரகார விதானத்தையே வெறித்தன. இதற்குள் மடியெல்லாம் பட்டருக்கு ரத்தச் சகதியாகிவிட்டது.

பசுபதி ஏதோ சொல்ல ஆசைப்பட்ட மாதிரி உதட்டைக் குவித்தான். பேச வந்தால்தானே?

செருகிக்கொண்ட கண்களின் கருமணிப் பாப்பாக்கள் கொஞ்சம் கொஞ்சமாய் மேலிமைக்குள் நுழைந்து, ஒரு கட்டத்தில் நிலைகுத்திக் கொள்ள உயிர்ப்பறவை அவனை விட்டுப் பறக்க ஆரம்பித்தது.

பட்டர் துடித்துக் கதறினார்.

"அடேய் பசுபதி, போய்ட்டியாடா, போய்ட்டியாடா...?"

பயத்துடன் வெளியே காத்திருந்தவர்களும் இப்போது அவரைச் சுற்றிச் சூழ்ந்துவிட்டிருந்தார்கள்.

எல்லோருமே உறைந்துபோய் விட்டிருந்தார்கள்.

"இந்தச் சாமிக்கு ஆனாலும் இப்படி ஒரு கோபம் கூடாது. ஒரு குழந்தைக்காக நடையைத் திறந்ததுக்குக்கூட மனசு இரங்கலையே, இப்படி ஆகிப்போச்சே...?"

"வாயைக் கழுவு. உனக்கும் ஏதாச்சும் ஆகிவெக்கப்போவுது. வாங்க சாமி... உடம்பைத் தூக்கிக்கிட்டுக் கிளம்புவோம். முதல்ல

நடையைச் சாத்தப்பாருங்க. அடுத்து யாருக்காவது எதாவது ஆயிடப்போவுது."

"சாமி சக்தி தெரிஞ்சும் ஏன் அதோட விளையாடிப் பாக்கறீங்க. கிளம்புங்க! கிளம்புங்க."

ஆளாளுக்கு அபிப்பிராயம் சொல்ல, கூட்டம் கரைய ஆரம்பித்தது. லலிதா மட்டும் மேற்குப் பிரகாரத்தில் ஓட்டமாய் ஓடிய மணிசுந்தரத்துக்காக அந்தப்பக்கம் பார்த்தாள்.

"மணி... மணி..." என்ற குரலோடு அவளும் அந்தப்பக்கமாய் ஓடினாள்.

தெற்குப் பிரகாரம் வளைந்து, கிழக்கில் திரும்பியது. ரத்தம் தோய்ந்த நாயின் பாதத் தடங்களைத் தொடர்ந்துபோனான் மணி.

அந்தத் தடங்கள் காலபைரவர் சந்நிதியருகே முடிந்துவிட்டிருந்தது. சந்நிதிக் கதவு பூட்டியே இருந்தது. பூட்டிய கதவுக்கப்பால் காலபைரவர் விக்கிரகம். விக்கிரகத்தைக்கூட சங்கிலியால் கட்டிப்போட்டிருந்தார்கள். மிகவும் உக்ரமான தெய்வமாய்க் கருதப்படும் பைரவ மூர்த்தியின் வாயில்கூட ரத்தத் திப்பிகள்!

மணிசுந்தரம் அதைப் பார்த்து அதிர்வின் உச்சிக்கே போனான். வெறித்தபடி அங்கேயே நின்று கொண்டிருந்தான். ஓடிவந்த லலிதா அவனைப் பிடித்து உசுப்பினாள். "மணி, இங்க என்ன பண்றே? வா, நடையைச் சாத்தப் போறாங்க."

மணியின் கவனம் பைரவமூர்த்தியின் சிலாரூபம் மேலேயே இருந்தது. அவன் வெறிப்பதைப் பார்த்து லலிதாவும் அந்த ரூபத்தைப் பார்த்தாள். அதன் வாயில் தெரிந்த சிவப்பான ரத்தத் திப்பியைப் பார்த்து, அதிர்ந்துபோய் "சித்தேஸ்வரா" என்று கன்னத்தில் போட்டுக்கொண்டாள்.

"மணி, வா. இங்க நிக்காதே! பைரவமூர்த்தியோட கோபம் அப்புறம் உன்னையும் பசுபதியைப்போல சாகடிச்சுடப் போறது" என்றாள்.

"என்னது, பசுபதி செத்துட்டானா?" மணிசுந்தரத்தின் அந்த வேகத்தை லலிதா கவலையுடன் எதிர்கொண்டாள்.

"நீ இந்தப்பக்கமா ஓடி வரவுமே, அந்தப்பக்கம் ஜீவன் போயிடுத்து. வா, எல்லாத்தையும் வெளில போய் பேசிக்கலாம்."

அவனைப் பேச்சோடு பேச்சாக இழுத்துக்கொண்டு நடந்தாள் லலிதா. பிரகாரத்தைக் கடப்பதற்குள் எதிரே பட்டரே வந்துவிட்டார்.

"வந்துட்டியா... டேய் மணி, நீயும் என்னைவிட்டுப் போயிடாதடா... வாடா வெளிய..." அவரும் அவனைப் பிடித்து இழுத்துக்கொண்டு நடக்க ஆரம்பித்தார்.

மிதமான வெளிச்சமும் கரைந்து, முழு இருட்டில் அந்தக் கோயிலே கறுத்துப் போய்விட்டிருந்தது.

நிலைக்கதவுக்கு வெளியே பூக்காரி செண்பகவடிவின் கடையின் அருகே பசுபதியைக் கிடத்தியிருந்தார்கள்.

ஊரே கூடத் தொடங்கியிருந்தது.

மலைச்சாதிக்காரன் ஒருவன் தீப்பந்தம் பிடித்தபடி பசுபதியைப் பயத்துடன் பார்த்துக் கொண்டிருந்தான்.

"அண்ணாமலை அண்ணனுக்குச் சேதி போயிடுச்சா?" கூட்டத்தில் ஒருவர் கேட்டார்.

"அண்ணனுக்கு மட்டுமா? இந்நேரம் வைரவன் செட்டியாருக்கே தகவல் போயிருக்கும்."

அப்போது தடதடவென்று மோட்டார் சைக்கிள் சத்தம். அந்தச் சத்தமே அக்னிராசு வந்துவிட்டதைச் சொன்னது.

ஊரின் பிரதான அரசியல் புள்ளி. தர்பாரான பேர்வழி. எப்போதும் ஆளுங்கட்சி எதுவோ, அதுவே அவன் கட்சி. கொல்லிமலைக் காட்டில் அங்கும் இங்குமாக ஒரு நாலு ஏக்கர் அவனுக்கென தேறினால் அதிகம். இருந்தபோதிலும் புறம்போக்கிலெல்லாம் அன்னாசியைப் பயிர் பண்ணி அறுவடை செய்பவன்.

"என்னாச்சு? ஊமைப்பய போய்ச் சேர்ந்துட்டானாம்ல..." வரும்போதே அக்னிராசுவிடம் பதட்டம்.

"ஆமாண்ணே! அநியாயமா செத்துட்டாண்ணே ஊமையன்." கூட்டம் விலக்கியபடி பேசியும், பேச்சைக் கேட்டபடியும் உள்ளே நுழைந்த அக்னிராசு, பசுபதியின் சடலத்தை உற்றுப் பார்த்தான். மலைசாதிக்காரன் கையில் வைத்திருந்த தீப்பந்தத்தைப் பிடுங்கிச் சடலத்தை மிக நெருக்கமாகப் பாகம் பாகமாக வேறு பார்த்தான். "உச்சு உச்சு" என்று பல்லிபோல உச்சுக்கொட்டினான்.

"சாமி கதவைத் திறக்கக்கூடாதுன்னா ஏன் திறக்கறீங்க!" என்று கேட்டுச் சோர்ந்தும், வியர்த்தும் நிற்கும் பட்டர் பக்கம் திரும்பினான்.

"நான் திறக்கலைப்பா. அவனேதான் திறந்தான், போய்ச் சேர்ந்துட்டான்" என்றார் பட்டர்.

"பைரவசாமி! ஏன் இப்படித் தண்டிக்கிறே? உன் சக்தியோட மோத எங்களுக்கு ஏதுய்யா வலு...?" அக்னிராசு கோபுரத்தை அண்ணாந்து பார்த்தபடி வேதனையுடன் புலம்புவதைக் கூட்டம் வருத்தத்தோடு கேட்டுக்கொண்டது.

அப்போது கோயிலின் எதிர்சாரியில் பிரதான பாதையைப் பிடிக்கும் சரிவான தெருவின் இறக்கத்தில் திடுதிடுவென தீப்பந்தங்கள் தெரிய, அண்ணாமலை அண்ணன் என்னும் சித்தர்பட்டியின் ஊர்ப்பெரிசு வந்து கொண்டிருந்தார்.

மலைசாதி மக்களுக்கெல்லாம் தலைவர் போன்றவர் அண்ணாமலை. சித்தர்பட்டியிலேயே சிமெண்ட்டால் மெழுகிய வீடு கொண்டவர்.

வாழை, பலா, நெல், அன்னாசி என்று பயிருக்குச் சில ஏக்கர் நிலமுடையவர். சமீபத்தில்தான் டிராக்டர் வாங்கியிருந்தார்.

இப்போதைக்கு அண்ணாமலையார்தான் சித்தர்பட்டியின் டாட்டா – பிர்லா!

"ஏலே... என்னடா இது இப்படியே நடக்குது. அறிவுகோணுன பசங்களா? ஏண்டா சாமி விவகாரத்துல முண்டா தட்றீங்க!" வரும்போதே அண்ணாமலை கத்திக்கொண்டே வந்தார்.

"அண்ணே, யாரும் முண்டா தட்டலை. ஒரு குழந்தைக்காக ஊமையன் கொஞ்சம் பரிதாபப்பட்டுட்டான்... அதான் இப்படிக் கெடக்கறான்."

"அவன் பரிதாபப்பட்டா, ஐயரே நீர் என்ன பண்ணுனீர் அப்பா? யாருடா அது குழந்தையை மறந்த கூமட்டைங்க? இப்ப என்ன ஆச்சு பாத்தீங்கல்ல? கோயில் பாழடைஞ்சு கிடந்தவரை மகத்துவம் தெரியலை. எடுத்துக்கட்டின பிறகோ அதன் மகத்துவத்தைத் தாள முடியலை."

"அண்ணே, மத்த பேச்சு பொறவு. இப்ப கட்டையை என்ன பண்ண? நாமளே எரிச்சிருவமா இல்ல கீழகாளப்பநாயக்கன்பட்டி போய் போலிஸைப் பார்த்துடவா?"

"நாமளே எரிக்கறதா? நல்லா கேட்டவே கேள்வி நீ. போலீஸ், ஆஸ்பத்திரியெல்லாம் இந்தத் தேசத்துல எதுக்கு இருக்கு? போவே... போயி போலீஸைக் கூப்புக்கிட்டு வா. முறைப்படியே சகலமும் நடக்கட்டும். அப்படியே தண்டோரா போட்டு நாளைக்குக் கோயில் கமிட்டியைக் கூட்டு. ஒருத்தனுக்கு, இரண்டு பேர் போயிட்டாங்க. இதுவே கடைசியா இருக்கட்டும். இனி கோவில் விஷயத்துல ஆச்சாரபக்கம் வரவே படாது."

அண்ணாமலையார் ஆவேசமாகவும், அர்த்தத்துடனும் பேசுவதைக் கூட்டம் கவனமாகக் கேட்டுக்கொண்டது. இரண்டுபேர் அக்னிராசை நெருங்கி, "அண்ணே, போலீஸுக்குத் தகவல் சொல்லணும். இப்ப மாலைல பஸ் எதுவும் கிடையாது. கொஞ்சம் உங்க வண்டியில..." என்று இழுத்தார்கள்.

அவர்களை முறைத்தான் அக்னிராசு.

"அவன் சொல்லிப்பிட்டா அதை அப்படியே கேட்டுட்றதா?" என்று கேட்டு, அண்ணாமலை மேல் தனக்கு இருக்கும் வெறுப்பைக் கோடு காட்டினான்.

"டேடேய்... என் டிராக்டரைக் கொண்டுக்கிட்டுப் போங்கடா. நான் ஊரை அடிச்சி பொழைக்கிறவன் கிடையாது. ஊர் வாழப் பொழைக்கிறவன்" என்று மீசையை நீவும் அண்ணாமலையை அக்னிராசு மிகக் கடூரமாய்ப் பார்த்தான்.

"யார் ஊரை வாழ வைக்கிறவங்கறது எங்களுக்குத் தெரியும். எகத்தாளம் பேசினா இடுப்பை ஒடிச்சிப்பிடுவேன்" என்று பதிலுக்குச் சீண்டிச் சீறினான் அக்னிராசு.

"அண்ணே... துக்கமான இந்த நேரத்துல எதுக்கண்ணே தகராறு? விடுங்கண்ணே" என்று சிலர் ஒன்றுபட்டு அண்ணாமலையாரை ஒருபக்கமும், அக்னிராசுவை மறுபக்கமுமாக இழுத்துச் செல்ல, அந்த மலைநாட்டுக் கிராமத்தின் இருளை ஒரு டிராக்டர் கிழித்தபடி பயணிக்க ஆரம்பித்தது.

"அப்பா எவ்வளவு நாழி இங்கேயே இருப்பேன்? ஆத்துக்கு வாங்கப்பா, பசுபதி உடம்பை ஊர் ஜனங்க பார்த்துப்பா" என்று வனிதா, பட்டரைக் கைத்தாங்கலாய் அழைத்துச் செல்லத் தொடங்கினாள். மணிசுந்தரம் அங்கேயே நிற்கப்பிடிக்காமல் எங்கோ போய்விட்டிருந்தான்.

"லல்லி, உங்கண்ணன் எங்கே?" என்று கேட்டாள் தர்ஷனா.

"அவன் ரொம்ப சென்ஸிடிவ். இந்தச் சம்பவம் அவனை ரொம்பப் பாதிச்சிடுத்து. அதனாலே ஊருக்கு வெளிய இருக்கிற கல் மண்டபத்துக்குப் போயிருப்பான்" என்றாள் ஒருவகை ஊகத்தோடு.

"அந்தக் கல்வெட்டு செய்திப்படியே அப்படியே நடந்துடுச்சு லலிதா. எனக்கு இப்ப நினைச்சாலும் புல்லரிக்குது" என்றாள் ப்ரியா.

"பாவம் பசுபதி கொஞ்சம் முந்திவரை நமக்கு ஹெல்ப் பண்ணினவன். இப்ப உயிரோட இல்லை. நினைச்சா என்ன மனுஷ வாழ்க்கைன்னு இருக்கு" என்று ஆதங்கப்பட்டாள் அனுஷா.

அனைவரையும் மலைக்குளிர் ஆக்கிரமித்து, அவர்கள் நினைப்பின் கொதிப்பை மீறிக் குளிர வைத்தது.

விடியும் வரை என் ராஜ்யம்தான் என்கிறது அது.

விடிந்துவிட்டது.

மஸ்லின் துணியால் மலையையே மூடின மாதிரி பனி பெய்து கொண்டிருக்க, ஊடுருவுகிறது சூரியக்கதிர்கள்.

தோழிகளை பஸ் ஏற்றிவிடத் தயாரானாள் லலிதா.

"பஸ் போயிடப்போகுது, வாடி சீக்கிரம்" என்று அவளைப் பிடித்து இழுத்தாள் தர்ஷனா.

லலிதா முன்னே நடக்க, தோழிகள் பின்தொடர்ந்தனர். ஒருவழிப்பாதை, அப்புறம் கொஞ்சம் வயல்வரப்பு, அதற்கும் பிறகு மேட்டுப்பாங்கான சமவெளிப்பரப்பு என்று பல இடங்களைக் கடந்து கொல்லிமலையின் பிரதான தார்ச்சாலையை எட்டினாள். அந்த இடத்தில் 'சித்தர்பட்டிக்கு இங்கே இறங்கவும்' எனும் சற்றே பழுதடைந்த போர்டு.

கொஞ்சம் தாமதமாக வந்திருந்தாலும் போய்விட்டிருப்பேன் என்பதுபோல் பஸ் வரும் சத்தமும் உடனேயே கேட்டது.

"லலிதா, பஸ் வந்துடிச்சுடி, நாங்க போய்ட்டு வரோம். ஜாக்ரதையா இருடி, உன் ஊரை நாங்க மறக்கவே முடியாது. குறிப்பாக பசுபதியை."

"அவன் உடம்பை இப்ப போஸ்ட்மார்ட்டம் பண்ணிக்கிட்டு இருப்பாங்க இல்ல. உங்கப்பா பெரிய ஆஸ்பத்திரிக்குத்தானே போயிருக்காரு?"

"அப்பாக்கு முந்தி அண்ணன் போயிட்டாரு. நீ ஜாக்ரதை லலிதா. அந்தக் காலபைரவன் சாமிகிட்ட எதுவும் வெச்சுக்காதே. கற்பூரம்கூடக் கொளுத்தாதே என்ன?" தோழிகளின் தினுச தினுசான பேச்சுக்கெல்லாம் தலையாட்டிவிட்டு அவர்களை பஸ்

ஏற்றி கைவலிக்கும் வரை டாட்டாவும் காட்டிவிட்டு திரும்பும்போது பசுபதியின் ஞாபகம் அவளை நெருடத் தொடங்கியது. சாதாரணமாக இப்படித் தனியாக எந்த இடத்துக்கும் அவள் போகமாட்டாள். எங்கே போனாலும் அவளோடு ஒட்டிக்கொண்டு கையில் ஒரு பெரிய கம்போடு காவல்காரன் மாதிரி துணை வருவான் பசுபதி.

இன்று அவன் இல்லை. அதன் நிமித்தம் அவளுக்கே சித்தேஸ்வர ஸ்வாமி மேலே கோபம் வரத் தொடங்கியது. அப்போது பார்த்து 'ஹே' என்று ஊர் வாண்டுகளின் ஒட்டுமொத்த சத்தம்.

திரும்பிப் பார்த்தபோது, ஒரு பைத்தியம் இப்போது வாண்டுகளிடம் மாட்டிக்கொண்டு அவஸ்தைப்பட்டுக் கொண்டிருந்தது.

அந்தப் பைத்தியமும் கூட அவர்களை விரட்டப் பார்த்து ஓய்ந்த மாதிரி தெரிந்தது.

"யூ ஆர் ஆல் மேட். பட் ஐ ஆம் கிரேட்..." என்று ஆங்கிலத்திலேயே பொரிந்து தள்ளும் அந்தப் பைத்தியத்தை நோக்கி ஒரு பொடியன் ஒரு கருங்கல்லை எடுத்துப் பறக்கவிட்டான்.

அது அப்படி இப்படி அலைக்கழியாமல் அந்தப் பைத்தியத்தின் நெற்றிப்பொட்டில் நல்ல வேகத்தோடு தாக்கியது. அடுத்த விநாடியே குபுகுபுவென்று ரத்தம் பீறிட்டது. அந்தப் பைத்தியம் அப்படியே மயங்கி விழத் தொடங்கியது!

வெளிப்பிரகாரம் முழுக்க எழுத்து, எழுத்து, எழுத்து...! கூட்டிக் கழித்துப் பார்த்தபோது.

> "விதி மீறாதே சதி கூடாதே – பசு
> பதி வந்தாலும் பைரவநீதி மாறாதே..."

மயங்கி விழுந்த பைத்தியத்தை நோக்கி வேகமாக ஓடினாள் லலிதா. பரிதாப உணர்ச்சி அவளுக்குள் அலைபாய்ந்தது. அவள் நெருங்குவதைப் பார்த்து பொடிசுகளின் கூட்டமும் கலைந்து ஓடியது.

"எவன்டா கல்லால அடிச்சது... இப்படியா ரத்தம் வர்ற மாதிரி அடிக்கறது? மனுஷன்னு நெனச்சீங்களா, இல்லை மிருகம்னு நெனைச்சீங்களா?" பைத்தியத்தை நெருங்கியவள், விலகி ஓடும் சிறுவர் கூட்டத்தைப் பார்த்துக் கத்தினாள்.

முதல் வேலையாகப் பக்கத்தில் இருந்த குடிசை வீட்டுக்காரியிடம் தண்ணீர் வாங்கி வந்து, அந்த பைத்தியத்தின் முகத்தில் தெளித்தாள் லலிதா. பிறகு ஒரு கிழிந்த துணியால் பொட்டில் அடிபட்ட இடத்தில் கட்டுப்போட்டாள். அவருக்கு ஐம்பது வயதிருக்கலாம்.

நல்ல களையான முகம். வெட்டிவிட்ட வெள்ளிக்கம்பி போல் ஒரு சில வார தாடைமுடிகள். 'கலீர்' என்று நரைத்துவிட்ட தலை.

கோட்டும் சூட்டுமாக ஆகிருதியான உடம்பு. மணிக்கட்டில் உசத்தியான கோல்டன் கலர் ரிஸ்ட் வாட்ச். அதில் அந்த மலையில் நிலவும் தட்பவெப்பத்தைக்கூட அளக்கும் பாதரச வட்டம்.

மலங்க மலங்கக் கண்விழித்துப் பார்த்த அவரைச் சற்று தூர நின்று பயத்துடன் பார்த்தாள்.

"சார், யார் சார் நீங்க?" என்று நைச்சியமாகக் கேட்டாள். முதலில் முறைப்போடு பார்த்து, கட்டுப்போட்ட தலையை வேறு தொட்டுப் பார்த்து, கட்டை அவிழ்த்துக்கொள்ள முயன்றார்.

"வேண்டாம்... கட்ட அவிழ்க்காதீங்க. ரத்தம் கொட்றது..." என்று சத்தம் போட்டுத் தடுத்தாள்.

அவளை ஆழமாகப் பார்க்க ஆரம்பித்தார். அந்தப் பார்வை அவளை என்னவோ செய்தது. அக்கம்பக்கத்திலுள்ளவர்களும் இதைப் பார்த்தபடி இருக்க, ஒருவர் முகத்திலும் ஈயாடவில்லை.

"சாமியக்கா... இது பைத்தியம். இதுகிட்ட எதுவும் வெச்சுக்காதே!" என்று மலைச்சிறுமி, தன் குடிசை வாசலிலிருந்து கத்தினாள்.

"பாவம்... அப்படியெல்லாம் சொல்லக்கூடாது." லலிதா அவள் பக்கம் திரும்பிக் கண்டித்தாள்.

"ஆமா, நீங்க பைத்தியமா?" என்று அவரிடமே பைத்தியக்காரத்தனமாகக் கேட்டுவிட்டு, "ஸாரி, ஸாரி... நான் ஒரு பைத்தியம்..." என்று கையைச் சொடக்கிக்கொண்டாள்.

"லலிதா, இங்க என்ன பண்ணிட்டிருக்கீங்கம்மா?" என்று கேட்டுக்கொண்டே வயதான மலைஜாதிப் பெண்மணி ஒருத்தி அருகில் வந்தாள்.

"யாருன்னு தெரியலை பாட்டீ... புதுசா இருக்கு... இந்தப் பசங்கள்லாம் கல்லால அடிச்சுட்டாலே மண்டைல வேற காயம்..."

கிழவியும் அந்தப் பைத்தியத்தை உற்றுப் பார்த்தாள். அது ஒண்ணரைக்கண் பண்ணிக்கொண்டு, அவளைப் பார்த்து பழித்தது. கிழவிக்கு அந்த நிலையிலும் சிரிப்பு வந்தது.

"நம்ம ஆசிரமத்துப் பைத்தியங்கள்ள ஒண்ணா இருக்குமோ இது?"

"இல்ல, புதுசாத் தெரியறது..."

"அப்ப ஊமைசாமிக்கிட்ட கூட்டிட்டுப்போக வேண்டியதுதான். இது கூட யாரையும் காணோமே...?"

"ஆயா, இதை யாரோ இந்த ஊர்ல கொண்டு விட்டுட்டுப் போயிருக்கணும். அவங்களுக்கு இதை ஆசிரமத்துல கொண்டுபோய்ச் சேர்க்கக்கூடப் பொறுமை இல்லியா, இல்லை மனசில்லையான்னு தெரியலை..." பக்கத்தில் ஒரு குடிசை வாசலிலிருந்து பதில் வந்தது.

"எல்லாரும் இப்படித் தூர நின்னு ஆளாளுக்குத் தோண்றதைப் பேசுங்க... யாரும் எந்த உதவியும் மட்டும் செஞ்சுடாதீங்க என்ன?" கோபமாகக் கேட்டாள் லலிதா.

அவர்கள் மௌனித்தார்கள். ஒருவர் மட்டும் பேசினார்:

"கோயில் விஷயத்துல எது நல்லது, எது கெட்டதுன்னு எங்களுக்குத் தெரிய மாட்டேங்குதும்மா. எதுக்கு வில்லங்கம்னுதான் பேசாம இருக்கோம்."

லலிதா ஆழ்ந்த மௌனத்துடன் பெரியவரைப் பார்த்தாள்.

"சார், உங்க பேர் என்ன?" கேட்டாள்.

"யூ ஆஸ்க் மை நேம்?"

"யெஸ், வாட் ஈஸ் யுவர் நேம்?"

"வாட் ஈஸ் யுவர் நேம்?"

"லலிதா...?"

"குட் நேம். நைஸ் நேம். பியூட்டிஃபுல் நேம்."

"தாங்க்ஸ். நீங்க யாரு, ஏன் இப்படிப் பைத்தியக்காரத்தனமா?" அந்தக் கேள்வி முன் அவர் கோபித்தார். அழுவதுபோல் பாவனை செய்தார்.

"பாட்டி... இவரை எப்படியாவது ஆசிரமத்துக்குக் கூட்டிண்டு போயிடுவோம், என்ன சொல்றே?" என்றாள் லலிதா, கிழவியியிடம்.

"நானும் அதைத்தான் நினைச்சேன் தாயீ."

"எந்த ஆசிரமத்துக்கு மகளே? மகாத்மாவின் சபர்மதி ஆசிரமத்துக்கா? இல்லை, மகாமுனி வசிஷ்டரின் ஆசிரமத்துக்கா? எங்கு?"

திடீரென்று அந்தப் பைத்தியம் தூய தமிழில் பேசியது.

"வாங்கோ, காட்றேன்..." லலிதா கையைப் பிடித்து அழைத்தாள். அவரும் பேசாமல் நடக்கத் தொடங்கினார்.

"தாயீ..." மலைஜாதிக்காரன் ஒருவன் அழைத்தான்.

"போன வாரம் கூடச் சிலர் பைத்தியங்களைச் சேர்க்க வந்தாங்க. அண்ணாமலை அண்ணன் யாரையும் சேர்க்கக் கூடாதுன்னுட்டார். சாமி ஓலைல சொல்லிச்சாமுல்ல, யாரையும் சேர்க்க வேணாம், யாரும் இந்த மலைப்பக்கம் வரவேண்டாம்னு!" என்றான்.

லலிதா அதைக் கேட்டுச் சற்றுத் தயங்கினாள்.

"அவன் கிடக்கிறான். நீ கூட்டிக்கிட்டுப் போம்மா. வயசானவ நான் சொல்றேன். நீ கூட்டிக்கிட்டுப் போ..."

தயங்கினவளை முடுக்கிவிட்டாள் கிழவி.

லலிதாவுக்கு அப்போதும் தைரியம் வரவில்லை.

"சரி, நகரு. நான் கூட்டிட்டுப் போறேன்" என்றாள் கிழவி.

"வேணாம் பாட்டி. நானே கூட்டிட்டுப் போறேன்..." என்று கூறிய லலிதா, அந்தப் பைத்தியத்துடன் நடந்தாள். பைத்தியம் அவள் கையைப் பிடித்தபடி, ஒரு சாதுப் பூனைபோல் நடந்து கொண்டிருந்தது.

◆◆◆

கல் மண்டபத்தில் உட்கார்ந்து கொண்டிருந்தான் மணிசுந்தரம். வல்வில் ஓரி காலத்திய நினைவுச் சின்னம் அந்தக் கல்மண்டபம். வேட்டைக்கு வரும் ஓரி, இந்த மண்டபத்தில்தான் படுத்து இளைப்பாறுவானாம்.

படுத்துக்கிடந்த இடத்தைப் பார்த்துவிட்டு, அப்படியே அந்த மலைப்புறத்தைப் பார்த்தான் மணி.

பசுமை... பசுமை... பசுமை... அப்படியொரு பசுமை! தொலைவில் நரி ஒன்றின் பசி ஊளைக்குரல். எதற்கோ கழுத்தை வளைத்தபோது, மரம் ஒன்றின் கிளைப்பிரிவில் தென்னிந்திய வரைபடம் மாதிரி தேன்கூடு ஒன்று.

கொல்லிமலைத் தேனை ஒரு அவுன்ஸ் குடித்தாலும் போதும்... மயக்கம் வருடிக்கொண்டு வரும்.

அதைக் குடித்துவிட்டு மயங்கிக்கிடந்தால் தேவலை என்று தோன்றியது அவனுக்கு. எதையுமே நினைக்கப் பிடிக்காமல் வெறிக்க வெறிக்க அந்தத் தேன்கூட்டையே பார்த்துக் கொண்டிருந்தவன், யாரோ வரும் சத்தம் கேட்டுத் திரும்பிப் பார்த்தான். நாட்டு வைத்தியர் ராமரத்னம் வந்து கொண்டிருந்தார்.

கோடிஸ்வரர் வைரவன் செட்டியாருக்கே வைத்தியம் பார்ப்பவர். ஊஹூம்... வைத்தியம் பார்த்தவர் என்பதுதான் சரி.

இப்போதெல்லாம்தான் செட்டியார் வியாதியைத் தொலைத்த குஷியில், ஒரு வாலிபன்போல் தெரிகிறாரே!

"யாரு மணிசுந்தரமா? என்னப்பா... ஓரி மண்டபத்துல வந்து உட்கார்ந்துட்டே...? கோயில்ல இன்னிக்கு நம்ம வைரவன் செட்டியார் முறை அபிஷேகமாச்சே... அப்பாவுக்கு உதவி செய்யாம இங்க உட்கார்ந்திருக்கே?" அவர் கேள்விக்கு மௌனமாகப் புன்னகைத்தான் மணிசுந்தரம்.

"சில மூலிகைங்க தேவைப்பட்டது... அதான் கோயிலுக்குள்ள செட்டியார் நுழையவும், நான் இந்தப்பக்கமா வந்தேன். ஆமா, என்னப்பா இந்த பசுபதி பயலுக்கு இப்படி ஆயிடுச்சே...? ஒரு

பாவமும் அறியாத பயனாச்சேப்பா..." என்ற வைத்தியர், மெல்ல அவன் அருகில் அமர்ந்தபடி பசுபதி விஷயத்தைத் தொட்டார்.

மணிசுந்தரத்தின் கண்கள் கலங்கிவிட்டன.

"காலபைரவசாமி வந்து இப்படி உசிரை எடுக்கறதா சொல்றாங்க. இந்த கேபிள் டி.வி. யுகத்துல இதையெல்லாம் கேட்டா சிரிப்பா வரலையா?"

மணிசுந்தரம் முதல் தடவையாக அவரை ஆழ்ந்து பார்த்தான். தன்னைப்போலவே சிந்திக்கும் ஒருவரை அந்த மலைப் பிராந்தியத்தில் இப்போதுதான் பார்க்கிறான்.

"செட்டியார் இப்ப ரொம்ப மாறிட்டார்... அவர் வெண்குஷ்டம் குணமானப்போகூட, அவருக்குச் சாமி மேல அவ்வளவு பக்தி வரலை... ஒவ்வொருத்தரா சாகவும்தான் பக்தியே ஜாஸ்தியாகிக்கிட்டுப் போவுது.

வாயைத் திறந்து மூடுனா சித்தேஸ்வரா தான்... என்ன சாமியோ? என்ன ஆச்சாரமோ? எனக்கு ஒரு எழவும் பிடிபடலை. சத்தம் போட்டுச் சங்கடப்படகூடத் தைரியம் இல்லை. எங்க ஏதாவது ஏடாகூடமா நடந்துடுமோன்னு பயமா இருக்கு. இதெல்லாம் சாமிங்க வேலையா, ஆசாமிங்க வேலையான்னு தெரியலை. சரி, நான் வரட்டா...? நீ கொஞ்சம் புத்திபூர்வமா சிந்திக்கிறவன்கறதாலதான் உன்கிட்ட நான் ஏதோ இந்த மட்டும் வாயைத் திறந்தேன். ஒண்ணு உறுதி. விதியை மாத்த யாராலயும் முடியாது..." வைத்தியர் எழுந்து, எதிரில் காட்டுக்குள் காணாமல் போனார்.

மணிசுந்தரம் எழுந்துகொண்டான். ரொம்பப் போரடித்தது. இனி இப்படிப் புழுக்கத்துடன் சித்தர்பட்டியில் காலம் தள்ள முடியாது என்று தோன்றியது.

'பேசாமல் சேலத்துக்கே கிளம்பிவிட வேண்டியதுதான். படித்த படிப்புக்கு ஏற்ற வேலை கிடைத்தால் பார்ப்போம். இல்லாவிட்டால், இருக்கவே இருக்கிறது பத்திரிகை போடும் தொழில், அப்பா தடுக்க முயற்சிக்கலாம். தடுத்தாலும் கிளம்பிவிட வேண்டும்.

வேண்டாம் இந்த மலை, வேண்டாம் இந்தக் குளிர். வேண்டவே வேண்டாம் இந்தக் கோயில் நினைப்பும், அதன் உட்புதிர்களும்! யாரோ என்னவோ செய்து கொண்டு போகட்டும்...'

ஒரு கையால் வேட்டியின் ஒரு நுனியைப் பிடித்துக்கொண்டு விறுவிறுவென்று காலை அகட்டி வைத்து நடந்தான் மணிசுந்தரம். கூழைப்பலா ஒன்று வெடித்துச் சுனைகள் சிதறிக்கிடக்க, அணில் கூட்டம் ஒன்று ஜமாபத்தி நடத்திக் கொண்டிருந்தது. அன்னாசிப்பழக் கொண்டைகள் இளம் சிவப்பு, கரும்பச்சை என்று பல வண்ணங்களில் குப்பென்று தழைத்து, நடக்கும் அவன் கால்மாட்டை உரச... ஆங்காங்கே ஓங்கி வீசிய திடீர்க் காற்றில், மூளையை மயக்கும் ஏலச் செடி வாசம் மூக்கில் ஏறுகிறது. 'போகாதே மணி' என்று அவை வேண்டுவதுபோல் இருக்கிறது. உடனேயே ஊருக்குப் போகும் ஆசையைச் சற்றுத் தள்ளிப் போடுகிறான்.

'என்ன புத்தி இது? குரங்கை விட கூடுதலாகத் தாவி அலைக்கழிக்கிறதே...' தன்னையே நினைத்துச் சலித்துக் கொள்ளும்போது, மேலே ஒற்றையடிப் பாதையில் லலிதா தனியே செல்வது தெரிய... "லலி..." என்று கூப்பிட்டுக்கொண்டே மேலே சென்றான்.

வேகமாக மணி அருகே வருவதைப் பார்த்து முகம் மலர்ந்தாள் லலிதா.

"என்ன லலி, எங்கே தனியா போயிண்டிருக்கே?"

"மனசே சரியில்ல மணி..."

"எனக்கும் அதே நிலைதான். அதுக்கென்ன பண்ணலாங்கறே?"

"மலைக்கு மேலே அறப்பளிஸ்வரர் கோயில் இருக்கு. அங்க போயிட்டு வரலாம்னு கிளம்பினேன்."

"கோயில்ங்கற வார்த்தையையே என்கிட்ட எடுக்காதே..."

"அப்ப அருவிக்கு?"

"அந்த அருவிக்குப் போறது என்ன லேசுப்பட்ட விஷயமா? அதுலயும் லேடீஸ் போறது ரொம்ப கஷ்டமாச்சே..."

"பரவால்ல, நீ இருக்கியே துணைக்கு. வா போவோம், அப்பாக்குத் தெரிய வேண்டாம். அவரும் சாயங்காலம் நடையைச் சாத்திட்டுத்தான் வருவார். அதுக்குள்ளே திரும்பி வந்துடலாம்..."

"சரி, போகலாம்..."

"ஒரு பைத்தியத்தை இப்பதான் ஆசிரமத்துல விட்டுட்டுவரேன் மணி!"

"சேர்த்துண்டாங்களா லலி?"

"விடுவேனா, ஊமைச்சாமி ஒண்ணும் சொல்லலை. ஆனா, அவராட அசிஸ்டெண்ட் அந்த அந்தோணிமுத்து 'ஆ... ஊ...'ன்னான். "சேத்தா சேத்துக்கோ. இல்லை, விட்டா விடு"ன்னு சொல்லிட்டுக் கிளம்பிட்டேன். ஆனா, ஊமைச்சாமி வந்து அந்தப் பைத்தியத்தை உள்ள கூட்டிண்டு போயிடுத்து. அத நெனைச்சாதான் பயமாகவும் இருக்கு..."

"எதுக்கு பயப்படறே?"

"சுவாமிக்குப் பிடிக்காத விஷயத்தைப் பண்ணியிருக்கோமே???"

"எது சுவாமிக்குப் பிடிக்காத விஷயம்? நல்லது பண்றது சுவாமிக்குப் பிடிக்காத விஷயமா? அபத்தமா இருக்கு, நீ பேசறது..."

"ஓலைல வந்ததை நான் சொல்றேன்..."

"எதுல வந்தா என்ன? நம்ம மனசாட்சிக்கு நாம செஞ்சது சரி. நீ கவலையை விடு. சே! எதுக்குத்தான் கவலைப்படறதுங்கற ஒரு வரைமுறையே இல்லாமப் போயிடுத்து இந்த ஊர்ல. பேசாம நான் சேலத்துக்கே போயிடப் போறேன்."

"அப்பா விடமாட்டார்..."

"அவர் யார் விடறதுக்கு? சரி, சரி... அருவியில குளிச்சா மாத்திக்க வேற பாவாடை சட்டை எடுத்துண்டு வரலியே நீ?"

"எல்லாம் இது போதும், வா..."

அந்த ஒற்றையடிப் பாதையில் சிறிது தூரம் சென்றதும் "மணி, அருவிக்குப் போக எனக்கு இங்கே ஒரு குறுக்குப்பாதை தெரியும். அது வழியா போயிடலாம்..." என்றபடி சிங்கராயன் வாழைத்தோட்டத்துக்குள் நுழைந்து நடந்தாள் லலிதா.

"உனக்கு எல்லா இடத்துக்கும் போக வழி தெரிஞ்சிருக்கு. பரவாயில்லியே..." பேச்சோடு அவளைப் பின்தொடர்ந்தான் மணிசுந்தரம்.

"மணி... நீ கட்டாயம் சேலம் போகப்போறியா?" என்று கேட்டாள், அவளும் நடந்தபடியே.

"ஆமாம் லலிதா... எனக்கு இந்த ஊர் கட்டோட பிடிக்கலை. தொட்டதுக்கெல்லாம் பயப்படும்படியா இருக்கு."

"எனக்கும் அதே பயம்தான்... அதுலயும் அந்தப் பைத்தியத்தை ஆசிரமத்துல சேர்த்துட்டு பக்கு பக்குங்கறது. எங்கே எனக்கு ஏதாவது ஆயிடுமோன்னு ஒரே பதைப்பா இருக்கு."

வாழைத்தோப்பின் வரப்பில் கொலுசுக்கால் கலீரிட நடந்தபடி, தோப்பின் முடிவில் தெரிந்த மண்பாதையைத் தொட்டு ஏறினாள் லலிதா.

அவள் பயந்தது துளியும் பொய்யில்லை என்பதுபோல், அவள் கால்மாட்டில் நாகம் ஒன்று நெளிந்து கொண்டிருந்தது.

இருவருமே அதைப் பார்த்த மாதிரி தெரியவில்லை. பாம்புகள் அதிகமாகத் திரியும் பகுதிதான் அது. மலைஜாதி மக்களே கவனமாக நடமாடும் பகுதி வேறு.

'பீம்... பீம்...' திடும்மென்று ஒரு டாடா சியாரா வேறு அவர்களுக்கு எதிர் திசையிலான மண்பாதையில் தென்பட்டு நின்றது. இருவரும் காரைப் பார்த்தபோது, டிரைவிங் ஸீட்டில் துடிப்பான ஒரு இளைஞன். இளமை வெகுவாகக் கொப்பளிக்க, கார் கதவின் கண்ணாடிப் போக்கு வழியாகத் தலையை வெளியே நீட்டுகிறான்.

"ஏங்க, சித்தர்பட்டிக்கு இப்படிப் போகலாமா?" என்ற கேள்வியோடு மணிசுந்தரத்தையும், லலிதாவையும் பார்த்தான்.

லலிதாவைப் பார்த்த கணத்தில் தன்னையே ஒரு கணம் மறந்தவன், அவள் கால்மாட்டில் ஊர்ந்துகொண்டு படம் எடுக்க ஆயத்தமான அந்தப் பாம்பையும் பார்த்துவிட்டான்.

"பாம்பு..." என்று அவன் அலறுமுன், அது முந்திக்கொண்டது.

காற்றை ஏகமாய் உள்வாங்கி, உக்கிரமாய்ச் சீறியபடி லலிதாவின் கொலுசு தவழும் கொண்டைக்காலில் ஒரு போடு போட்டது!

உதயவேளையில் அதிசயமாய் சித்தேசலிங்கம் மேல் அந்த தாழம்பூ மடல்கிடந்தது. மடலில்...

> 'ஏகாந்தம் வேண்டி ஓர் சேதி உரைப்பேன்...
> எவரும் என் அம்பலம் ஏகவேண்டாம்...
> சுகச்சீரம்பலத்தில் சுமைகூட வேண்டாம்...
> மீறுவோர்க்கு நேரிடும் தீங்கு;
> ஆராய்வு அதனினும் தீங்கு...'

"**வீ**ல்ல்ஸ்..." பாம்பு கடித்ததைத் தொடர்ந்து லலிதா அலறிய அலறலில் அந்தப் பிரதேசமே நடுங்கியது. அவள் அலறிய பிறகே மணிசுந்தரம் கீழே குனிந்து பாம்பைப் பார்த்தான்.

ஆவேசத்துடன் பாம்பை தன் செருப்புக்காலால் ஓர் உதை விட்டான். ஒரு சருகுபோல் வானம் ஏறி அருகில் உள்ள மரக்கிளை மேல் போய் விழுந்தது அது.

அங்கேயும் அதைக் கொல்ல ஓடினான் மணிசுந்தரம். அத்தனை கோபம்... ஆவேசம்!

காருக்குள் இருந்த அந்த இளைஞனோ, ஒரு நிமிடத்துக்கும் குறைவான காலத்தில் ஒரு புயல் காற்றைப்போல இறங்கி ஓடி வந்தான். லலிதா மயங்கிக் கீழே விழுந்து விட்டிருந்தாள்.

லலிதாவை நெருங்கியவன் கடிபட்ட அவள் கால்களைச் சட்டென்று பார்த்தான். வழவழவென்று தந்தமாய்த் தெரிந்த காலில் பாம்பின் பல் தடங்கள்.

புத்தி மளமளவென்று வேலை செய்ய ஆரம்பித்தது. இடுப்பு பெல்ட்டை வேகமாய் உருவி எடுத்தவன் பல் தடம் பதிந்த இடத்துக்கு மேலே பாவாடையை மேலேற்றி முழங்காலுக்குக் கீழே இறுக்கமாய்க் கட்டுப்போட்டான். உடனே காரை நோக்கி ஓடி கீ செயினை எடுத்து வந்து அதில் இணைக்கப்பட்டிருந்த பேனா கத்தியால் பாம்பின் பல் பட்ட இடத்தில் ஒரு கீறு கீறி, வாயை வைத்து ரத்தத்தை உறிஞ்சித் துப்ப ஆரம்பித்தான்.

அனைத்திலும் மின்னல் வேகம்.

நல்லவேளையாக லலிதா அசைந்து கொடுத்து முனகினாள். இதற்குள் மணிசுந்தரமும் வந்துவிட்டான். வந்த வேகத்தில் அந்த இளைஞன் செய்த முதலுதவியைப் புரிந்துகொண்டான்.

"என்ன சார் நீங்க... பாம்பு! கடிச்சிருக்கு. கடிபட்டவங்களைக் கவனிக்காம பாம்பைத் துரத்திக்கிட்டு போறிங்களே..." என்று அந்த இளைஞன் கோபிக்கவும் செய்தான். மணிசுந்தரத்துக்கு அடுத்து என்ன செய்வது என்று புரிபடவில்லை. எதிர்பாராத அதிர்ச்சியில் திக்குமுக்காடினான்.

"இங்க பக்கத்துல டாக்டர் யாராவது இருக்காருங்களா? கமான் க்விக். அங்க கொண்டு போவோம்."

பேசிக்கொண்டே லலிதாவை ஒரு பூங்கொத்துப் போல் தூக்கித் தோளில் போட்டுக் கொண்டு காரை நோக்கி ஓடினான் அந்த இளைஞன்.

"டாக்டர்லாம் இங்க கிடையாது. நாட்டு வைத்தியர்தான் இருக்காரு" மணிசுந்தரம் கூவிக்கொண்டே பின்னால் ஓடினான்.

"யாரோ ஒருத்தர்கிட்ட உடனே காட்டியாகணும். ஆமா, இவங்க யாரு... உங்களுக்கு என்ன வேணும்?"

"இவ என் தங்கை. பேர் லலிதா. நான் மணிசுந்தரம். நாங்க சித்தர்பட்டிதான். நீங்ககூட சித்தர்பட்டிக்கு வழி கேட்டீங்க போலிருக்கே..."

பேச்சுக்கு நடுவே கார் சீறிக்கொண்டு கிளம்பியது. மணிசுந்தரம் வழிகாட்டியபடியே கேட்ட கேள்விக்கு அந்த இளைஞன் ஆமோதிப்பாய்த் தலையசைத்தான்.

"உங்க பேரு?"

"பிரசாத்."

"சித்தர்பட்டில யாரைப் பாக்கணும்? அப்படியே ரைட்ல போங்க."

"எல்லாம் பிறகு பேசிக்கலாம். முதல்ல ட்ரீட்மெண்ட். அந்த நாட்டு வைத்தியர் வீடு எங்க இருக்கு?"

"அவர் வீட்ல இருக்காரோ இல்லையோ தெரியலியே..."

"எப்பவும் பாசிடிவா திங்க் பண்ணுவோம். அவர் நிச்சயம் இருப்பார்."

◆ ◆ ◆

பிரசாத் சொன்னதுபோலவே வைத்தியர் ராமரத்னம் வீட்டில் இருந்தார். அப்போதுதான் காட்டுக்குள் இருந்து மூலிகைகளுடன் திரும்பியிருந்தார்.

"மணி... என்னாச்சு லலிதாவுக்கு? கொஞ்சம் முந்திக்கூட பார்த்தேனே... நல்லாதானே இருந்தா?"

"பாம்பு கடிச்சிடிச்சு வைத்தியரே... நீங்கதான் காப்பாத்தணும். ஒரளவு முதலுதவியெல்லாம் பண்ணிட்டோம்."

மணிசுந்தரத்தின் பேச்சில் சோகம் அலைமோதியது.

"இந்தத் தம்பி யாரு?"

"இவர் பேரு பிரசாத். இவர் இல்லாட்டி இவ்வளவு சீக்கிரம் நாங்க வந்திருக்க முடியாது."

பேச்சோடு பேச்சாக லலிதாவைத் தூக்கி வந்து வைத்தியர் வீட்டில் கிடத்த, அவரும் மளமளவென்று சிகிச்சையை ஆரம்பித்தார்.

மணிசுந்தரம் குழம்பிப் போயிருந்தான்.

லலிதா பயந்ததுபோலவே கெடுதல் நடந்துவிட்டதோ?

ஸ்ரீகாந்த்... அதற்கடுத்து பசுபதி. இப்போது லலிதாவா?

கேள்விக்குள் புழுங்கி வாய்விட்டு வெடித்தே விட்டான்.

"அழாதே மணி. நிச்சயமா உன் தங்கையைக் காப்பாத்திடுவேன்... கவலையேபடாதே."

வைத்தியர் தேறுதல் கூறியும் அவனால் முடியவில்லை. பிரசாத்துக்கு அவன் மனநிலை துல்லியமாய்ப் புரிந்தது.

மணிசுந்தரத்தின் தோள் மேல் வாஞ்சையாகக் கைகளைப் போட்டு இதமாக அழுத்தினான்.

"மிஸ்டர் மணிசுந்தரம்... கவலைப்படாதீங்க. நிச்சயம் நல்லபடி ஆயிடும்" என்று அவனை வைத்தியர் வீட்டு வாசல் பக்கமாய் இழுத்து வந்தான்.

வாசலில் இதற்குள் மலை ஜனங்கள் கூடிவிட்டிருந்தனர். "சாமி பேச்சுக்கு எதிரா யார் நடந்தாலும், அவங்களுக்கு ஏதாவது ஆயிடுது" ஒரு மலைவாசி சொன்னது மணிசுந்தரத்தை சொரேலென்று தாக்கியது.

"வாயை மூடுய்யா..." என்று அவனைப் பார்த்துக் கத்தினான்.

"மிஸ்டர் பிரசாத்... இந்த ஊர் விநோதமான ஒரு ஊர். இங்க விசித்திரமான ஒரு கோவில் இருக்கு. அதுல புரியாத சாமி இருக்கு. இங்க என்னென்னவோ நடக்குது..." என்றவன், பிரசாத்தின் மார்புமேல் சாய்ந்தபடி கேவி அழுதான். பழகிப் பதினைந்து நிமிடம்கூட ஆகியிராத நிலையில், மணிசுந்தரம் தன்னிடம் ஒரு பால்ய நண்பன்போல் பொருமுவதில் பிரசாத்துக்கே நெகிழ்ச்சியாக இருந்தது.

வருடிக் கொடுத்தான்.

"உங்க தங்கைக்கு நல்லபடி ஆயிடும். மற்றதையெல்லாம் பிறகு பேசிக்கலாம்" என்றான்.

"தாங்க்யூ... நீங்களாவது ஆறுதலாப் பேசறிங்களே... ரொம்ப தாங்க்ஸ்" கண்களைத் துடைத்துவிட்டுக் கொண்டான். வைத்தியர் வெளியே வந்தார்.

"விஷம் முறிய மருந்து கொடுத்திருக்கேன். நாடித் துடிப்பும் சீராத்தான் இருக்கு. இனி பிரச்னையில்லை" என்றார்.

வானத்தை அணணாந்து 'அப்பாடா!' என்று நிம்மதி பெருமூச்சு விட்டான் மணிசுந்தரம். உள்ளே ஓடினான். படுக்கையில் வதங்கிய பூவாய்க்கிடந்த லலிதா லேசாகப் புரண்டு படுத்து அவனுக்கு நம்பிக்கை தந்தாள்.

"மணி, இந்தப் பாம்புக்கடி எல்லாம் என் வைத்தியத்துக்குச் சாதாரணம்பா. நல்லா பேசிக்கிட்டிருக்கிறவனை சித்த வைத்தியத்துல ஊமையாக்கலாம்; ஊமையைப் பேசவும் வைக்கலாம். அது தெரியுமா உனக்கு..." என்று படுகித்தாய்ப்பாய்ப் பேசினார் நாட்டு வைத்தியர்.

"ரொம்ப நன்றி! என் தங்கை முதல்ல கண் முழிக்கட்டும்..."

"என்கிட்ட வந்த பிறகு அவளை எமன் தொட்டுட முடியுமா? அந்தக் கவலையை விடு. ஆமா, எங்க போனிங்க. எப்படிப் பாம்புக் கடிச்சது?"

"அருவிக்குப் போகணும்னா... வழியிலதான் இப்படி ஆயிடுச்சு."

"அருவிக்கா. என்ன திடீர்னு அருவியில குளிக்கிற ஆசை?"

"மனசே சரியில்லை போகணும்னா..."

"பசுபதியைப் பறிகொடுத்துட்ட கவலையா?"

"அதுமட்டுமல்ல... இந்த ஊர்ல திடீர்னு ஒரு பைத்தியத்தைப் பார்த்தோம். அதைக் கோயில் ஆசிரமத்துல போய்ச் சேர்த்துட்டு

வந்தா லலிதா! இப்பல்லாம் தான் எதைச் செய்யணும். எதைச் செய்யக் கூடாதுன்னே தெரியமாட்டேங்குதே."

"என்னது... புதுசா பைத்தியமா, அதை ஆசிரமத்துல சேர்த்தீங்களா?"

"ஆமா. ஏன் ஒரு மாதிரி கேக்கறிங்க..." என்று மணி கேட்டுக் கொண்டிருந்தபோது உள்ளே வந்தான் பிரசாத்.

"இல்ல, இந்தக் கோயில் விஷயம் எனக்கே பிடிபடாத ரகசியமா இருக்கு மணி. அதான் கேட்டேன். ஒருவேளை இந்தப் பாம்புக்கடி சாமி குத்தமாக்கூட இருக்கலாம்" என்றார் வைத்தியர்.

"என்ன வைத்தியரே, 'இந்த கேபிள் டி.வி. யுகத்துல, இந்த மாதிரி விஷயங்களை நம்ப முடியுதா'ன்னு காலைலதான் சொன்னிங்க?"

"நான் இல்லேங்கலே. அதேசமயம் நடக்கறதைப் பார்த்தா நம்பாமலும் இருக்க முடியலியே!"

மணிசுந்தரமும், நாட்டு வைத்தியரும் பேசுவது பிரசாத்துக்குப் புரியவில்லை.

"எக்ஸ்க்யூஸ் மீ. உங்க பேச்சே எனக்குப் புரியலை!" என்றான்.

"உங்களுக்கு இதெல்லாம் புரிய வேண்டாம் பிரசாத்... புரிஞ்சா உங்க நிம்மதியும் போயிடும்" என்றான் மணிசுந்தரம்.

"நிம்மதி போறதும், இருக்கறதும் அவங்கவங்க சொந்த மதியோட தெளிவைப் பொறுத்த விஷயம், மணிசுந்தரம்."

"வாஸ்தவம்தான் தம்பி. ஆனாலும் எப்பேர்ப்பட்ட மதிக்கும் சவால் எங்க ஊர்."

"அப்ப நான் கேள்விப்பட்டதெல்லாம் சரிதான்!"

"என்ன கேள்விப்பட்டீங்க...?"

"ஒண்ணா ரெண்டா, நிறையக் கேள்விப்பட்டேன். நான் அமெரிக்காவிலிருந்து வந்தவுடனே கேள்விப்பட்டே சித்தர்ப்பட்டியைப் பத்தித்தான்!"

"அப்ப நீங்க அமெரிக்காவா?"

"நான் சேலம்தான். அமெரிக்காவுக்குப் படிக்க போயிருந்தேன்."

"ஓ! பெரிய படிப்பு. என்ன படிப்பு, டாக்டருக்கா?"

"இல்லே! மனோதத்துவம். அதுல பிஎச்.டி. பண்ணிக்கிட்டிருக்கேன்."

"இப்ப இந்த சித்தர்பட்டிக்கு..."

"சொல்றேன். அதுக்கு முந்தி அந்த கோயிலுக்கும், அதுக்குள்ள இருக்கும் சுனைக்கும் நான் போகணும். அதையெல்லாம் பார்க்கணும்."

"பிரசாத், எல்லாத்தையும் பிறகு பார்த்துக்கலாம். முதல்ல நீங்க என் வீட்டுக்கு வரணும். உங்க உதவியை நான் அப்பாகிட்ட சொல்லணும்."

"வித் ப்ளெஷர்!"

அப்போ கொலுசு சத்தத்தின் சிணுங்கல் காதில் விழுந்தது. லலிதா எழுந்துவிட்டிருந்தாள். "இத்தனை சீக்கிரத்திலா?!"

"அதான் நம்ம மருந்தோட மகிமை, கொடிவேலி வேரா கொக்கா? நம்ம ஊமைச்சாமியால கூட ஒரு பாம்புக்கடி கேஸை இவ்வளவு வேகமா எழுப்ப முடியாது தெரியுமா?"

வைத்தியரின் கித்தாய்ப்பைக் காதில் போட்டுக்கொண்டாலும் மணிசுந்தரத்தின் பார்வை லலிதா மேல்தான் இருந்தது.

"லலிதா, எப்படி இருக்கு? எப்படி ஃபீல் பண்றே...?"

அவளை நெருங்கி தலையை வருடியபடி கேட்டான்.

"எனக்கு ஒண்ணும் இல்லை மணி" என்றவள் எதிரே வார்ட்டசாட்டமாக வாலிப வனப்பையெல்லாம் தான் ஒருவனே குத்தகைக்கு எடுத்த மாதிரி பிரசாத் தெரிந்தான்.

ஜின்ஸ் பாண்ட்டும், மேச்சான ஜெர்க்கினுமாய் லெதர் கான்வாஸ் ஷூக்களுடன் அவனிடம் அநியாயத்துக்கு ஒரு பணக்காரத் தோரணை.

யார் இந்த மன்மதன்?

"லலிதா, இவர் பிரசாத். இவர்தான் நம்ம ஊருக்கு வழி கேட்ட அந்த கார்க்காரர். இவர் மட்டும் இல்லேன்னா நீ பிழைச்சிருக்கவே மாட்டே."

மணிசுந்தரத்தின் அறிமுகத்தைத் தொடர்ந்து, லலிதாவின் வாழைப்பூ கரங்கள் குவிந்து 'வணக்கம்' என்றன. கண்ணாடி வளையல்கள் கலகலத்தன.

நவீன வெள்ளைக்காரிகளையே பார்த்த பிரசாத்தின் கண்ணுக்கு இந்தக் காட்சி ஓர் அற்புத மாறுதல்.

"அப்ப கிளம்புவோமா? என் கார்லயே உங்க வீட்ல ட்ராப் பண்ணிடறேன்."

"நிச்சயமா பிரசாத்! நீங்க என் வீட்டுக்கு வரணும். என் தங்கை கையால் ஃபில்டர் காபி சாப்பிடணும். அப்புறம் அதை நீங்க மறக்கவே மாட்டீங்க."

"சாப்பிடலேன்னாலும் மறக்க மாட்டேன்! மறக்கக்கூடிய முகம் இல்ல, உங்க தங்கை முகம்."

பிரசாத்தின் அந்த விமரிசனம் களைப்பான அந்த வேளையிலும் லலிதாவைக் கிறக்கியது. சட்டென்று நிமிர்ந்து கூர்மையாய் அவனைப் பார்த்தாள்.

அது பார்வையா? ஏகப்பட்ட பொருள்கொண்ட டிக்ஷனரி.

சியாரா சீற ஆரம்பித்தது.

மேடு பள்ளமான சாலை. குண்டு குழிகளில் அடிக்கடி பெய்யும் மழையின் மஞ்சள் நீர். அதில் சில இடங்களில் மலைச் சிறுவர்கள் மிதக்கவிட்ட காகிதக் கப்பல்கள்.

"லலிதா, இனிமேலும் நான் இங்கே இருக்கப்போறதில்லே... எல்லாமே மர்மமா இருக்கு. நான் சேலம் போறேன்!" என்றான் மணிசுந்தரம்.

"போயேன். அப்படியே இதே கார்ல இவர் கூடவே போயிடேன்."

"ஆனா, நான் போக வரலையே" பிரசாத்தின் பதில் மணியை ஆச்சரியப்படுத்தியது; லலிதாவை சந்தோஷப்படுத்தியது.

"இந்த மர்மப்பட்டியிலையா தங்கப்போறிங்க? இங்க ஒரு வசதியும் கிடையாது பிரசாத்!"

"இருக்கலாம். ஆனால்..." என்று அவன் விஷயத்துக்கு வருமுன் எதிர்சாரியில் குறுக்கில் வரிசையாய் மனிதக்கூட்டம் பாதையைக் கடந்து மலைச்சரிவின் ஒற்றைபடிப் பாதையில் இறங்கிக் கொண்டிருந்தது.

சியாரா கிறீச்சிட்டு நின்றது.

வரிசையாய் நடக்கும் அவர்களிடம் விஷமத்தனமான சேட்டைகள்.

"யார் இவங்க?"

"இந்த மலையோட பிரபலமான ஆசிரமத்துல இருக்கற பைத்தியங்க பிரசாத்."

"எங்கே போறாங்க?"

"அதோ முன்னாடி ஒரு சின்னக் குச்சியால இவங்களை அடிச்சு விரட்டி வழிப்படுத்திக்கிட்டிருக்கானே கருப்பா குட்டையா... அவன்தான் அந்தோணிமுத்து. இந்தப் பைத்தியங்களோட எஸ்கார்ட். அன்றாடம் பைத்தியங்களைப் பக்கத்துல இருக்கற மலையருவிக்குக் கூட்டிக்கிட்டுப் போய் குளிக்க வெச்சு இழுத்துக்கிட்டு வருவான்."

அவன் பதிலைத் தொடர்ந்து, பிரசாத்தின் பார்வை பைத்தியங்களிடம் ஊன்றியது. ஒவ்வொரு பைத்தியமாய் மலைச்சரிவில் இறங்க கடைசியாய் வந்த கோட்டும் சூட்டுமான பைத்தியத்தைப் பார்த்து அலறிவிட்டான் பிரசாத்.

"அப்பா..."

✳———✳

கோயில் கல்வெட்டுக்களைக் கொண்டு ஒரு புத்தகமே போடலாம்போல் தோன்றுகிறது. அதிலும் அந்த நந்தி பீடக் கல்வெட்டு சிந்திக்க வேண்டிய ஒன்று:

> "கொத்தன் வந்து கட்டாது சித்தன் கட்டிய அம்பலமிது...
> உத்தமர்க்கெல்லாம் உற்ற மோட்சம் தரவல்லது...
> நத்த பித்தர் நலம் பெறவும் உன்மத்தரெலாம் உதை படவும்
> பரதகண்டம் பெற்ற புராதன நாதன் இந்த – சித்தேசன்!"

"அப்பாவா?" அப்பா என்று பிரசாத் அலறியதைப் பார்த்து மணிசுந்தரம் வியப்புடன் கேட்டான்.

"யெஸ்! அப்பா. அது என் அப்பா" பேசிய வேகத்தில் காரிலிருந்து இறங்கி அவரை நோக்கி ஓடினான்.

"டாட்... டாட்..." அந்த சத்தம் அவரையும் நிறுத்தியது.

அவன் படபடத்த போதிலும் அவரிடம் எந்தப் படபடப்பும் இல்லை. மாறாக வெறிப்பு, தெரியாத மனிதனைப் பார்க்கும் வெறிப்பு. தலையிலும் அவிழாத கட்டு.

"யாருப்பா இது, பைத்தியத்தோட பேசிக்கிட்டு..." பிரசாத்தை அந்த அந்தோணிமுத்து நெருங்கிவிட்டிருந்தான். கையில்

மரக்கிளைக் குச்சியோடு மாட்டுக்கார வேலன் தோற்றம் காட்டி, வாளிப்பான பிரசாத்தைப் பார்த்தான்.

"இவரை உங்களுக்குத் தெரியுமா?"

"ஹி ஈஸ் மை ஃபாதர்."

"தமிழ்ல பேசு. தஸ்ஸூடுஸ்ஸூன்னா யாருக்குத் தெரியுது?"

"என் அப்பா."

"அப்பாங்கறே. இப்படித்தான் அநாதையா ஊர்ப் பசங்ககிட்ட அடிவாங்க விட்டுட்டு ராஜகுமாரன் மாதிரி கார்ல பின்னாடி வர்றதா...?"

"நீ சொல்றதே புரியலைய்யா..."

"நான் சொல்றேன்" லலிதாவும் அங்கு வந்துவிட்டிருந்தாள்.

"இவரை நேத்து இந்த மலைல பார்த்தேன். சின்னப் பசங்க சிலபேர் இவரைச் சீண்டி கல்லாலேயே அடிச்சுக்கிட்டிருந்தாங்க. யார்னு தெரியலை. கேட்டா இங்கிலீஷ்லயே அதிகம் பேசினார். அப்புறம் நான்தான் இவரைக் கூட்டிப்போய் ஆசிரமத்துல சேர்த்தேன்" என்றாள்.

"நான் நினைச்சது சரியாப்போச்சு!" என்று கையைச் சொடுக்கினான் பிரசாத்.

"இப்ப இவரைக் குளிக்கவெச்சுக் கூட்டிக்கிட்டுப் போகணும். எல்லாத்தையும் ஆசிரமத்துல வந்து பேசிக்குங்க..." என்ற அந்தோணிமுத்து, பிரசாத் எதிரிலேயே அவரை ஒரு மாட்டைப் பத்துவதுபோல பத்தித் தள்ளினான்.

"ஏய்! அவர் யார் தெரியுமா? அவரையா பிடிச்சுத் தள்றே...?"

"பைத்தியங்ககிட்ட என்னைக் கொஞ்சச் சொல்றீங்களா?"

"அவர் பைத்தியம் இல்லைய்யா... பைத்தியங்களுக்கே வைத்தியம் பார்க்கற டாக்டர். டாக்டர் கே.ஆர்-னா இந்தியாவுல தெரியாதவங்களே கிடையாது."

"யாரா இருந்தா என்ன? டாக்டர் கே.ஆர்.-னா எனக்கு என்ன? எங்களுக்கு எங்க ஊமைச்சாமிதான் எல்லாம். அவரைவிட ஒரு பெரிய டாக்டரை இந்த உலகத்துல உன்னால காட்ட முடியாது. அவருக்கும் பெரிய டாக்டர் எங்க சித்தேஸ்வரசாமி. இல்லாமதான் மத்திய மந்திரி பையனுக்கே நாங்க வைத்தியம் பார்த்தோமாக்கும்?" அம்பு மாதிரி கேள்வியை எறிந்துவிட்டு மளமளவென்று பைத்தியங்களுடன் நடக்க ஆரம்பித்துவிட்டான் அந்தோணிமுத்து.

"மிஸ்டர் பிரசாத். நீங்க பிரபல டாக்டர் கே.ஆர்-ங்கற கல்யாணராமனோட மகனா? இந்த கோட் சூட் நபர் டாக்டர் கே.ஆரா? என்னால நம்பவே முடியலையே... டாக்டரைப் பத்தி நான் நிறையக் கேள்விப்பட்டிருக்கேனே... இந்தியாவின் தலைசிறந்த முதல் பத்து மனநல நிபுணர்கள்ள ஒருத்தர் ஆச்சே. அவருக்கேவா பைத்தியம்?"

"மணிசுந்தரம், என்னாலயும் நம்ப முடியாத ஒரு விஷயம் இது... அப்பாவுக்கு சீரியஸ்னு மெஸேஜ் வந்தது. அமெரிக்காவிலேர்ந்து ஓடி வந்தேன். வந்து பார்த்தா அவரைக் காணோம். ஒரு மாதிரிக் குழம்பிப்போய்க் கலாட்டா பண்ணிக்கிட்டிருக்காருன்னு சொன்னாங்க... ஆனா இவ்வளவு சீரியஸா இருக்கும்னு எதிர்பார்க்கலை..."

"அவர் இங்க இருக்காருன்னு எப்படித் தெரியும் உங்களுக்கு?"

"அவரோட டைரில இந்தச் சித்தர்பட்டி பற்றி நிறைய குறிப்புகள் இருக்கு. அப்பாவை இந்த ஊர் ரொம்ப பாதிச்ச விஷயம் புரிஞ்சுது. அந்தக் கறுப்புக்குண்டன் சொன்ன மத்திய மந்திரி மகன் விஷயம்தான் அப்பாவைப் பாதிச்ச பேரிடி."

"அவன் கறுப்புக்குண்டன் இல்லே. அந்தோணிமுத்து..."

"ஒரு கிறிஸ்டியன் எப்படி இந்துக் கோயில்ல?"

"இங்க ஒரு முஸ்லிமும் இருக்கார். வியாதிக்கு இந்துவாவது முஸ்லிமாவது? இங்க வந்தா குணமாகுது. வர்றாங்க!"

"அப்ப அந்த மினிஸ்டர் பையனுக்கும் இங்கதான் குணமானதா?"

"ஆமா. வரும்போது அவர் பண்ணின ரகளையும், போகும்போது அவர் காட்டின அமைதியும்... பார்த்தாதான் நம்ப முடியும்!"

"அப்பா அட்டெண்ட் பண்ண கேஸ் அந்தப் பையன். சரியான கஞ்சாப் பைத்தியம். நரம்புத்தளர்ச்சி வந்து லூஸாயிட்டான். அப்பாவுக்கே சவால் விட்டான். அப்பா தோத்த முதல் கேஸும் இதுதான். அதுக்குப் பிறகு அப்பா அதிர்ச்சியில இப்படி ஆயிட்டார். நான் வர்றதுக்குள்ள காணாமலும் போயிட்டார். ஒரு யூகமா டைரியை எல்லாம் வெச்சுத் தேடிக்கிட்டு இந்தப் பக்கம் வந்தேன். நல்லவேளை நான் ஏமாறலை." நடந்தபடியே பேசிக்கொண்டு காருக்குள் ஏறினான்.

"மணிசுந்தரம், நான் இப்போ உடனடியா ஆசிரமத்துக்குப் போகணும். நான் அந்த ஊமைச்சாமியைப் பார்க்கணும். யார் அவரு?"

"நிச்சயம் போவோம். நடுவுல எங்க வீட்டுக்கு ஒரு விசிட் போய் ஒரு கப் காபி சாப்பிடலாம்."

"அப்பாவைப் பைத்தியமா பார்த்த அதிர்ச்சியில காபி ஆசையெல்லாம் போயிடுச்சு!" நிஜமாகவே நிரம்பிய பாதிப்பில் காரை வளைத்தான்.

"இப்ப நான் உங்களுக்கு ஆறுதல் சொல்ல வேண்டி வந்துடுச்சு. பாருங்க! என்னை பாசிடிவ்வா யோசிக்கச் சொல்லிவிட்டு நீங்க தளரலாமா?"

"எனிவே... அப்பாவைப் பொறுப்பா ஆசிரமத்துல சேர்த்ததற்கு ரொம்ப நன்றி..."

"நீங்களும் என் தங்கை உயிரைக் காப்பாத்த உதவினதுக்கு ரொம்ப நன்றி."

"நன்றி இருக்கட்டும்... வீடு வந்துடுச்சே. அதோ அந்த மல்லிகைக் கொடி வீடு."

லலிதா சுட்டிக்காட்ட சியாரா வளைத்துக்கட்டி நின்றது. நாலு பலாப்பழத்தை ஒன்றன்மேல் ஒன்றாய்க் குறுக்கு நெடுக்காய் வைத்து நடக்கும் மலைக்கிழவி ஒருத்தி காரை ஆச்சரியமாய்ப் பார்த்தாள். ஊருக்குள் அபூர்வமாகத்தான் கார் வரும். அப்படி வரும் காரும் வைரவன் செட்டியாருடையதாக இருக்கும். இல்லாவிட்டால் அண்ணாமலை அண்ணனின் டிராக்டர் தர்மத்துக்குச் சத்தம் போட்டபடி வந்து போகும்.

இது ஏது புதிதாக முகம் பார்க்கும் பளபளப்பில் ஒரு கார்?! காரை விட்டு இறங்கி மூவரும் உள்ளே செல்வதைக்கூட அந்தக் கிழவி மிக ஆச்சரியமாய்ப் பார்த்தாள். பலாப்பழ சுமையெல்லாம் அவளுக்கு ஒரு பொருட்டாகவே இல்லை.

"பார்ப்போய்... யாரிது, ஒரம்பரையா?" உரிமையான ஒரு கத்தல் அவளிடம்.

"இந்தக் கிழவி ஒருத்தி. ஆமாம் ஒரம்பரைதான்" – உள்ளிருந்து வெளியே வந்தது லலிதாவின் பதில்.

"அப்படின்னா மாமன் மகனா?"

"அப்படியே வெச்சுக்க."

கிழவி நகர்ந்துகொள்ள வீட்டுக்குள் பிரசாத் அந்தப் பதிலின் நிமித்தம், "நான் உங்க மாமன் மகனா?" என்று கேட்டான் கண்சிமிட்டியபடி.

"அப்படிச் சொல்லலைன்னா அந்தக் கிழவி வாயை அடைக்க முடியாது..." நெகிழ்வாகப் பேசிக்கொண்டு ஸ்டவ் அடுப்பை நெருங்கினாள் லலிதா.

"உங்களுக்கு களைப்பா இல்லியா?"

"ஏனோ தெரியலை. துளியும் இல்லை."

"உன்னைப் பாம்பு கடிச்சது, நீ சாகக்கிடந்தேன்னா அப்பா நம்பமாட்டார் லலி!"

"அவர் நம்ப வேண்டாம். அவருக்குத் தெரியவே வேண்டாம் மணி."

"அப்ப பிரசாத்தை எப்படி அறிமுகப்படுத்தறதாம்?"

ஸ்டவ் அடுப்பின் மேல் வெந்நீர் பாத்திரம் ஏறிக்கொண்டது. தளதளக்க ஆரம்பித்தது மலை நீர்.

"சரி, சொல்லிக்கோ... அப்படியே டாக்டரைப் பற்றியும் சொல்லு. அப்பா ரொம்ப ஆச்சரியப்படுவார். நீங்க வேணும்ன்னா பாருங்கோ... உங்கப்பாக்கு இன்னும் ஒரே வாரத்துல குணமாயிடும். எங்க ஊமைச்சாமி ஒரு எக்ஸ்பர்ட்..."

"தாங்க்யூ..." லலிதா அப்படிச் சொல்லவும், டிகாக்ஷன் மணக்கவும் சரியாக இருந்தது. அற்புதமான வாசம். தன்னை மறந்து அதை நுகர்ந்தான் பிரசாத்.

"என் தங்கை ஜோரா சமைக்கவும் செய்வா..." என்று எடுத்துக்கொடுத்தான் மணிசுந்தரம்.

"ஆசிரமத்துக்குப் போயிட்டு வாங்கோ. சமைச்சு வெச்சிருக்கேன்" என்றாள் லலிதா.

"அதெல்லாம் வேண்டாம். எதுக்குச் சிரமம் உங்களுக்கு."

"இது சிரமமில்லை பிரசாத். ஒரு அந்நியோன்யம். அமெரிக்காவுல நாக்குச் செத்துப் போயிருக்குமே உங்களுக்கு?"

"அங்க நாக்கை நான் அறுத்து ஃப்ரிஜ்லயே வெச்சுடுவேன்."

அதைக் கேட்டு கலகலவென்று சிரித்தாள் லலிதா. மார்பு குலுங்கியது. சாக்குப் பைக்குள் முயல்கள் விளையாடியது மாதிரி தெரிந்தது பிரசாத்துக்கு.

உணர்ச்சிவசப்பட்டுப் போனான் பிரசாத். கவலையோடு வந்த இடத்தில் இப்படி ஒரு பெண்ணின் காரணத்தால் கலகலப்புக்கு மாறியது குறித்து உள்ளுக்குள் சந்தோஷப்பட்டான்.

காபி வந்தது. குடித்தான். அமிர்தம் இப்படித்தான் இருக்கும் என்று நினைத்துக்கொண்டான். தன் வீடாக இருந்தால், வேலைக்காரி விக்டோரியா காபி போட்டுக்கொண்டு வருவாள். அவளைப்போலவே விளக்கெண்ணெய் வடியும் அதில். குமட்டும். பிரசாத் தாயில்லாத பிள்ளை!

சதா புத்தகம், வியாதியைப் பற்றிய ஆராய்ச்சி, விட்டால் சிகரெட் என்கிற வட்டத்தை விட்டு வெளியே வராத அப்பா. பஞ்சமில்லாத காசு பணம்! ஆனால், சகாரா வறட்சியில் மனது.

அதில் இப்போது மழை!

தேன் மழை.

நனைகிறது பிரசாத் மனது.

திடுமென்று வாசல்புறம் சத்தம் கேட்டது. பஞ்சகச்சம் சரசரக்க பட்டர் வந்து கொண்டிருந்தார். பிரசாத் காபி டம்ளரைக் கீழே வைத்துவிட்டு அமர்ந்திருந்த மோடாவை விட்டு எழுந்துகொண்டான்.

"யார் இவர் மணி...?"

"பிரசாத், நம்ம லலிதாவைக் காப்பாத்தின புண்ணியவான்."

உள்ளே நுழைந்தவர் அந்தப் பதிலால் அதிர்ந்தார்.

"என்னடா சொல்றே?"

நடந்ததைச் சொல்லி ஒரு பெருமூச்சு விட்டான். பட்டர் உடனடியாக லலிதாவை நெருங்கினார். பதைபதைப்புடன் பாம்பு கடிபட்ட இடத்தைப் பார்த்து கை நடுங்க அவளை வருடினார். கண்கள் கலங்கிக் குளமாகி விட்டன.

"என்னம்மா இது, இப்படியா அஜாக்கிரதையா...?"

"எனக்கு ஒண்ணுமில்லப்பா, நான்தான் நன்னாயிட்டேனே..."

"நன்னாயிட்டே சரி... நமக்கு ஏன் இப்படி நடக்கிறது? நாம யாருக்கு என்ன கெடுதல் பண்ணினோம்? உதவியா இருந்த பசுபதியும் போயிட்டான்... ஏன் சித்தேஸ்வரர் இப்படிச்

சோதிக்கிறார்? ஒருவேளை ஒரு பைத்தியத்தை ஆசிரமத்துல சேர்த்தேன்னு சொன்னியே... அதனால இருக்குமோ?"

"அப்பா, என்ன இது அபத்தப் பேச்சு... ஒரு உயிருக்கு உதவி செய்யறதெல்லாம் தப்புன்னு சொன்னா அது சாமி கிடையாது. பூதம்."

"வாயை மூடு... செய்யாதேங்கறதைச் செஞ்சா அது தப்புதான்..."

"உதவி செய்யறது தப்பா...?"

"அது உதவின்னு நீ நினைக்கலாம். அதுவே உபத்திரவமா அவருக்கு மாறலாம். கடவுளோட சித்தத்தைப் புரிஞ்சுக்க நமக்கு அறிவு பத்தாது மணி."

அப்பாவும், பிள்ளையும் இப்படி வாக்குவாதத்தில் தங்களை மறந்து மூழ்கிவிட்டதில் பிரசாத் குழம்பினான்.

இதே தொனியில்தான் நாட்டு வைத்தியரிடமும் பேசினான். இங்கேயும் அதே பேச்சு.

உண்மையில் என்ன நடக்கிறது இங்கே...?

◈ ◈ ◈

ஒரு மணி நேரத்தில் பிரசாத்தும், மணியும் எளிமையான ஆசிரம வாசலில் இருந்தார்கள். வரும் வழியில் கோயிலில் நடந்தவற்றையெல்லாம் மணி விரிவாகச் சொல்லியிருந்தான்.

"ஆச்சரியமா இருக்கு. ரொம்ப ஆச்சரியமா இருக்கு. கோயில் நடையை மூடித் திறந்ததுக்கே இத்தனை பெரிய தண்டனையா? நம்ப முடியலை... சம்திங் இஸ் ராங்?"

"அதைத்தான் நானும் சொல்றேன். ஆனா, யாரும் நம்பத் தயாரில்லை..."

"நான் நம்பறேன் மணிசுந்தரம்."

"தாங்க்யூ பிரசாத். ஆனா, நீங்களும் நாளைக்கு மாறிடுவீங்களோன்னு பயமா இருக்கு..."

"நானா... மாறிடுவேனா?"

"ஆமா. சமயத்துல நானே மாறிடுவேனோன்னு கூடப் பயமா இருக்கு..."

"என்ன சொல்றீங்க?"

"உங்கப்பாவைப் பார்த்துட்டீங்கல்ல..."

"பார்த்துட்டேன்! அவராலதான் என்னை யார்னு புரிஞ்சுக்க முடியலை!"

"அந்த ஊமைச்சாமியை?"

"பார்த்தேன். தாகூர் மாதிரி நல்ல லுக்!"

"ஆனா, புதிரான மனிதர். இந்த மலைக்காட்டுல தனியாவே எல்லா இடத்துக்கும் போவார். எந்த மிருகமும் அவரை மட்டும் எதுவும் செய்யறதில்லை. அதிலேயும் பௌர்ணமின்னா அவர் எங்கேயோ போறார். மூலிகையைத் தேடிப்போறதா ஊர்ல சொல்றாங்க. ஆனா, நான் நம்பத் தயாரில்லை..."

"எதுக்கு சந்தேகம்... ஃபாலோ பண்ணிப் பார்த்துடுவோமே! இன்னிக்குத்தான் பௌர்ணமியும் கூட."

"அப்ப நீங்க இங்க தங்கறிங்க..."

"இவ்வளவு கேட்டதுக்கப்புறம் போக மனசு வருமா?"

"தாங்க்யூ பிரசாத். நீங்க எனக்குப் பெரிய பலம்..."

அவர்கள் பேசிக் கொண்டிருக்கும்போதே வானில் நிலவுத் தட்டு உருண்டு வந்து துளியைச் சொட்டவிட்டது. செம்போத்துப் பறவைக்கூட்டம் இரை தேடி முத்துக்காட்டு மரக்கிளைகளுக்குள் பதுங்க ஆயத்தமாயிருந்தது.

ஊமைச்சாமியும் கிளம்பிவிட்டிருக்கிறார். பதுங்கிப் பதுங்கிப் பிரசாத்தும், மணிசுந்தரமும்! ஊமைச்சாமி திரும்பியே பார்க்காமல் நடந்தார். நடையா அது... தளர்வில்லாத கம்பீரம். நிலவொளி மலைப்பாதைகளில் துல்லியம். ஓசைப்படாமல் ஒளிந்து ஒளிந்து

பின்தொடரும் பிரசாத்தும், மணிசுந்தரமும் திகிலின் பிடியில் ஊஞ்சல் ஆடிக் கொண்டிருந்தார்கள்.

கைவசம் டார்ச் லைட் எச்சரிக்கையாகப் பேனாக் கத்தி.

எல்லாமுமாய்க் காட்டுக்குள் நெடுந்தூரம் வந்தாயிற்று. சாமி நடந்துகொண்டே இருந்தது.

"விடிய விடிய நடக்குமா?" சலித்துக்கொண்டனர் இருவரும். ஒரிடத்தில் அடர்ந்த புதர். சாமி அந்தப்பக்கமாய் ஒதுங்கியது... நெடுநேரம் சத்தமில்லை.

மெல்ல எட்டிப்பார்த்தான் பிரசாத்.

சருகுகள் நசுங்கிச் சத்தம் போட்டன.

எட்டிப்பார்த்த இடத்தில் டார்ச் லைட்டைப் பாய்ச்சினான். அதிர்ச்சியில் உறைந்துபோக, இதயம் வாய்வழியாக வெளியே வரப் பார்த்தது.

"மணிஎஎஎ" அலறினான் பிரசாத். மணியும் எட்டிப் பார்த்தான். அங்கே சிவப்பாய் நெருப்புத் துண்டம் போன்ற இரு கொலைகார விழிகள் டார்ச் வெளிச்சத்தை எதிரொளித்தன.

ஆலயத்தின் வடக்குப் பிரகாரக் கல்வெட்டில் பொதுவான தகவல் ஒன்று இருந்தது. அது தவசிகள் எப்படிப்பட்டவர்கள் என்பதைக் கூறியது.

"காற்றே ஆகாரம், கானகமே ஆதாரம்!
ஊற்றான சக்தி வற்றியே போனாலும்
ஊசிமுனைக் கூர்மையும் உற்பாதம் செய்யாது
ஈசல் முதல் ஈக்கள் வரை இடும்பணி செய்யுமே...
அவர் இடும் பணி செய்யுமே..."

அந்த ரத்தச் சிவப்பு விழிகள் அகோரமாய் ஒரு மிரட்டு மிரட்டியது. பிரசாத்துக்கும், மணிசுந்தரத்துக்கும் அந்த நொடியில் உடம்பில் நரம்பொன்று அறுந்த மாதிரி ஒரு விதிர்ப்பு!

திரும்பவும் பார்க்கப் புத்தி ஆசைப்பட்ட போதிலும் பயம் மென்னியைக் கவ்விக் கழுத்தைத் திருப்பி விடாதபடி பார்த்துக்கொண்டது.

"என்ன ஆச்சரியம் மணி. என்ன அது? யாரோட கண்ணு? ஊமைச்சாமியோடதா?" பிரசாத் கணத்தில் உலர்ந்த உதட்டைப் பிரித்து ஈனஸ்வரத்தில் கேட்டான்.

பதிலுக்கு மணி மெல்ல அந்தப் புதர்ப்பக்கம் எட்டிப் பார்த்தான். உடனடியாக ஒரு சலசலப்புக் கேட்டது. யாரோ, எதுவோ விலகி ஓடுவதுபோல் தெரிந்தது.

கவிழ்ந்துகிடக்கும் மரக்கூட்டம் பால் நிலா ஒளியை ஃபில்டர் செய்துவிட்டிருந்தது. சலசலப்பைத் தொடர்ந்து பார்வையை விரட்டியபோது கறுப்பு உருவம் ஒன்று அவர்களுக்குச் சமீபமாகப் பாய்ந்து ஓடுகிற மாதிரி தெரிந்தது.

பிரசாத்துக்கு அதற்குமேல் அங்கு நிற்க விருப்பமில்லை. உருவத்தைத் தொடர்ந்து ஓட ஆரம்பித்தான்.

"பிரசாத், ஓடாதீங்க... காட்டுப்பாதை ஆபத்தானது. விஷமுள் தெச்சா காலையே அசைக்க முடியாது."

மணிசுந்தரமும் கத்திக்கொண்டு நகர, அவன் காலை ஏதோ ஒன்று இடறியது. மலைஜாதி இளைஞன் ஒருவன் தன் தொரட்டிக் குச்சியை அங்கே தொலைத்திருக்க வேண்டும். இடறிய பொருள் அதுவாக இருக்கக் குச்சியைக் குனிந்து எடுத்தான் மணிசுந்தரம். அதன் நுனியில் வேர்களால் கட்டப்பட்ட குட்டி அரிவாள்.

ஆடுமாடுகளுக்கு மரத்தில் இலைதழை ஒடிக்கத் தோதான ஆயுதம். இப்போதைக்கு அந்தச் சிவப்பு விழிகளுக்குச் சொந்தமான கறுப்பு உருவம் எதிர்ப்பட்டால் தாக்குவதற்கு இதைவிடத் தோதாக எதுவும் அகப்படாது என்று எண்ணியபடியே குச்சியைச் சுழற்றிக்கொண்டு ஓட ஆரம்பித்தான்.

இதற்குள் பிரசாத் நெடுந்தூரம் ஓடியிருந்தான். பசுந்தழைக் கூட்டத்தின் நடுவே பாதையில்லாத ஒரு சரிந்த நிலப்பரப்பில் இடுப்புக்கு மேல் மட்டும் தெரிந்தான்.

"மணி... நான் இங்க இருக்கேன்" என்று சத்தமும் போட்டான்.

"அங்கேயே இருங்க, வந்துடறேன்." பால் ஒளிவெளியில் மணிசுந்தரம் அவனை நோக்கி நடந்தான். வேட்டியை மடித்துக் கட்டிக்கொண்டு தொரட்டிக் குச்சியைத் தரையில் ஊன்றி அந்தச் சரிவில் ஏறுவதற்குள் போதும் போதுமென்றாகிவிட்டது.

"என்ன பிரசாத், இப்படியா ஓடறது?"

"யாருடைய கண்கள்னு பார்க்கத்தான் ஓடினேன். யாருடையது மணி? உனக்குப் புரியுதா?"

"எனக்கே புதிராத்தான் இருக்கு. இந்தச் சித்தர்பட்டிப் புதிர்கள்ல இதுவும் ஒண்ணு. இதையும் கண்டுபிடிச்சாகணும்."

"எங்க அந்த ஊமைச்சாமி? அவர்தான் அப்படிப் பார்த்து மிரட்டினாரா?"

"ஆமான்னு சொல்றதா, இல்லைன்னு சொல்றதா? ஆனா, கறுப்பா ஒரு உருவம் ஓடிச்சே. ஒருவேளை அதுதான் அந்தக் கொலைக்காரக் கறுப்பு நாயோ?"

"ஆமா... கைல என்ன இது குச்சி?"

"மலைஜாதிக்காரங்க உபயோகிக்கற தொரட்டிக் குச்சி. கீழே கிடந்தது, எடுத்துக்கிட்டேன்."

பேச்சோடு அதை உயர்த்திக் காட்டும்போது எதிர்பாராத இன்னொரு விபரீதத்துக்கு அது வழிகாட்டியது. இருவரின் தலைக்கு மேலும் ஒரு பருத்த தேன்கூடு. அதில் குறுக்கிட்டது தொரட்டிக்குச்சியின் குட்டி அரிவாள் பகுதி. அடுத்த விநாடியே ஆயிரக்கணக்கான தேனீக்கள் சிலிர்த்துக்கொண்டு கலைந்து பறக்க ஆரம்பித்தன.

'ரொய்ய்ங்ங்' எனும் ரீங்காரம் காதைக் குடைய, தேனீக்கூட்டம் கோபாவேசத்தோடு பிரசாத்தையும், மணிசுந்தரத்தையும் கீழிறங்கித் தாக்க ஆரம்பித்தது.

"போச்சுடா..." அலறிக்கொண்டே குச்சியைக் கீழே போட்டுவிட்டு மணிசுந்தரம் பிரசாத்தையும் பிடித்து இழுத்துக்கொண்டு ஓட ஆரம்பித்தான்.

தலைகால் தெரியாத ஓட்டம். ஆனால், தேனீக்களோ விடுவதாகத் தெரியவில்லை. ஓடும் இருவரில் மணிசுந்தரத்தின் காலை இடறிவிட்டது, அவிழ்ந்துகொண்ட வேட்டி. நிமிர்ந்து அதை

இடுப்பில் ஸ்திரப்படுத்துவதற்குள் பிரசாத் வெகுதூரம் போய் 'ஓ' என்ற அலறலோடு ஒரு பள்ளத்தில் விழ ஆரம்பித்தான்.

அங்கேயும் படையெடுத்தது அந்தத் தேனீக்கூட்டம்.

பிரசாத் அதன் கொட்டு தாளாமல் அலற ஆரம்பித்தான்.

"மணி! ஸேவ் மீ, ப்ளீஸ்." குரல் மலை முழுக்க முட்டி மோதியது. எதிரொலித்துத் தேய்ந்தது. மணிசுந்தரம் அவிழ்ந்த வேட்டியால் முட்டாக்குப் போட்டுக்கொண்டு அந்தப் பள்ளத்தின் அருகில் ஓடி நின்றபோது பள்ளத்தின் மறுவிளிம்பில் ஊமைச்சாமி அதிசயமாய்த் தெரிந்தார்!

அவர் நின்ற விதமும், அவனைப் பார்த்த விதமும் மணிசுந்தரத்தை என்னவோ செய்தன. இப்போது அதிசயமாகத் தேனீக்கூட்டம் பிரசாத்தை விட்டு நீங்கி ஊமைச்சாமியைச் சுற்றிப் பறக்க ஆரம்பித்திருந்தது.

ஒரு தேனீயாவது அவரைக் கொட்ட வேண்டுமே...?

ஊஹூம்!

அவர் புகையை விலக்குவது மாதிரி அவற்றை விலக்கிவிட்டு அங்கிருந்து சிறிது தூரம் எதிர்த்திசையில் நடக்க ஆரம்பித்தார். தேனீக்கூட்டம் நாய்க்குட்டிபோல் பின்தொடர்ந்து பறந்தது.

பள்ளத்தில் சுருண்டுபோய்க் கிடந்தான் பிரசாத்.

நிமிரப் பார்த்தான். வலது கையை ஊன்றி நிமிர்ந்து பார்த்தபோது உயிர் போனமாதிரி ஒரு வலி. கையின் மணிக்கட்டில் எலும்பு முறிந்து போயிருப்பதை அப்போதுதான் அவனால் உணர முடிந்தது.

"மணி, கை எலும்பே முறிஞ்சுபோச்சு. நாம புறப்பட்ட நேரமே சரியில்லைன்னு தோணுது."

உள்ளிருந்து வேதனையோடு அவன் பேசுவது மணிசுந்தரத்தின் காதில் விழுந்த மாதிரியே தெரியவில்லை.

அவன் கவனமெல்லாம் ஊமைச்சாமி மேலேயே இருந்தது. மொத்தத் தேனீக்கூட்டத்தையும் திருடனைப் பிடித்து இழுத்துச் செல்லும் ஒரு போலீஸ்காரனைப்போல அவர் இழுத்துச் சென்ற அதிசயத்தில் அவன் கரைந்து போயிருந்தான்.

"மணிஈஈஈஈ" கீழிருந்து பிரசாத்திடம் திரும்பவும் அலறல். ஊஹூம்! மணிசுந்தரம் அசைந்து கொடுக்கவில்லை. அவன் கவனமெல்லாம் ஊமைச்சாமி போன திக்கில்தான். அதோ ஊமைச்சாமி திரும்ப வருகிறார்.

தேனீக்கூட்டத்தை அதன் கூட்டத்தில் சேர்த்துவிட்டு வருகிறாரா?

நிலம் அதிர அவர் நடந்து வரும் தோரணையில் அவர் வயதானவர் என்றே சொல்ல முடியாத நிஜம்.

மலைக்குளிருக்கு நடுங்காத தேகம்.

துளைக்கும் பார்வை. அதில் பளபளா தீட்சண்யம்!

நாரைச்சிறகுத் தாடி, ஏறத்தாழத் தொப்புளைத் தொடும் நீட்டம்.

வஞ்சனை இல்லாத ஐந்தரை அடி உயர ஒற்றை நாடிச் சரீரம்... இடுப்பில் இப்போது கோவணத்துக்குப் பதிலாக ஒரு துண்டு!

வழக்கமான மனிதராகத் தெரியாமல் மாறுபட்டுத் தெரிபவர், பள்ளத்தின் விளிம்பை நெருங்கிக் கீழே பார்த்தார்.

பிரசாத்தும் நிமிர்ந்து அவரைப் பார்த்து அதிர்ந்தான்.

ஊமைச்சாமி உடனேயே கையை உயர்த்தி அமைதியாக இருக்கும்படி சைகை காட்டியது. அடுத்த விநாடியில் தன்னைச் சுற்றியிருக்கும் தாவரங்களில் ஒரு நுணா மரத்துக்கிளையை வளைத்து ஒடித்தது. ஒடிந்த கிளை இப்போது பிரசாத்தை நோக்கிக் கீழே செல்ல... பிரசாத் அதை இடதுகையால் பிடித்துக்கொண்டு மேலே ஏற முயல... வேடிக்கை பார்த்து போதும் என்று மணிசுந்தரமும், ஊமைச்சாமியை நெருங்கி

கிளையைப் பற்றி அப்படியே தரதரவென்று பிரசாத்தை மேலே இழுக்க ஆரம்பித்தான்.

மேலே வந்த பிரசாத், ஊமைச்சாமி காலடியில் அப்படியே சோர்ந்து சுருண்டுகொண்டான். உடம்பில் தேனீக்கள் அங்கங்கே கொட்டிய கொட்டலில் கோலிக்குண்டுகளாகக் கொப்புளங்கள் வேறு.

ஊமைச்சாமி அவன் வேதனை புரிந்த மாதிரி வேகமாய் அங்கிருந்து நகர்ந்து சுற்றிச்சுற்றிப் பார்த்தது. சற்றுத்தொலைவில் தெரியாத ஒரு தாவரத்தின் இலைகளை மளமளவென்று பறித்து வந்து உள்ளங்கையில் வைத்துக் கசக்கிச் சாற்றைக் கொப்புளங்களின் மேல் விட்டது.

"ஐயோ, கைவலி உயிர் போகுதே..." முனகினான் பிரசாத். மணிசுந்தரம் மெளனித்துச் சகலத்தையும் பார்த்துக் கொண்டிருந்தான்.

என்ன பேச? எதைப் பேச?

ஒருவகை நிர்மலமான மனோநிலையில் ஊமைச்சாமியின் செயல்களை வெறித்தான்.

'புதருக்குள் மறைந்தவர் இங்கு எப்படி வந்தார்? பிரசாத்தைக் காப்பாற்றி மருந்திடும் செயலைப் பார்த்தால் மனிதாபிமானம் பளிச்சென்று தெரிகிறது. அப்படி என்றால், அந்தச் சிவப்பு விழிகளும், கறுப்பு உருவமும் யாருடையது? அது அந்தக் கொலைகார நாயுடையதுதானா?'

துளிர்க்கும் கேள்விகளுக்கு விடை தெரியாமல் விழிக்கும்போது ஊமைச்சாமி சாடையால் கையசைத்துக் கேட்டது.

"இந்தப்பக்கம் எங்க வந்தீங்க?"

பொய் கூற ஆரம்பித்தான் மணிசுந்தரம்.

"இவர் பேர் பிரசாத். வேட்டைப் பிரியர். அதான் காட்டுப்பக்கமா வந்தோம்..."

ஊமைச்சாமி இளக்காரமாய்ச் சிரித்தது. அவன் பொய் புரிந்த மாதிரி சிரித்தது. மணிசுந்தரத்துக்கே என்னவோபோல் ஆனது.

"சரி சரி, என்னோடு வாருங்கள்..." என்பதுபோல் இருவரையும் சாடையால் அவிழ்த்துவிட்டு நடக்க ஆரம்பித்தது.

எதிர்ப்படும் தாவரங்களில் பலவற்றைப் பிடுங்கித் தோளில் போட்டுக்கொண்டும், பாதை ஒன்றில் ஒரு முயலை விழுங்கிவிட்டு ஜீரணமின்றிப் புரண்டுகொண்டிருந்த மலைப்பாம்பு ஒன்றை வருடிக்கொடுத்து, ஒரமாகக் கிடத்திவிட்டும் சாமி நடக்கிறது. வலியோடு பின்தொடரும் பிரசாத், சாமியின் செயல்பாடுகளைப் பார்த்து வியப்பைக் கூட்டிக்கொண்டே போனான்.

"மணி... நாம இப்ப எங்க போறோம்?"

பதிலாகச் சித்தேஸ்வரர் கோயிலின் கோபுரம் தெரிகிறது.

"ஊர் வந்தாச்சு... ஆஸ்ரமத்துக்குக் கூட்டிப்போய் மருந்து போடுவார்னு நினைக்கிறேன்."

மணிசுந்தரம் சொன்ன மாதிரியே ஊமைச்சாமி செய்தது. "பச்சிலை வைத்துக் கட்டிக் கையை அசைக்காதே" என்று கட்டளை போட்டது.

ஊமைச்சாமியின் கை அவன்மேல் படும்போதெல்லாம் பனிக்கட்டி பட்ட மாதிரி ஒரு குளுமை... இனம் புரியாத ஒரு வகைப் பரவசம்...

சொக்கிப்போனான் பிரசாத்!

"ஏழு நாளில் உன் எலும்பு முறிவு சரியாயிடும். ஆனா, தினம் வந்து கட்டுப்போட்டுக்கணும். இப்படிக் காட்டுப்பக்கம் வேட்டை கீட்டைன்னு திரியக்கூடாது..."

முடிவாக ஊமைச்சாமி சாடைகாட்டிச் சொன்னதை வார்த்தைப்படுத்திப் பார்த்துக் கொஞ்சம் கஷ்டப்பட்டுப் புரிந்தும் கொண்டான்.

"சாமி, நீங்க ஏன் பேசறதில்ல...? நீங்க ஊமையா, இல்லை பேசக்கூடாதுன்னு விரதமா?" – நைச்சியமாகச் சாமியைப் பார்த்துக் கேட்டான்.

சாமி சிரித்தது. சரியான மர்மச் சிரிப்பு.

◈ ◈ ◈

"என்ன ஆச்சு? ஐயய்யோ என்ன இது கட்டு?"

வீட்டுக்குள் நுழையும்போது லலிதா பதறிப்போனாள்.

"சின்ன எலும்பு முறிவு..." பிரசாத்தின் பதிலைத் தொடர்ந்து அவனைப் பதற்றத்துடன் பார்த்தாள்.

"எப்படி ஆச்சு? கட்டெல்லாம் யார் போட்டது?"

"ஏய், பேசாம இரு... எல்லாத்தையும் காத்தால பேசிக்கலாம்." மணிசுந்தரம் குறுக்கிட்டு அவளை விலக்கப் பார்த்தான்.

"ஏன், இப்பச் சொன்னா என்ன...? நீங்க சொல்லுங்கோ சார். என்ன ஆச்சு?"

"ஒண்ணும் ஆகலை. சின்ன எலும்பு முறிவுன்னுதான் சொன்னேனே."

"அதான் எப்படி?"

"எப்படின்னா, கால் தடுக்கிக் கீழே விழுந்ததுல..."

"எங்க?"

"உம்... உன் தலை மேல! ஏற்கெனவே நாங்க ரொம்ப நெர்வசா இருக்கோம்."

"நெர்வசா... மணி, நீங்க ஏதோ தப்பு பண்ணியிருக்கேள்..."

"லலிதாவின் உரத்த குரலைக் கேட்டுப் பக்கமாய் படுத்திருந்த வைத்தியநாத பட்டருக்குக் கூட விழிப்புத் தட்டிவிட்டது."

"என்ன சத்தம் இந்த அர்த்தராத்திரியில...?" கொட்டாவி விட்டபடி எழுந்து கொண்டு கேட்டார்.

மணிசுந்தரத்துக்குத் தர்மசங்கடமாகி விட்டது. சமாளிக்கப் பெரும்பாடுபட்டான்.

"ஒண்ணுமில்லப்பா. கொஞ்சம் வெளில போய்ட்டு வந்தோம். வழியில மிஸ்டர் பிரசாத் கீழ விழுந்துட்டார்."

"யாரு கட்டுப்போட்டது?"

"நம்ம ஊமைச்சாமிதான்!"

"உனக்குத்தான் அவரைப் பிடிக்காதே. இப்ப மட்டும் எதுக்கு அவர்கிட்ட போனே?" - லலிதாவின் மடக்கல் அவனுக்குள் கோபத்தைக் கூட்டியது.

"தோ பாரு லலிதா, பிரசாத் இப்ப வேதனைல இருக்கார். வளவளென்னு பேசாம ஆக வேண்டியதைப் பார். பசி வேற காதை அடைக்கறது."

"லலிதா... மொதல்ல இவாளுக்குச் சாப்பாட்டைப் போடு. அப்புறமா கேள்வி கேளு" என்றபடி பட்டர் திரும்பவும் சுருண்டுகொண்டார்.

இருவருக்கும் இலை போட்டபடி, பிரசாத்தை ஊன்றிப் பார்த்தாள் லலிதா. அவள் பார்வையை அவன் தவிர்த்தான். ஏனோ கூசினான்.

"என்ன இது... உடம்பெல்லாம் தடிப்பு தடிப்பா?"

"தேனீ கொட்டிடுச்சு." உண்மை விவஸ்தையின்றி பிரசாத்திடமிருந்து வெளியேறிவிட்டது.

"தேனீயா... அது கொட்டற அளவுக்கு என்ன பண்ணேள்? மணி, நீ ஏதோ கூத்தடிச்சிருக்கே. அதுக்கு இவரையும் உடந்தையாக்கியிருக்கே. பாவம், இவர் புதுசா நம்ப ஊருக்கு வந்திருக்கறவர். உன் சந்தேகம் சங்கோஜத்துக்கு இவரைச் சங்கடப்படுத்திடாதே. ஆமா ஆஸ்ரமத்துல உங்கப்பாவைப் பார்த்தேளா? உங்களை அவர் அடையாளம் தெரிஞ்சுண்டாரா?"

இலையில் பரிமாறியபடியே லலிதா இருவரையும் மாறி மாறிக் கேட்ட கேள்விகளால் இருவருமே திணறினார்கள்.

"இல்லை, காலைலதான் பாக்கணும்" என்றான் பிரசாத். வலது மணிக்கட்டுதான் முறிந்து போயிருந்தது. "எப்படிச் சாப்பிடுவது?" கண்ணாலேயே தட்டைக் காட்டினான்.

லலிதா புரிந்துகொண்டு மளமளவென்று சாதத்தை நிறைய நெய்விட்டுப் பிசைந்தாள். ஊட்டுவதற்கு தயாரான மாதிரி கையில் உருண்டைகூடப் பிடித்து விட்டாள்.

"உங்களுக்கு எதுக்குங்க சிரமம். நான் பாத்துக்கறேன். ஸ்பூன் கொடுங்க..." என்று வழிய ஆரம்பித்தான் பிரசாத்.

"இதெல்லாம் ஒரு சிரமமா... முடியலேன்னா ஒருத்தர்க்கொருத்தர் உதவிக்கறதுதானே மனுஷ லட்சணம்..." என்று உருண்டை பிடித்தவளை மணிசுந்தரம் முறைத்துப் பார்த்தான். புரிந்துகொண்டு ஸ்பூன் எடுத்து வந்து தந்தாள்.

சாதாரண வத்தக்குழம்பு சாதம்தான்.

அவன் நாவில் ருசி குதிதாளம் போட்டது.

அமெரிக்காவின் உப்பு சப்பற்று சாப்பிட்ட வாய்க்கு, 'இதுதான்டா அமுதம்' என்றது அந்தச் சாதம். அதையும்விட அவளின் கபடமற்ற பேச்சும், துடிப்பும் அவன் மனதைச் சொற்பகாலத்திலேயே மிக ஆழமாகப் பாதித்திருக்க வேண்டும். அவளையே ஊன்றிப் பார்த்தான். லலிதாவால் அவன் பார்வையைச் சமாளிக்க முடியவில்லை. நன்றாகவே திணறினாள். பேச்சை மாற்றினாள்.

"ஊமைச்சாமி கைபட்டா பொணம்கூட எழுந்திடும்ணு சொல்வா... உங்க கை நாலு நாள்ல சரியாயிடும் பாருங்கோ" என்றாள்.

அதைக் கேட்டு பிரசாத் லேசாகச் சிரித்தாள்.

"அவரைச் சாப்பிட விடறியா?" மணிசுந்தரம் பலமாகக் குறுக்கிட்டான். லலிதா சட்டென்று ஒடிந்துபோனாள். மணிசுந்தரத்தை வெறித்தாள். வெறிப்பா அது? நெருப்பு!

◆◆◆

மலைப்பாதையில் சீறிக்கொண்டிருந்தது அந்த கார்!

அசுரவேகம்...!

உள்ளே டிரைவிங் ஸீட்டில் சிகரெட் உதட்டோடு தெரிந்த நபருக்கு ஐம்பது வயதிருக்கலாம். அமெரிக்கன் கிராப்பும், சதுரக் கண்ணாடியுமாகக் கூர்மையான நாசியோடு, ஆனால், பக்கா பூனைக் கண்களோடு மனிதர், அந்த மலைப் பிராந்தியத்தைப் பார்க்கும் தோரணையே மிக வித்தியாசமாக இருந்தது.

தாடையில், தேய்ந்த மார்கோ சோப்புத்துண்டு போல் குறுந்தாடி, அதில் விரல்களின் அடிக்கொரு நீவல். உதடோ கவளம் கவளமாய்ப் புகை துப்புகிறது.

சரேலென்று காரை நிறுத்தினார். பாதையைக் கடந்த ஒரு மலைவாசியைப் பார்த்துக் கேட்டார்:

"ஏய், சித்தர்பட்டிக்கு இப்படித்தானே போகணும்?"

"ஆமுங்க."

"நீ அந்த ஊரா?"

"ஆமுங்க."

"அந்த ஊருக்கு மிடுக்கா கார்ல யாராவது வந்திருக்காங்களா. தெரியுமா உனக்கு?"

"ஆமுங்கோ... ஐயர் சாமி வீட்டுக்கு ஒரு தம்பி வந்திருக்குன்னு பேசிக் கேட்டேனுங்கோ!"

அடுத்தகணம் கார் திரும்பவும் சீறியது.

"பிரசாத், நீ ஒரு முட்டாள்! எங்க நீ வரவே கூடாதோ அங்க என்னை மீறி வந்திருக்கே. உன்னை...?"

நந்திச் சிலை கல்வெட்டு சித்தேசர் கருணையைச் சொல்லிக் கொண்டிருந்தது.

> "ஒப்பிலா பக்திவழி தப்பின்றிச்
> செல்வோர்க்கு செம்பும் தங்கமாகும்!
> பங்கமின்றி கொண்டு சேர்க்கும்
> அப்பனாம் சித்தேசன் கழலடி மறவாதே!"

அத்தனை வேகத்தோடும், புழுதிக் கவளத்தைப் புரட்டிக்கொண்டும் ஒரு கார் சித்தர்பட்டிக்குள் நுழைவதை ஊரே வியந்து பார்த்தது.

ஒரு குறிப்பிட்ட இடத்தில் கரடுமுரடான பாதைமேல் கவிழ்ந்துவிடும் வேகம் காட்டி, அந்த கார் மேலே ஏறும்போது அருகிலேயே சிலரோடு நின்று அரசியல் பேசிக்கொண்டிருந்த அக்னிராசு காரை ஊன்றிப் பார்த்தான்...

"எவன்டா மாக்கான்? நம்ம ஊர்ல இப்படித் தலைதெறிக்க காரை ஓட்டறவன்."

"தெர்லண்ணே. நேத்துகூட ஒருத்தன் கார்ல வந்தான். நம்ம ஐயர் வீட்ல டேரா போட்டிருக்கான். இன்னிக்கு இன்னொருத்தன் வந்திருக்கான்."

"ஐயருக்குச் சொந்தக்காரனா?"

"அவரே ஒரு அன்னக்காவடி, அவருக்கு யாருண்ணே காரெல்லாம் வெச்சுக்கிட்டு உறவா இருக்க முடியும்?"

"அப்ப யாருடா இவங்கள்லாம்?"

"விசாரிச்சா தெரிஞ்சுபோவுது. ஐயர் கோயில்லதான் இருக்காரு. நீங்க கோயிலுக்குப் போகறச்சே கேட்டுப் பாருங்கண்ணே."

"யாரா இருந்தா என்ன, நம்ம ஊர் சங்கதி தெரியாம துள்ளுனாங்கன்னா பரலோகம் போய்ச் சேர வேண்டியதுதான்..."

கார் போன திக்கையே பார்த்தபடி அக்னிராசு பேசின பேச்சைக் கேட்டு அவர்கள் விடைத்துப்போனார்கள்.

◇ ◇ ◇

வீட்டு வாசலில் தேங்கி நின்ற காரிலிருந்து வெளிப்பட்ட அந்த அமெரிக்கன் கிராப்பை உள்ளிருந்து பார்த்த பிரசாத், கனமான ஆச்சரியத்துக்குத் தாவினான்.

"ஹாய் அங்கிள், வாட் எ சர்ப்ரைஸ்" என்றபடி வாசலுக்கே வந்தான் அவரை வரவேற்க.

"என்ன பிரசாத், இப்படிப் பண்ணிட்டே...?" அவரிடம் எரிச்சல், வெடிப்பு.

"எப்படி?"

"இப்படித்தான் சொல்லாமகொள்ளாம இங்க வருவியா? இதென்ன கையில் கட்டு. இடுப்புல வேஷ்டி?"

"வாங்க அங்கிள், உள்ளே போய்ப் பேசுவோம்."

"நோ, எதுவா இருந்தாலும் இங்கேயிருந்து போய்க்கிட்டே பேசுவோம். இந்த ஊர்ல நீ ஒரு நிமிஷம்கூட இருக்கக்கூடாது. கமான்... கிளம்பு..."

பிரசாத் அவரின் பதற்றத்தைக் கண்டு சிரித்தபோது லலிதாவும், சட்டையணிந்தபடி மணிசுந்தரமும் உள்ளிருந்து வெளியே வந்தனர்.

"யார் பிரசாத் இவர்?" மணிசுந்தரம் கேட்டான்.

"இவர் மிஸ்டர் விஷ்வராம். எங்கப்பாவோட ஜூனியர். அதாவது எங்க கே.ஆர். மெண்டல் ஹாஸ்பிடலோட தூண்கள்ள ஒருத்தர். என்னோட வெல் விஷர்."

"வாங்க சார் உள்ள... உள்ள போய்ப் பேசுவோம்." மணிசுந்தரம் அவரைப் பணிவாக அழைத்தான்.

விஷ்வராம் எனும் அந்த அமெரிக்கன் கிராப், மணிசுந்தரத்தைப் பிராண்டுவது மாதிரி பார்த்தது. பார்வையாலேயே "இவன் யார்?" என்று கேட்டது.

"அங்கிள், இவர் பேர் மணிசுந்தரம். என்னோட ஃப்ரெண்ட்..."

"உனக்கு இந்த ஊர்ல ஃப்ரெண்டா?"

"ஏன் இருக்கக்கூடாதா. அதுலயும் மணிசுந்தரம் நேர்மையானவர். என்னை மாதிரியே பல விஷயங்கள்ள திங்க் பண்ற நபர்..."

"பிரசாத்... எனக்கு எல்லாமே ஆச்சரியமா இருக்கு. நீ அமெரிக்காவில இருந்து வந்தது இந்த ஊருக்கு வர்றதுக்கு இல்லே. உன் அப்பாவைப் பார்க்க... அவரைக் குணப்படுத்த! நீ வந்த வேளை பார்த்து, காணாமப் போயிட்ட அவரைத் தேடறதை விட்டு, இங்க என்ன வேலை உனக்கு?"

"அவரைக் கண்டுபிடிச்சாச்சு அங்கிள். அப்பா இப்ப இங்கதான் இருக்கார்..."

"வாட், டாக்டர் கே.ஆர். இங்க இருக்காரா! எங்கே?"

"இந்த மலைக்கோயில் ஆசிரமத்துல."

"என் காதுல பூ சுத்தாதே பிரசாத். எந்தக் கோயிலாலயும், ஆசிரமத்தாலயும் அவர் பைத்தியமானாரோ அந்தக் கோயில் ஆசிரமத்துலயே அவர் இருக்காருன்னா நம்ப முடியலையே!"

"உள்ள வாங்க அங்கிள். எல்லாத்தையும் விவரமா சொல்றேன்..."

அரைமனதாகப் புகை கக்கியபடி உள்ளே நுழையும் விஷ்வராமை லலிதா வரவேற்றாள். ஏனோ முதல் பார்வையிலேயே பிடிக்காமற்போனது. அவர் முகத்தில் கொத்துக்கொத்தாய்த் திமிர் காய்த்த மாதிரி தெரிந்தது.

வீட்டுக்குள் நுழைந்தவுடன் பார்வையாலேயே துழாவல். நிலைகால் மேல் எம்பிராய்டரி வெல்கம் தொங்கிக் கொண்டிருக்கிறது. பக்கத்திலேயே கிளிஞ்சலில் மீன் நீந்துகிறது. உடைந்த முட்டைக்கூடு பெங்குவின் பறவையாய் ஷெல்ஃபில் எட்டிப் பார்க்கிறது.

பிரிட்டானியா பிஸ்கட் டிரம் துணியைச் சுற்றிக்கொண்டு மோடோவாகத் தரைமீது காத்திருக்கிறது.

"என் தங்கைக்கு ஹேண்டிகிராஃப்ட்ல இண்ட்ரஸ்ட் ஜாஸ்தி..." என்ற மணிசுந்தரத்தைச் சற்று மலிவாகப் பார்த்தார் விஷ்வராம் எனும் அந்த மனிதர்.

"எனக்குப் பிரசாத்தோட நல்ல எதிர்காலத்துலதான் இன்ட்ரஸ்ட்டே..." என்று பொடிவைத்துப் பேச்சைத் தொடங்கினார்.

"கொஞ்சம் சிகரெட்டை அணைக்கறேளா?" லலிதா கேட்டே விட்டாள். வெறுப்பாகத் தரையில் போட்டு சிகரெட்டை அணைக்கும் விஷ்வராமின் பார்வை பிரசாத்தைப் பார்த்தது.

"உட்காருங்க அங்கிள்..."

"அப்பா இங்க இருக்காருன்னு சொன்னியே."

"யெஸ், எப்படி இந்த மலைப்பக்கம் வந்தாருன்னு எனக்கே ஆச்சரியமா இருக்கு."

"இப்ப எங்கே?"

"அதான் ஆசிரமத்துலன்னு சொன்னேனே..."

"ஏன் என்னால குணப்படுத்த முடியாதுங்கறது உன் முடிவா?"

"நோ... நோ... நான் இங்க வர்றதுக்கு முந்தியே அவர் ஆசிரமத்துல சேர்ந்தாச்சு."

"நீ எப்படி இங்க வந்தே? ஏன் என்கிட்ட சொல்லாம வந்தே?"

"அப்பாவோட டைரியைப் புரட்டிப் பார்த்தேன். அவர் இந்த சித்தர்பட்டிப் பற்றித்தான் பக்கம்பக்கமா எழுதியிருந்தார். இங்க கொடுக்கப்படற ட்ரீட்மென்ட் ஒரு பெரிய புதிர்னும், இந்த ஊரே ஒரு புதிர்னும் அவர் எழுதியிருந்ததைப் படிக்கப் படிக்க எனக்கும் இந்த ஊரைப் பார்க்கணும்ங்கற ஒரு வெறி. அப்பாவோட மனசை இந்த ஊர் அதிகமா பாதிச்ச விவரம் தெரிய வந்தப்போ இங்க வந்து அது என்னன்னு தெரிஞ்சுக்கற ஆசை எனக்கும் வந்தது. அதான் கிளம்பிட்டேன். உங்ககிட்ட சொன்னா விடமாட்டிங்கன்னு நல்லா தெரியும்..."

"நினைச்சேன்... நீ இப்படித்தான் ஏதாவது பண்ணுவேன்னு. அப்பாவைக் கண்டுபிடிக்கறதை விட இந்த ஊரோட புதிரைப் பத்தித் தெரிஞ்சுக்கறது உனக்குப் பெரிசாபோச்சு இல்லியா?"

"நோ அங்கிள். நான் வந்து இருபத்து நாலு மணி நேரம் கூட இன்னும் ஆகலை. அதோட இங்க வந்தா அப்பாவைக் கண்டுபிடிக்கற க்ளூ ஏதாவது கிடைக்கலாம்னும் நினைச்சேன். ஆனா, அப்பாவே கிடைப்பார்னு எதிர்பார்க்கலை."

"அவர் இங்க இருக்காருன்னா என்னால நம்பவே முடியலை. எப்படி இங்க வந்திருக்க முடியும்?"

"பைத்தியம்தானே... அதோட சித்தர்பட்டி சித்தர்ப்பட்டிங்கற புலம்பல் வேற. அதைக் கேட்டுச் சித்தர்பட்டிதான் அவரோட சொந்த ஊர்னு நினைச்சு யாராவது பஸ் ஏற்றிவிட்டிருக்கலாம்." மணிசுந்தரம் கச்சிதமாக உள் நுழைந்து எடுத்துக்கொடுத்தான்.

"ஓகே... இருக்கலாம்... கமான்... கமான் பிரசாத்! அப்பாவையும் கூட்டிக்கிட்டுக் கிளம்புவோம். அவரைக் குணப்படுத்தி நான் யாருங்கறதைக் காட்டறேன்." விஷ்வராமின் அவசரம் பிரசாத்தை விட லலிதாவைத்தான் அதிகம் பாதித்தது. அந்தப் பாதிப்பை மெலிதாக முகத்தில் தேக்கியபடி காபி போட்டு எடுத்து வந்து, விஷ்வராம் அருகில் வைத்தாள்.

நிஜமாலுமே கிளம்பிவிடுவானா? மனதில் கேள்வி வேறு...

"போகலாம் அங்கிள், கொஞ்சம் பொறுங்க. என் கை வேற ஃப்ராக்சர்ல இருக்கு. அந்த ஊமைச்சாமிதான் டிரீட்மெண்ட் கொடுத்திருக்கார்."

"எப்படி ஆச்சு இந்த ஃப்ராக்சர்?"

"கால் தடுக்கி கீழே விழுந்துட்டேன்..."

"உன் எலும்பு சுக்குநூறா நொறுங்கியிருந்தாலும் நோ பிராப்ளம். பிரச்னை இல்லை. ஆர்தோ ஸ்பெஷலிஸ்ட் நம்பியார் இருக்கார்... நீயோ, உன் அப்பாவோ இங்க இப்படி நாட்டு ட்ரீட்மெண்ட் எடுத்துக்கறது நம்ம அலோபதிக்கே கேவலம். கிளம்பு கிளம்பு..." ஆலாய் பறந்தார் விஷ்வராம்.

மணிசுந்தரம் மௌனமாக அனைத்தையும் பார்த்துக் கொண்டிருந்தவன், "ஒரு பைத்தியக்கார டாக்டரே பைத்தியமாயிட்டார்னா அது பெரிய ஆச்சரியம்தான். அதுக்காக அலோபதிக்கே கேவலம்கறதெல்லாம் நீ மச்..." என்றான் தீர்க்கமாய்.

"நிச்சயமாக கேவலம்தான்ப்பா. ஒரு தீர்த்தம் குணப்படுத்துதுன்னு சொல்லி ஏதோ மாய்மாலம் பண்றாங்க இங்க. ஆனா, அலோபதி அப்படி இல்ல, காரணகாரியத்தோட மருந்து கொடுக்கறோம். எங்களோட ரிசர்ச் பற்றி உங்களுக்கு என்ன தெரியும்?"

"வாஸ்தவம்தான். அதுக்காக இந்தத் தீர்த்தத்தோட மகிமையைக் குறைவா எடை போடறது தப்பு. உங்க ரிசர்சை இங்க பண்ணுங்களேன். அந்தத் தீர்த்தத்தை லேப்ல கொடுத்து செக் பண்ணுங்க. புதிர்னு சொல்லி ஒதுக்காம இதை ஆராயறதுல என்ன தப்பு?"

"இதான் என் வேலயா? ஆராயும்போது மத்தவங்க மாதிரி செத்தா என்ன பண்றது? எனக்கு நிறைய வேலை இருக்கு மிஸ்டர். என்மேல எனக்கு நம்பிக்கை குறையும்போது நான் இந்தப் புதிரைப் பற்றி யோசிப்பேன். இப்போதைக்கு நாம கிளம்புவோம். கிளம்பு பிரசாத்."

"என்ன முடிவெடுக்கப் போகிறாய் பிரசாத்?" லலிதாவும் பயபயாகப் பிரசாத்தைப் பார்த்தாள். அவனது கொஞ்ச நேரப் பழக்கத்திலேயே பல காலம் பழகின மாதிரி ஒரு பிரமை தட்டிவிட்டது. நினைக்கவே ஆச்சரியமாக இருந்தது. இந்த மனதுதான் எத்தனை புதிரானது? இதை விடவா பெரிய புதிர்கள் வெளியில் இருந்துவிட முடியும்?

பிரசாத் வந்த நிமிடத்தில் வாழ்க்கைக்கே அர்த்தம் வந்த மாதிரியாகவெல்லாம் தோன்றியதே, எதனால்? இப்போது இந்த விஷ்வராமால் பிடித்திழுத்துச் செல்லப்பட்டு விடுவானோ? லலிதா, மணிசுந்தரம் காதைக் கடிக்க ஆரம்பிக்கிறாள்...

"மணி, என்ன பண்ணப்போற...? இந்த விஷ்வராமைப் பார்த்தா நல்ல மனுஷனா தெரியலை. பிரசாத்தைப் பார்த்தா பாவமா இருக்கு. அலோபதி ஆட்டுக்குட்டின்னு ஒரே அளப்பு வேற. என்ன பண்ணலாம்?"

"பிரசாத் ஊருக்குத் திரும்பறதும், திரும்பாததும் அவர் விருப்பத்தைப் பொறுத்தது. நாம யார் இதுல குறுக்கிட...?" என்றான் சோர்வாக.

"வாஸ்தவம்தான்... அதுக்காக அந்த ஆள் இவ்வளவு திமிராவா பேசறது? மூஞ்சியைப் பாரு ஓணான் மாதிரி..." இருவரும் முணுமுணுத்துக் கொள்வதை பிரசாத்தும் கவனித்தான். விஷ்வராம் மோடாவில் அமர்ந்தது போதும் என்பதுபோல் எழுந்து வாசல் பக்கமாகச் சென்று காரின் பானட் மேல் சாய்ந்துகொண்டு ஒரு சிகரெட்டை எடுத்துப் பற்ற வைத்தார்.

லலிதா போட்டுத் தந்திருந்த காபி ஆறிவிட்டிருந்தது. ஒரு நாகரிகத்துக்காகக்கூட அதில் ஒரு துளியை விஷ்வராம் குடித்திருக்கவில்லை.

லலிதா அந்த காபி டம்ளரைத் திரும்பக் கையில் எடுத்துக்கொண்டு சமையல்கட்டுப் பக்கம் நடந்தாள். 'பிரசாத் இனி போனால் என்ன, இருந்தால் என்ன?' என்கிற மாதிரி ஒரு விரக்தி வந்துவிட்டிருந்தது.

சமயத்தில் உயிரைக் காப்பாற்றிய நன்றிக்காகவும், கண்ணியமாய்த் தெரிகிறானே என்பதற்காகவும் இத்தனை விநாடிகள் அவனுக்காகக் கவலைப்பட்டதே அதிகம் என்பதுபோலெல்லாம் அவளுக்குள் எண்ணம் பந்தடிக்க ஆரம்பித்தது. இப்படி வேறு விதமாகச் சிந்தித்துச் சமையலறை காரியங்களில் தன்னை ஈடுபடுத்திக்கொள்ளப் பார்த்தாலும், உள்ளுணர்வு பிரசாத்தும், மணிசுந்தரமும் பேசிக்கொள்வதிலேயே கருத்தாக இருந்தது.

"மணி, உங்க அபிப்ராயம் என்ன? அங்கிள் கூப்பிடறார். அப்பாவைக் கூட்டிக்கிட்டு கிளம்பட்டுமா?"

மணிசுந்தரம் விரக்தியாகச் சிரித்தான்.

"உங்க சிரிப்போட அர்த்தம் புரியுது மணி. அதேசமயம் நேத்து ராத்திரி நடந்ததை நினைச்சா மலைப்பாகவும் இருக்கு. அந்த ரத்தச் சிவப்பு விழிகளை எப்பவும் மறக்க முடியாது..."

"மறக்கமுடியாத அதோட மர்மத்தைக் கண்டுபிடிக்க ஒரு துணை கிடைச்சதுன்னு நினைச்சேன்."

"எனக்கும் ஆர்வம் நிறையவே உண்டு. அதேசமயம் அப்பா குணமாகறதும் முக்கியமில்லியா? இந்த மர்மங்களோட போராடறதை விட அது முக்கியமாச்சே. இந்த ஊர், கோயில், மனுஷங்க எல்லாருமே வித்தியாசமா இருக்காங்க..."

"நான் இல்லேங்கலையே, இந்த வித்தியாசங்களுக்குப் பின்னால ஒரு பெரிய மர்மம் இருக்கு. அதைக் கண்டுபிடிக்கணும்கறதுதானே என் நோக்கமே."

"அது மர்மம்தானா? இல்லை நாமதான் மர்மம்னு நினைச்சுக் குழப்பிக்கிறோமா... இங்க நிஜமாலுமே சூப்பர் நேச்சுரல் பவர் இருக்கா?" பிரசாத்தின் குழப்பமான கேள்விக்கு ஒரு கேலிச் சிரிப்பைத் தவிர, வேறு எதையும் பதிலாகத் தர மணிசுந்தரத்தால் முடியாதபோது.

"பிரசாத், கமான்யா! சொல்லிக்கிட்டுக் கிளம்ப இவ்வளவு நேரமா?" வெளியேயிருந்து விஷ்வராம் அலறினார்.

"மணி... நான் கிளம்பறேன். இங்க வந்ததுல அப்பா கிடைச்சார். உங்க நட்பு கிடைச்சது. எல்லாத்துக்கும் மேல லலிதாவோட அன்பும் நிறைய கிடைச்சது. இதை நான் எப்பவும் மறக்கமாட்டேன். அப்பா உடம்பு குணமானவுடனே நான் திரும்ப வருவேன். அப்ப இந்த மர்மங்களைப் பத்தி யோசிக்கலாம். நீங்க தனியா எதையும் செய்து மாட்டிக்காதீங்க.

உங்க சித்தேஸ்வரர், ஊமைச்சாமி எல்லாருமே அறிவுக்குச் சவால் விடறவங்க. ரொம்ப கவனமா அணுகவும். நிச்சயம் இந்த மாதிரி விஷயங்களைச் சும்மா விடக்கூடாது. ஆனா, அதுக்கு இப்ப எனக்கு நேரமில்லை. அப்பா குணமாகணும். அவர் சாதாரண மனுஷர் கிடையாது. அவரைக் குணப்படுத்தறதுதான் என்னோட ஒரே நோக்கம் இப்போ..."

"அவரை உங்க விஷ்வராம் குணப்படுத்திடுவாரா?"

"அங்கிள் பார்க்கத்தான் கரடுமுரடு. தொழில்லே அவர் ஒரு புலி. நிச்சயம் குணப்படுத்திடுவார். முடியலேன்னா அமெரிக்கா போய் டிரீட்மெண்ட் கொடுப்பேன். என் அப்பாவை நான் நிச்சயம் குணப்படுத்துவேன். அமெரிக்கன்ஸ் டிரீட்மெண்டெல்லாம் விஞ்ஞானப்படி நடப்பது. இந்த ஊமைச்சாமி சித்தேஸ்வரர் சமாச்சாரம் மாதிரி மாய்மாலம் கிடையாது."

பிரசாத் அப்படிப் பேசி நிறுத்தியது மணிசுந்தரத்தை விட லலிதாவை மிகப் பாதித்தது. அவன் அங்கே இங்கே என்று தொட்டுப்பேசி, இறுதியில் சித்தேஸ்வரரையே மாய்மாலம் என்று சொல்லிவிட்டது அவளது பக்தி உணர்ச்சியைப் படுகாயப்படுத்தி விட்டிருந்தது. கொதித்துப்போனாள்.

இதற்குள் பிரசாத் சமையல்கட்டை எட்டிப் பார்த்தான்.

"நான் புறப்படறேன். அட்ரஸ் தந்துருக்கேன். அந்தப்பக்கம் வந்தா மறக்காம என் வீட்டுக்கு வரணும். உங்க வத்தக்குழம்பு சாதம், நான் மறக்கமாட்டேன்."

அவள் சிடுசிடுவென்று அவனைப் பார்த்தாள். "ஒரு நிமிஷம்" என்றாள்.

"உங்களுக்காக ஒரு நிமிஷமென்ன பல நிமிஷங்கள்கூட நான் தயார்..."

"நீங்க மணியோட பேசினதெல்லாம் காதுல விழுந்தது."

"சரி அதுக்கென்ன...?"

"உங்கப்பாவுக்கு நீங்க எங்க வேணா வைத்தியம் பார்க்கலாம். அது உங்களோட உரிமை."

"சரி!"

"ஆனா அதுக்காக எங்க சித்தேஸ்வரரைத் தாழ்த்திப் பேசினது தப்பு..."

"எதை வெச்சு உயர்த்திப் பேச?"

"இங்க ஒரு மர்மமும் இல்லை."

"எதை வெச்சு அதை நம்ப?"

"நான் நிரூபிச்சா என்ன தருவேள்...?"

"எது கேட்டாலும்..."

"நீங்க எதையும் தரவேண்டாம்... அவநம்பிக்கைப்படாம இருந்தா போதும்..."

"நிச்சயமா! இப்ப கிளம்பறேன்... இன்னொரு நாள் வருவேன்."

"நான் இப்பவே நிரூபிக்கறேன்."

"நிஜமாவா?" அவன் வியந்து விழிகளை விரித்தபோது, அவள் தன் உள்ளங்கையை விரித்தாள். அதில் பளபளப்பான ஒரு தங்க நாணயம்!

"என்ன இது?"

"தங்கக் காசு."

"சரி, இந்தத் தங்கக் காசுக்கும், சித்தேஸ்வர சாமிக்கும் என்ன சம்பந்தம்?"

"இதைத் தந்ததே சித்தேஸ்வரர் தானே!"

✳ —————— ✳

மதில்சுவர் கல்வெட்டுச் செய்திகளில் பலவித எச்சரிக்கை செய்திகள்...

> "நவநாயகர் பிடிக்குள்
> நானிலம் அடங்கலாம்.
> எமநாயகன் பிடிக்குள்
> எவ்வுயிரும் அடங்கலாம்.
> சிவநாயகன் பாதம் தொழும்
> யுவ நாயகச் சித்தர்கள்
> அவன் போலவே எதற்கும்
> அடங்காதவர்
> அடக்குவார் ஆவியைப்
> புடம் போடுவர்!"

லலிதாவின் மருதாணிச் சிவப்புக் கைகளில் மஞ்சள் வட்டமாய் டாலடித்த அந்தத் தங்க நாணயத்தை அதிசயமாய்ப் பார்த்தான் பிரசாத்.

"சித்தேஸ்வரர் கொடுத்த தங்கக் காசா இது?" சற்று இளக்காரமாய்க் கேட்டான்.

"சத்தியமா அவர் கொடுத்ததுதான்... ஒண்ணு இல்லை, இதுவரைக்கும் நாலு! வரப்போற திருவாதிரை நட்சத்திரத்தன்னிக்கு ஐந்தாவதும் வந்துடும்... ஒவ்வொண்ணும் மூணு சவரன் எடை."

அப்போது மணிசுந்தரமும் அங்கு வந்து அதைக் கேட்டு லலிதாவை வெறித்துப் பார்த்தான்.

"என்ன லலி இது புதுக்கதை... எனக்கே தெரியாம?" கடூரமாகக் கேட்டான்.

"என்னையும், அப்பாவையும் தவிர வேறு யாருக்கும் இது தெரியாது. தெரியவும் கூடாது."

"மொதல்ல விஷயத்தை விவரமா சொல்லு..."

"அதுக்கு முந்தி நீங்க எனக்குச் சத்தியம் பண்ணுங்கோ, இந்த விஷயத்தை உயிர்போனாலும் நீங்க வேற எங்கேயும் பேசக்கூடாது!"

"முதல்ல விஷயம்."

"சொல்றேன். ஒருநாள் சந்நிதியில என் கல்யாண தொடர்பா அப்பா கவலைப்பட்டிருக்கார். 'கைல பொட்டு நகை இல்லே. கால் காசும் இல்லையே... எப்படி என் பெண்ணைக் கல்யாணம் பண்ணிக் கொடுப்பேன்...'னு ஒரே புலம்பல்."

"யார்கிட்ட?"

"தன் பெண்ணோட கல்யாணம் நிச்சயமானதுக்காக நம்ம சாமிக்கு அபிஷேகம் பண்ண கோயிலுக்கு வந்த ஒரு பக்தர்கிட்டே... இது சித்தேஸ்வரர் சாமி காதுலேயும் விழுந்துடுத்து. அன்னிக்கு ராத்திரியே சந்நிதியில் ஓலை வந்துடுத்து!"

"என்னன்னு...?"

"நீங்களே பாருங்களேன்." சொல்லிவிட்டுச் சமையல்கட்டை ஒட்டியுள்ள சாமி சந்நிதி நோக்கி ஓடினாள் லலிதா. ஏகமாய் அங்கு சாமி படங்கள். அதில் ஒரு படத்தின் பின்னால் கையை விட, ஒரு தாழம்பூ மடல் அவள் கைக்கு வந்தது. எடுத்து

வந்து அவர்கள் எதிரே நீட்டினாள். ஆர்வமாக வாங்கி அதைப் படிக்க ஆரம்பித்தான் மணிசுந்தரம்.

"பிரசாத்... என் பொறுமைக்கும் ஒரு அளவு உண்டு. நீ வர்றியா இல்லை, நான் போய் உன் அப்பாவைக் கூட்டிக்கிட்டு வரட்டுமா?" வெளியே இருந்து திரும்பவும் விஷ்வராமின் ஊளைத்தனமான குரல்.

"கொஞ்சம் பொறுங்க அங்கிள் ப்ளீஸ்." பதிலை உரக்க வெளியே அனுப்பிவிட்டு, லலிதா தந்த ஓலையைப் பார்க்க ஆரம்பித்தான் பிரசாத்.

மணிசுந்தரம் கண்களை இடுக்கிப் படித்துக்கொண்டிருந்தான். பொடிப்பொடியான எழுத்துக்கள்!

பட்டாச்சாரியே! உனது வறுமையைப் போக்கி, உன் மகளுக்குத் திருமணம் நிகழ்த்தித் தர யாம் சங்கல்பித்துள்ளோம். எம் சித்தானுபூதியாலே இனி ஒவ்வொரு மாதமும் ஈசன் திரு நட்சத்திரமான திருவாதிரையில் நீ ஒரு ஸ்வர்ண நாணயம் பெறுவாய்.

ஆதிரைக்கு முந்திய இரவில் காலபைரவர் சந்நிதியில் நீ வைக்கும் செப்பு நாணயத்தையே நான் தங்கமாக்கித் தருவேன். பசுஞ்சாணத்துக்குள் யாருடைய திருஷ்டியும் படாதபடி அதை மூடி வைத்துவிடு!

விடிந்து சித்தாபிஷேகம் முதல் சீலமிகு பூஜைகள் எல்லாம் முடிந்து மூன்றுமுறை திருக்குளத்தில் தீர்த்தமாடி வந்து பசுஞ்சாணம் விலக்கி ஸ்வர்ணம் பெறக் கடவாய்!

மகாதேவ ரகசியம்... இதைக் காக்கத் தவறி பைரவன் கோபத்துக்கு ஆளாகிடாது. சௌபாக்கியம் பெற அனுக்கிரகம், அனுக்கிரகம், அனுக்கிரகம்!

தாழை மடலை வாசித்து முடித்த மணிசுந்தரம்.

"இதையெல்லாம் ஏன் லலிதா என்கிட்ட மறைச்சே?" என்றான் கோபமாக.

"உனக்குத்தான் சாமி பேர்ல நம்பிக்கை இல்லையே!"

"இப்படி எல்லாம் எழுதறது, சாமி கிடையாது லலிதா, ஆசாமி."

"தெரியும். நீ இப்படிச் சொல்வேன்னுதான் நானும், அப்பாவும் மூச்சு விடலே."

"எத்தனை நாளா இப்படி நடந்துண்டிருக்கு...?"

"நாலு மாசமா! அஞ்சாவது திருவாதிரை வரப்போறது. செப்புக்காசு தங்கமாகப் போறதை நீ பார்க்கத்தான் போறே..."

"நிச்சயமா! அது எப்படி தங்கமாறதுன்னு நான் பார்க்கத்தான் வேணும்."

"வேண்டாம் மணி. சாமியோட விளையாடாதே. ஹிரண்யன் கதை மாதிரி ஆயிடப்போறது."

"லலிதா... இது இருபதாம் நூற்றாண்டு. சாட்டிலைட் யுகம். உக்காந்த இடத்துல இருந்து உலகத்தை அளக்கக் கருவிகள் வந்தாச்சு. எதையும் அறிவுப்பூர்வமாப் பார்க்கணும். கற்கால மனுஷன் மாதிரி நம்பித் திரியக்கூடாது."

"கரெக்ட் மணி! இதையெல்லாம் எப்படி நம்பறது... செப்புக்காசு தங்கமாகுதாம்ல? அந்தக் கடவுளுக்கு நிஜமாலுமே அருள் செய்யத் தோணினா இப்படித் திருவாதிரைக்குத் திருவாதிரைதான் காசு தரணும்னு இல்லை. ஒரே நாள்ல ஒருத்தனைக் கோடீஸ்வரனாக்க முடியும். இது என்ன விநோதமான தவணை அருள்... வேடிக்கையா இருக்கே!"

"வேண்டாம்... இப்படியெல்லாம் பேசினா அப்புறம் ரொம்ப அவஸ்தைப்படுவேள். நீங்க சொல்றமாதிரி ஆசாமியாயிருந்தா நம்மகிட்ட இருந்துதானே காசும், பணமும் கேட்பான்? சாமியா இருக்கவும்தானே தங்கமா தரமுடியறது! ஒரேயடியா கொடுத்துட்டா

நமக்கு மதிப்புத் தெரியாம போயிடலாம். அதனாலதான் சாமி இப்படித் திருநட்சத்திரத்திற்குத் திருநட்சத்திரம் உதவி செய்யறார்.

கைல வெண்ணெய் வெச்சுண்டு யாராவது நெய்க்கு அலைவானா? இங்க எல்லாம் சரியாயிடும்போது நீங்க அமெரிக்கா வரை போக நினைக்கறது அகங்காரம். எங்க சித்தேசர் நம்பினவர்க்கு நடராசர். நம்பாதவனுக்கு எமராசர்!"

லலிதாவின் அந்தத் தீர்க்கமான பேச்சு பிரசாத்தை இறுக்கக் கட்டிப்போட்டது. "உங்களுக்கு சந்தேகமாயிருந்தா இன்னும் நாலு நாள்ல திருவாதிரை நட்சத்திரம் வரப்போறது. பார்த்துட்டு அப்புறமா முடிவு பண்ணுங்கோ." முத்தாய்ப்பாக அவள் சொன்னதில் வந்து நிற்கிறது பிரசாத்தின் மனது.

"அதுதான் கரெக்ட்! வர்ற திருவாதிரை நட்சத்திரத்தன்னிக்கு என்ன நடக்குதுங்கறதைப் பார்த்துடுவோம். அதுக்கப்புறமா நான் இங்கேயே இருக்கவா, போகவாங்கறதை முடிவு செய்யறேன்."

பிரசாத்தின் அந்தப் பதிலால் மகிழ்ந்துபோனான் மணிசுந்தரம்.

"ஆனால், விஷ்வராம் கால்ல வெந்நீரைக் கொட்டிக்கிட்டுப் பறக்கிறாரே?"

"அவரை நான் சமாளிச்சுக்கறேன்!"

"அப்பாடா!" தற்காலிகமாய் இறுக்கம் தளர்ந்து பேசலானாள் லலிதா!

◈ ◈ ◈

அந்த மலைப்பாதையில், தனி ஆளாய் நடந்து கொண்டிருந்தார் விஷ்வராம்! கண்களில் கோபக்கனல், நினைவில் பொருமல்.

"தற்போதைக்கு வரமுடியாது. நீங்கள் வேண்டுமானால் கிளம்புங்கள்" என்று பிரசாத் தீர்மானமாய் சொன்னதில் மனது முண்டிக்கொண்டேயிருந்தது.

அப்படிப் பிரசாத்தையும், டாக்டரையும் விட்டுவிட்டுத் தனியாய்த் திரும்புவது ஒரு பெரிய தோல்வியாகவும் தோன்றியது.

மலைக்காற்றின் ஈரத்தை மீறி இதன் காரணமாய் நெருப்பாகி விட்டவர் கோயில் மணி சத்தம் கேட்டு அது வந்த திக்கைப் பார்த்தார்.

பசும் மரக்கூட்டம் நடுவே நிமிண்டலான கோபுரத்தோடு சித்தேசர் ஆலயம். முகப்பில் விஸ்தீரணமான திருக்குளம்கூட அந்த மேட்டுப்பாங்கில் இருந்து பார்க்கும்போது பளிச்செ்று தெரிந்தது. கோயிலைப் பார்த்த மாத்திரத்தில் முதலில் அவருக்குள் பயம்தான் வந்தது.

நிஜமாகவே தங்களது மருத்துவத்துக்கே ஒரு பெரிய சவாலாய் நின்ற அந்த செண்ட்ரல் மினிஸ்டர் மகளை இந்தக் கோயில்தானே குணப்படுத்தியது. அதிலும் ஒரே ஒரு வாரத்தில்...? பயத்துடன் இப்போது அவருள் கேள்விகள் வேறு...!

நினைவில் பின்னோக்கிப் போனார் விஷ்வராம்.

டாக்டர் கே.ஆரின் கம்பீரமான மருத்துவமனை முன் இப்போது மினிஸ்டரின் கார் உள்ளிருந்து சோகமாய் இறங்கி நுழைகிறார் மினிஸ்டர். அவரை வாசலுக்கே வந்து வரவேற்கிறார் கே.ஆர்.

"கே.ஆர்...! என் மகளை நீங்கதான் காப்பாத்தணும்..." வரவேற்று உள்ளே அழைத்துச் செல்லும்போதே மினிஸ்டரிடம் பொருமல்.

"டோண்ட் ஒர்ரி... நான் இருக்கேன். என்னால முடியாதது அந்த ஆண்டவனாலேயும் முடியாது!" தன்னம்பிக்கையோடு அவர் பேசுவது அருகில் இருக்கும் டாக்டர் விஷ்வராமுக்குள் இனம்புரியாத எரிச்சலை ஏற்படுத்தியது. தன்னை மந்திரிக்கு அறிமுகப்படுத்தி வைப்பார் என்று அருகில் பல நிமிடங்கள் நின்றும் விஷ்வராமின் அந்த ஆசையை கே.ஆர். நிறைவேற்றவேயில்லை.

ஆனாலும் தனது சீனியருக்கு இப்படி ஒரு செருக்குக் கூடாது என்று நினைத்தார் விஷ்வராம். அந்த நினைப்புடன்

சில நிமிடங்கள்தான் அவரால் செயல்பட முடிந்தது. ஒரு கட்டத்தில் அது உடைந்து, "சார்! மினிஸ்டருக்கு என்னை அறிமுகப்படுத்தவேயில்லையே!" என்று வாய்விட்டு கேட்டு விட்டபோது கே.ஆர். பார்த்த பார்வையில் பூச்சி பறந்தது.

"யாரை எப்ப அறிமுகப்படுத்தணும்னு எனக்குத் தெரியும்... போய் கேஸைப் பாருங்க..." என்று சற்றுக்கோபத்தோடும், அலட்சியத்தோடும் கே.ஆர். பதில் கூறவும் விஷ்வராமின் மனது குண்டுபட்ட மாதிரி சுருண்டுவிட்டது. "சார் உங்க மகனை நான் குணப்படுத்தறேன். குணப்படுத்திக் காட்டறேன்!" டாக்டர் கே.ஆர். மந்திரியிடம் பேச ஆரம்பித்தார்.

"அந்த நம்பிக்கைலதானே டெல்லியில் இருந்து வந்திருக்கேன். இந்த விஷயம் வெளியே தெரியக்கூடாது கே.ஆர்...! தெரிஞ்சா அவமானம். இந்தக் காலத்துல வி.ஐ.பி.க்களோட வாரிசுங்கதான் கிரிமினலாகவும், கேவலமாகவும் போயிடறாங்க..."

"உங்க மகனுக்கு எத்தனை வருஷமா இந்தப் போதைப் பழக்கம்."

"எனக்குத் தெரிஞ்சு நாலு வருஷமா."

"அப்ப கொஞ்சம் சிக்கலாத்தான் இருக்கும்."

"செலவைப் பத்திக் கவலை இல்லை. ஆனா, அவன் குணமாகனும். அதுக்குப் பிரதியுபகாரமா உங்களுக்குப் பத்மபூஷனோ, பத்மஸ்ரீயோ எது வேணும்னாலும் கிடைக்க ஏற்பாடு பண்றேன்."

"நான் எப்பவோ பத்மபூஷன் ஆகியிருக்கணும்..."

"போனது போகட்டும்... நான் ஆக்கறேன். ப்ளீஸ், என் மகனை மனுஷனாக்கித் தாங்க." மந்திரி பேசிவிட்டு கிலோக் கணக்கில் சோகத்தோடு கிளம்ப, கே.ஆர். சிரித்த சிரிப்பில் அநியாயத்துக்கு ஒரு மதர்ப்பு.

"விஷ்வராம்..." அடுத்த நொடியே அழைத்தார்.

"யெஸ் சார்?"

"கேஸ் ரொம்ப காம்ப்ளிகேடட்... ரொம்ப ஜாக்கிரதையா பார்த்துக்கணும். உங்க புத்திசாலித்தனத்தைக் காட்டி இந்த கேஸையும் 'க்ளோஸ்' பண்ணிடாதீங்க. புரிஞ்சுதா..." கே.ஆர். அப்படிச் சொல்லவும் விஷ்வராம் மனது மீண்டும் குண்டுபட்டுச் சுருண்டது.

பழைய தவறை ஒரு நாளைக்கு ஒரு முறையாவது டாக்டர் கே.ஆர். இப்படிச் சொல்லிக்காட்டிச் சித்திரவதை செய்துவிடுகிறார்.

ஜூனியராகச் சேர்ந்த புதிதில் ஒரு கேஸைத் தப்பாக டயக்னைஸ் செய்து சிகிச்சை அளித்ததில் அந்த பைத்தியம் இறந்துபோனது. ஆனால், ஆபத்பாந்தவனாக கே.ஆர். தான் முன்னின்று விஷ்வராமைக் காப்பாற்றினார். அப்படிக் காப்பாற்றாமல் விட்டிருந்தால் எண்ணிரண்டு பதினாறு கம்பிகளை அவர் கோவை ஜெயிலில் எண்ண வேண்டியிருந்திருக்கும்.

இங்கே முன்னேற்றமே இல்லாமல் கே.ஆரின் நிழலில் துளியும் வளர்ச்சியின்றி எவ்வளவு நாளைக்குத்தான் இப்படி அவமானத்தோடு பொழுதைப் போக்க? பேசாமல் ஜெயிலுக்கே போயிருக்கலாம்.

விஷ்வராமின் மனது நெருப்பாகி விட்டது. வஞ்சம் வளரும் இடமாகி விட்டது. பழிக்குப் பழி என்று கருவிக் கொண்டேயிருக்கிறது. தருணத்துக்குக் காத்திருக்கிறது. புலி பதுங்கிவிட்டது. பாய்வதற்கு நேரம் வந்துவிட்டதாக அப்போது ஒரு நினைப்பு.

பாய்ந்து விடலாமா?

அதற்குத் தோதாகத் தெரிந்தான் மினிஸ்டரின் மகன்.

கே.ஆர். கொடுத்த ஊசி மருந்து டேபிளில் தெரிந்தது. அதையே பார்த்து வெறித்த விஷ்வராம் அதைத் தூக்கிக் குப்பையில் போட்டுவிட்டு வேறு ஒரு மருந்தை எடுத்தார்.

"டேய், நீ இந்த ஜென்மத்துல தெளியமாட்டே. ஐ ஆம் ஸாரி" என்றபடி அந்த ஊசி மருந்தைச் செருகினார். அப்படியே அருகில்

உள்ள நாற்காலியில் விழுந்தார். இப்படித் தான் நடக்க நேர்ந்த அவலம் உறுத்தாமல் இல்லை. என்ன செய்வது? வெளியேறி கே.ஆருக்குப் போட்டியாகச் செயல்படவும் வழியில்லை.

அடங்கி ஒடுங்கிச் சேவகம் செய்து கொண்டிருப்பதால் ஏதோ ஜூனியர் டாக்டர் என்கிற அந்தஸ்தாவது மிஞ்சியிருக்கிறது. ஆனால், வளர்ந்துவிட்ட திறமைக்கு அது போதுமானதாக இல்லை. தான் எதிலும் கே.ஆருக்குச் சளைக்காதவன் என்ற உணர்ச்சி.

"கே.ஆர்! உங்களை மட்டம் தட்டாமல் விடமாட்டேன். என்னை நசுக்கிக் கொண்டேயிருக்கும் உங்களை நான் ஒரே ஒரு முறைதான் நசுக்குவேன். அந்த நசுக்கலே உங்களை அவமானத்தில் புரட்டி எடுக்கப்போகிறது பாருங்கள்." நினைத்த மாதிரியே செய்துகாட்டினார் விஷ்வராம்.

அந்த மந்திரி மகன் நாளுக்கு நாள் கேனையர் திலகம் ஆகிக்கொண்டே போனான். கே.ஆர். கூட ஒரு கட்டத்தில் மிகவும் சோர்ந்துபோனார். என்னென்னவோ செய்து பார்த்தார். பக்கத்திலேயே விரோதியை வைத்துக்கொண்டு என்ன செய்து என்ன பயன்?

மந்திரியிடமிருந்தோ பிரஷர்...

"என்ன கே.ஆர்! அவ்வளவுதானா உங்க திறமை? முடியலேன்னா சொல்லிடுய்யா. நான் அமெரிக்கா, ஜப்பான்னு போய்த் தீர்த்துக்கறேன்."

"நோ, என்னால முடியலேன்னா அது யாராலயும் முடியாது..."

"உங்களால முடியுமா, முடியாதா? அதச் சொல்லுங்க. யாராலயும் முடியாதுங்கற பேச்செல்லாம் எதுக்கு?"

மந்திரியின் அவமதிப்பில் டாக்டர் கே.ஆர். என்னும் சிங்கம் தலைதாழ்ந்து போனது. அதை விஷ்வராம் வெகுவாக ரசித்தார்.

'கே.ஆர்! உங்களுக்கு இதெல்லாம் போதாது. உங்களால முடியாததை நான் முடித்தேன் என்று ஆக வேண்டும். அதைப் பார்த்து நீங்கள் என்முன் தலை குனிய வேண்டும்.

அப்போதுதான் என் குமுறல் அடங்கும்' – நினைப்பைப் பார்வையில் அடக்கிக்கொண்டு கே.ஆரை பரிதாபமாகப் பார்த்தார் விஷ்வராம்.

கே.ஆரோ ஷேவ் செய்துகொள்ளக்கூட மறந்து போயிருந்தார். முகத்தில் ஒரு வாரத்து முடி, தனக்குத்தானே பேசிக்கொள்ள ஆரம்பித்துவிட்டார். இந்தச் சந்தர்ப்பத்தில்தான் மந்திரி நேரிலேயே வந்தார்.

தன் மகனைத் தூக்கி காரில் போட்டுக்கொண்டு கிளம்பினார். சொல்லிவைத்த மாதிரி பத்து நாள் கழித்துத் திரும்பி வந்தபோது, அந்தப் பைத்தியக்காரன் பளிச்சென்று தெளிந்திருந்தான். கே.ஆரைப் பார்த்தே வணக்கம் சொன்னான்.

"டாக்டர் கே.ஆர். நீங்க பேசாம உங்க டிஸ்பென்சரியை மூடிட்டு காசி, ராமேஸ்வரம்னு கிளம்புங்க. உங்களால மாசக்கணக்குல போராடியும் முடியாததை ஒரு கோயில் தீர்த்தம் ஒரே வாரத்துல குணமாக்கிடுச்சு பார்த்தீங்களா?"

"எந்தக் கோயில்? எந்தத் தீர்த்தம்?"

"சித்தர்பட்டி... பத்மபூஷண், பத்மஸ்ரீ எல்லாம் அந்தக் கோயில் ஊமைச்சாமிக்குத் தருவதுதான் உசிதமானது!"

அன்று மினிஸ்டரே வாய்விட்டுச் சொன்ன அதே ஊர்! அதே கோயில்!

இதோ இன்று விஷ்வராமின் மனதைப் பெரிதாக ஒரு கிள்ளு கிள்ளுகிறது. மணிச்சத்தம் பெரிதாகக் கேட்கிறது.

மந்திரியின் பேச்சு கே.ஆரைப் பைத்தியமாகவே ஆக்கிவிட்டது. விதி அந்தப் பைத்தியத்தை, அதற்குக் காரணமான இடத்துக்கே கூட்டிக்கொண்டும் வந்துவிட்டது.

அந்த இடம் இதுதானா? மருத்துவ உலகுக்குச் சவால்விட்ட அந்தக் கோயில் இதுதானா? எதனால் இது சாத்தியமாகிறது

என்று அறியப் பார்த்தவர்களை வரிசையாகக் கொன்று வரும் கோயில் இதுவேதானா?

விஷ்வராமின் கால்கள் கோயிலுக்குள் நுழைகின்றன. 'மற்றவர்களைப் போல் நான் தோற்றுப்போக மாட்டேன். காரணத்தைக் கண்டுபிடித்தே தீருவேன்' என்று அவர் மனதில் வைராக்கியம்.

"சார், இங்கே சட்டை போட்டுக்கிட்டு உள்ள போகக்கூடாது..." ஒரு பக்தர் சொல்லிப் பார்க்கிறார். விஷ்வராம் அதைக் காதிலேயே போட்டுக்கொள்ளாமல் நடக்கிறார்.

விஷ்வராமின் பார்வை விஸ்தாரமான கோயிலை ஆராய்கிறது. பீறிடும் பழமை நெடி, நுட்பமான சிற்ப வரிசை... திரும்பின பக்கமெல்லாம் கல்வெட்டில் செய்தி... அவர் பார்வை கோயிலின் மேலென்றால் கோயிலுக்கு வருவோர் பார்வையோ அவர்மேலே மேய்ந்து கொண்டிருக்கிறது.

"கோயில் ஆச்சாரத்தை மீறி இது யார் இப்படி நடந்துக்கறது? அப்பாவி பசுபதியையே சாமி விடலையே...? இவன் கதி என்ன ஆகுமோ? போங்கடா போய் அவனை என்னான்னு கேளுங்க..." என்று ஒருவர் அலரும்போது கோயில் வாசலுக்கு வந்திருந்தார் அண்ணாமலை அண்ணன். அதிர்ந்துபோய் உள்ளே வெறித்தபடி நடக்கும் விஷ்வராமைப் பார்த்துக் கண்களை அகற்றி விரித்தார்.

இதற்குள் ஒருவன் விஷ்வராமைப் பிடித்து வெளியே தள்ளினான். தள்ளாடிக்கொண்டு கோயிலின் மதில்மேல் மோதி விழுந்தார் விஷ்வராம். மோதிய இடத்தில் பார்க்க நேர்ந்த கல்வெட்டுச் செய்தியைப் படித்துத் திடுக்கிட்டுப்போனார். அருகிலேயே நின்று கொண்டிருந்தார் அண்ணாமலை அண்ணன்.

கல்வெட்டு பளபளத்தது.

'அம்பலம் இதனுள்ளே
தன்பலம் காட்டுவோரை
ஆனந்த சாரமிதில்
ஆசாரம் மீறுவோரை
இகமதில் வைரியாய்
பைரவன் கருதிடுவான்
ஈரெட்டு தினத்துக்குள்
எமனுலகம் சேர்த்திடுவான்!'

காலபைரவர் சந்நிதியில் காணப்படும் இந்தக் கல்வெட்டில்...

> "காலபைரவன் கடப்பாடுடையவன்
> ஞால முதல்வனின் புகழ்பாடுபவன்
> வாலனாம் அவனெதிர் பூதகணங்களைக்
> காலனாய் வந்தே கவர்ந்து செல்பவன்!"

கீழே விழுந்த விஷ்வராம் சிலிர்த்துக்கொண்டு எழுந்தார். தன்னைத் தள்ளிவிட்டவனைப் பார்த்து முறைத்தார்.

"ஏன் மேன் தள்ளிவிட்டே... என்னை யாருன்னு நினைச்சே...?" கண்கள் சிவக்கக் கேள்வி வேறு...

"இந்தக் கோயிலுக்குன்னு சில ஆச்சார விதிங்க இருக்கு. முதல்ல அதன்படி நடக்கப் பாருங்க. இப்படிச் சட்டை போட்டுக்கிட்டுத் திமிரா உள்ள வந்தா எங்களுக்கு ஒண்ணுமில்லை. உங்களுக்குத்தான் அது ஆபத்து." தள்ளிவிட்டவரிடமிருந்து பக்குவமான விளக்கம்.

"நிர்வாணமாதான் உள்ள போகணும்ன்னு சொல்றியா."

"ஏறினா உச்சி, இறங்கினா பாதாளம்ன்னு பேசக்கூடாது. சொன்னா சரின்னு கேட்டுக்கணும்..."

நடுவில் இடைவெட்டினார் அங்கே வந்திருந்த அண்ணாமலை அண்ணன். பட்டுவேட்டி கட்டி, திறந்த மார்பில் பட்டுத்துண்டு தவழ, மேனி முழுக்க வெண்ணிற்றுப் பட்டையுடன் பார்க்கச் சிவப்பழமாகத் தெரிந்தவர், விஷ்வராமை வித்தியாசமாகப் பார்த்தார்.

"சார் யாரு...?"

"எந்த ஊரு...?"

"நான் யாரா இருந்தா என்ன? இப்படியா பிடிச்சுத்தள்றது?"

"உங்க நல்லதுக்குத்தான் அவர் அப்படி செய்திருக்கார். இங்க சட்டையெல்லாம் போட்டுக்கிட்டுப் போகக்கூடாது."

"என்ன பைத்தியக்காரத்தனம் இது... நான் சட்டை போட்டா சாமிக்கென்ன வந்தது?"

"இப்படிக் கேட்டா எனக்குச் சொல்லத் தெரியாது. ஆனா, ஆச்சாரத்தை மீறினா உயிரோட திரும்ப முடியாது."

"மத்த கோயில்ல இப்படி இல்லியே?"

"மத்தக் கோயிலைச் சித்தர்கள் கட்டலையே..."

"அது ஏன் சித்தர்கள் கட்டின கோயில்ல மட்டும் இப்படிப்பட்ட ஆச்சாரங்கள்...?"

"நீங்க யார்... பத்திரிகை நிருபரா...? ஏற்கெனவே ஒரு நிருபர் பரலோகம் போயுமா உங்களுக்குப் புத்தி வரலே...?"

"நான் நிருபர் இல்லை... ஒரு டாக்டர்."

"எங்க சித்தேசனை விடப் பெரிய டாக்டர் இந்த உலகத்திலேயே கிடையாது. ஒழுங்கா ஊர்ப் போய்ச் சேருங்க... குதர்க்கம் பேசாதீங்க..."

அண்ணாமலை அண்ணன் பேசியதுபோதும் என்று உள்ளே நுழைந்தார்.

வாசலிலேயே தேங்கி நின்றுவிட்ட விஷ்வராமுக்கோ பெரிய அவமானத்தைச் சந்தித்த உணர்ச்சி.

பிரசாத் தன்னுடன் வராத வெறுப்புடன், இப்போது இந்தக் கோயில் சம்பவமும் சேர்ந்து மனதைப் பிசைந்தது. சிகரெட் பிடிக்கக் கைகள் தாமாக இயங்கத் தொடங்கின.

கோயிலுக்கு வெளியே கடை போட்டிருக்கும் பூக்காரிக்கு அவரது அந்த அலட்சியமான செயல் பயத்தை உண்டாக்கியது.

"சாமி... கொஞ்ச தூரம் போய் சிகரெட் பிடிங்க. இது லேசுப்பட்ட கோயில் கிடையாது. எடக்குமொடக்கா எதையாவது பண்ணி அவஸ்தைப்படாதீங்க..." என்றாள்.

விஷ்வராம் லட்சியமே செய்யவில்லை.

புகையை ஊதித் தள்ளினார்.

அவள் மோவாக் கட்டையில் கை போட்டு, "அடி ஆத்தி..." என்று சொல்லிவிட்டு, பின்னர் அதிகம் பயந்து கோயில் கோபுரத்தைப் பார்த்துக் கன்னத்தில் போட்டுக்கொண்டாள்.

"கொஞ்சம் விட்டா, இங்க இழுத்து மூச்சு விடாதீங்க, அதுவும் சாமிக்குப் பிடிக்காதும்பாங்க... நல்ல ஊர், நல்ல மக்கள், நல்ல கலாச்சாரம்பா..." பொருமினார் விஷ்வராம்!

கோயிலுக்குள்ளே...

நீண்ட அந்தப் பிரகாரவெளியில் அவ்வளவாய் வெளிச்சம் இல்லை. அதனால் தூண் சிற்பங்களைத் துல்லியமாக பார்க்க முடியவில்லை. இருந்து முடிந்த மட்டும் தெரிந்த சிற்பத்தை உற்சாகமாகக் காட்டிக்கொண்டிருந்தாள் லலிதா. அருகில் பிரசாத்!

திறந்த மார்போடு நெற்றியில் பட்டை எல்லாம் போட்டுக்கொண்டு அதிசய உருவாய்த் தெரிந்தான் பிரசாத். மணிக்கட்டு முறிவில் மட்டும் ஒரு துணிக்கட்டு!

எல்லாம் லலிதாவின் திருப்திக்காக.

"டெய்லி இப்படியே நெத்திக்கு இட்டுக்கோங்க, உங்களுக்கு ரொம்ப நன்னா இருக்கு..." என்றவள், அவனை அந்தக்கோலத்தில் மிகவும் ரசித்தாள்.

"நீங்க பிராமனாதானே...?" என்று கேட்டபோது, அவன் "இல்லை" என்கிற மாதிரி தலையை ஆட்டி, அவளைக் குழப்பி ஆமாம்" என்கிற மாதிரி முடித்தான்.

"கொஞ்சம் தெளிவா சொல்லுங்களேன். எந்த ஜாதி...?"

"இந்தக் காலத்திலேயுமா ஜாதி?"

"இந்தக் காலத்துலதான் ஜாதி நன்னா யூரியா போட்டுண்டு வளர்றது. இல்லேன்னு சொல்லுங்கோ பார்ப்போம். சங்கம் வெச்சுக்காத ஜாதி எது?"

அவன் அவளின் விளக்கத்தை ரசித்தான்.

"பரவாயில்லையே... உனக்கு உலக விவரமெல்லாம் நல்லா தெரியுதே!" என்றான்.

"என்னை என்ன மாங்கா மடச்சின்னு நினைச்சுட்டேளா...? ப்ளஸ் டூ படிச்சுட்டு டைப்புக்கெல்லாம் போனேனாக்கும். அப்புறமா டெய்லரிங், கேட்டரிங்கனும் கொஞ்ச நாள் போனேன். சேலம் மேட்டுத்தெரு திரிபுரசுந்தரி மாமி தெரியுமோ, உங்களுக்கு...?" - சந்தடியற்ற பிரகாரத்தில் லலிதாவால் குஷியாகப் பேச முடிந்தது.

"யார் அது? பெரிய கலெக்டர் வொய்ஃபோ...?"

"ச்சீச்சி, நீடாமங்கலம் பாகவதர் சிஷ்யை. மாமி பிரமாதமா பாட்டு சொல்லித் தருவா. நானும் கத்துண்டேன்."

"அடேங்கப்பா. அப்ப நீ பெரிய பாடகின்னும் சொல்லு."

"எங்க... ஆறு மாசம்தான் கத்துண்டேன். அதுக்குள்ள அப்பாவுக்கு இங்க வரும்படியாயிடுத்து. என்னையும் இழுத்துண்டு வந்துட்டார்."

"ச்சூச்சூ...!"

"இது நிஜ வருத்தமா இல்ல கிண்டலா...?" அவள் கேட்ட தொனியில் அவன் அவளுக்குள் விழுந்தான். நெடுநேரம் எதுவும்

பேசாமல் அவளது முகத்தையே பார்த்துக் கொண்டிருந்தான். அவளுக்கும் அவன் பார்ப்பது பிடித்திருந்தது.

"ஆமா, நீங்க பிராமனாதானே...?" திரும்பவும் விட்ட இடத்துக்கே வந்தாள்.

இப்போது இருவரும் பிரகாரவெளியில் ரதிமன்மதன் சிற்பத்தூண் அருகே வந்து, சற்று இளைப்பாற அமர்ந்திருந்தார்கள்.

"தஞ்சாவூர் வடபாதிமங்கலம் ராமசுப்பையர் பேரனும், கல்யாணராமய்யர் புத்திரனுமான சாய்பிரசாத் ஆன அடியேன் கெளண்டில்ய கோத்ரம்னு நினைக்கிறேன். மத்தபடி, இன்னும் பூனூரலே போடலே... அப்பாவுக்குத் தொழில்தான் தெய்வம். அதனால எந்தச் சாமியையும் தெரியாது. பூஜையும் பிடிக்காது. அம்மா இருந்திருந்தா, ஒருவேளை நானும் டிப்பிக்கல் பிராமணனா வளர்ந்திருப்பேனோ என்னவோ... இப்போதைக்கு விபூதி பூசினதே உன்னாலதான். ஒரு கோயிலுக்குள்ள வந்திருக்கிறதும் உன்னால..."

அவள் அதை மிக ரசித்தாள்.

மார்புமேட்டை உயர்த்திச் சரித்து, அதன்மேல் கைவைத்து "அப்பாடா..." என்றாள்.

"எதுக்கு அப்பாடா...?"

"அப்பா ரொம்ப ஆசாரம். வயசுப் பசங்களோட பேசினாலே முறைப்பா... அதுவும் வேற ஜாதின்னா கொன்னே போட்ருவா..."

"அப்ப நான் வேற ஜாதியா இருந்தா என்ன பண்ணுவ நீ?"

அந்தக் கேள்வி முன் திணறினாள். திணறிச் சுதாரித்து, "இது என்ன பைத்தியக்காரத்தனமான பேச்சு. அஞ்சு நிமிஷம் முந்திப்பொறந்திருந்தா நான் எம்.ஜி.ஆர்-ங்கற மாதிரி இருக்கு, உங்க கேள்வி..." என்றபோது அவனும் அதை வெகுவாக ரசித்தான்.

"பூ ஆர் ரைட்! சரி, நடப்போமா...? கோயிலை இன்னும் முழுசா நீ சுத்திக்காட்டலே. குறிப்பா, அந்தக் காலபைரவர் சந்நிதியைக் காட்டவேயில்லை."

அவள் எழுந்துகொண்டாள்.

"ரொம்ப சக்தி வாய்ந்தவர் எங்க காலபைரவர். வேண்டிக்கிறவாளுக்கு வேண்டிக்கிறதைத் தர்றவர்..."

"அதான், தங்கமா தர்றாரே..." என்றான், சற்றுக் கிண்டலாக.

பேசிக்கொண்டே நடந்தார்கள். சமயங்களில் இருவர் தோள்களும் உரசிக்கொண்டன. இருவருக்கும் அது பிடித்திருந்தது.

"எப்படி இருக்கு, எங்க கோயில்...? உங்க அமெரிக்காவுல இப்படியெல்லாம் பார்க்க முடியுமா...?"

"முடியவே முடியாது... ஆகா, பியூட்டிஃபுல்" என்றான், சற்று மிகையாக.

"மனசார சொல்லுங்கோ" என்றாள் லலிதா, சற்றுக் குழைவாக.

"மனசாரத்தான் சொல்றேன் லலிதா..." என்றான் அவனும் அதே குழைவோடு.

பிரகாரம் வளைந்து திரும்பியது. ஜனக்கூட்டம் தெரிந்தது.

"கொஞ்ச நாளைக்கு முந்தி வரைக்கும் பக்தாள்லாம் கூட்டம் கூட்டமா வருவா கோயிலுக்கு. இப்ப ரொம்பக் குறைஞ்சு போயிடுத்து. போகப்போக யாரும் வராமலே கூடப் போகலாம்."

"ஏன்?" மிக அழுத்தமாகக் கேட்டான் பிரசாத்.

"சித்தர்களுக்குக் கூட்டம் பிடிக்கலே. ஏகாந்தமா இருக்கத்தான் ஆசைப்படறா."

"அப்ப கோயில் எதுக்கு? இடிச்சுடலாமே."

"சிவ சிவா... வாயைக் கழுவுங்கோ... இது சித்தர்கள் சேர்ந்து கட்டின கோயில். அவா பூஜை செய்யறதுக்குன்னு கட்டின கோயில். மனுஷா வந்துட்டுப் போறதுல அவாளுக்கு இடைஞ்சல்..."

"அந்தச் சித்தர்கள்லாம் இப்ப எங்கே...?"

"மலைக்காட்டுல மறைவா எங்கேயோ இருக்கா..."

"என்ன குற்றம் பண்ணினா, இப்படிப்போய் ஒளிஞ்சுக்க?"

"பரிகாசம் பண்ணாம கேளுங்கோ... எந்தக் காலத்துலயும் சித்தர்களுக்கு ஜனசந்தடி ஆகாது. தங்களுக்குன்னு அவா கட்டின கோயில் இது..."

"மேஸ்திரி, கொத்தனார்லாம் அவாளேவா...?" பிரசாத்தின் அந்தக் கிண்டலுக்கு கோபப்பார்வை பார்த்தாள் லலிதா.

"சித்தேஸ்வர ஸ்வாமி... எனக்காக இவரை மன்னிச்சுடுங்கோ..." என்று அரைக்கண் மூடி, உடனே தியானித்து மன்னிப்பும் கோரினாள்.

பிரசாத் அவளது அந்தப் பயத்தையும், பக்தியையும் ரசனையோடு பார்த்து, "எனக்காக நீ ஏன் வேண்டிக்கிறே?" என்றான், தெரிந்தும் தெரியாதவன் மாதிரி. இரண்டாவது முறையாக அவனது மடக்கலில் திணறினாள் அவள். சட்டென்று வேறு பேச்சுக்குத் தாவினாள்.

"என்னோட அண்ணா மணி சரியான நாஸ்திகன். ஆனா, ரொம்ப நல்லவன். இந்தக் கோயில் விஷயத்துல நீங்க அவன் பேச்சைக் கேட்காதீங்கோ. இந்தக் கோயிலைப் பத்தித் தப்பா பேசின யாரையும் காலபைரவர் விட்டதே இல்லை..." அவள் பேசி நிறுத்தவும், காலபைரவர் சந்நிதி வரவும் சரியாக இருந்தது.

இடுப்புயர பீடம், சுற்றிலும் நான்கு தூண்கால்கள். மேற்கூரையும், கோபுரமும் அந்த அளவுக்குத்தோதான உயரத்தோடு தெரிந்தது.

உள்ளே பீடத்தின் மேல் எண்ணெய் வடியும் காலபைரவர் உருவம். தலைப்பக்கமாய் நெருப்பெரிகின்ற மாதிரி செதுக்கல்கள். காலபைரவர் உருவைச் சங்கிலிகளால் கட்டிப் பிணைத்திருந்தார்கள்.

"எதுக்கு இந்தச் சங்கிலி?"

"மெல்லப் பேசுங்கோ... சங்கிலி மட்டும் இல்லேன்னா, இந்த நாயை யாராலேயும் கட்டுப்படுத்த முடியாது. சாயங்காலம் ஆனா, இந்த நாய்க்குத் தானா உயிர் வந்துடும். இந்தக் கோயிலைச்

சுத்திச் சுத்தி வரும். இது, இந்தக் கோயிலோட காவல் தெய்வம். இந்தக் கோயிலுக்கும், இதோட ஆசாரத்துக்கும் எதிரா யாராவது ஒரு துரும்பைக் கிள்ளிப்போட்டாலும் போதும், இந்த நாயை அங்கே பார்க்கலாம்..."

லலிதாவின் விளக்கத்தில் பிரசாத்தின் முகம் மெல்ல வெளிறுகிறது. அந்த நாய்ச்சிலையையே வெறித்துப் பார்த்தான்.

"கைகூப்பிச் சேவியுங்கோ பிரசாத்" சொல்லிக்கொண்டே, அவன் கைகளைப் பிடித்துக் கும்பிடச் செய்தாள் லலிதா. தன்னையுமறியாமல் இப்படி அவனை ஸ்பரிசித்துவிட்டது குறித்துத் தனக்குத்தானே வெட்கப்பட்டுக் கொள்ளவும் அவள் தவறவில்லை.

பிரசாத்தோ, அந்தச் சிலையையே பார்த்துக்கொண்டிருந்தான். சிலையின் கண்களைப் பார்த்தபோது லேசாக வயிற்றைப் புரட்டியது. மலைக்காட்டில் ஊமைச்சாமியைப் பின்தொடர்ந்த போது, புதருக்குள் பார்த்த ரத்தச் சிவப்பு விழிகள் அந்த விநாடியில் நினைவுக்கு வந்து அவனை மிரட்டின. மறைந்து ஓடிய கறுப்பு உருவமும் ஏறத்தாழ இந்த நாயின் உயரத்துக்கே இருந்ததை ஞாபக செல்கள் தெரிவித்தன.

முகத்தில் மிரட்சி தோன்றத் தொடங்கியது.

"ஏன் பிரசாத், உங்க முகம் ஒரு மாதிரியாயிடுத்து..." லலிதா கேட்டபோது, யதார்த்தமாக அண்ணாமலை அண்ணன் காலபைரவர் சந்நிதிப் பக்கமாக வந்திருந்தார். கூடவே, அவரது எடுபிடிகள் இரண்டு பேர்.

அண்ணாமலையைப் பார்த்த மாத்திரத்தில் லலிதா சிநேகமாகச் சிரித்து, "வணக்கங்க..." என்றாள் பணிவாக.

"என்னம்மா, நல்லா இருக்கியா...?" அண்ணாமலையின் உதடுகள் கேள்வியைக் கேட்டது. கண்களோ பிரசாத்தையே அளந்தன.

"யாரும்மா சார்? அத்தை மகனா, இல்லை மாமன் மகனா...?"

அந்தக் கேள்வி நிமித்தம் சிலிர்த்துப்போனாள் லலிதா. "அத்தை மகன் மாதிரின்னு வெச்சுக்குங்களேன்."

"அப்ப, அப்பாவுக்கு உனக்கு மாப்பிள்ளை தேடற வேலை மிச்சம்."

அண்ணாமலையின் கரகரப்பான குரலும், ரத்தச் சிவப்பான கண்களும் பிரசாத்தை மிகவும் நிரடியது. லலிதாவுக்கோ இனிப்பாக இருந்தது.

அண்ணாமலை அண்ணன் பட்டுத்துண்டால் மார்பை மூடிக் கம்பீரமாக நடந்து, அந்த அதிசயச் சுனையை நோக்கி நடக்க ஆரம்பித்தார்.

"யார் இவர் லலிதா...?"

"இந்த ஊர்ப் பெரியவர். மிட்டாமிராசு மாதிரி. இந்தக் கோயில் தர்மகர்த்தாக்கள்ல ஒருத்தர்... ஆமா, ஏன் கேக்கறேள்?"

"சும்மாதான்! ஆமா அவர்கிட்ட 'என் அத்தை மகன் மாதிரி'ன்னு சொன்னியே..."

"வேற எப்படிச் சொல்லியிருந்தாலும் ஆபத்து... அப்பாகிட்ட போய், நம்பளைப் பத்தி ஏதாவது ஏடாகூடமா சொல்லிடுவார்."

"நீ அத்தைப் பிள்ளைன்னு சொன்னது மட்டும் ஏடாகூடம் இல்லையா...?"

"பிரசாத்... போதும் உங்க விளையாட்டு... என்னன்னே தெரியலே, என்னாலே உங்களை அந்நியமா நினைக்க முடியலே..."

"என்னாலயும்..." முதல்முறையாக அவள் கைகளை உரிமையோடு பற்றினான் பிரசாத். அதில் அபார அழுத்தம். "உலகத்திலேயே ரொம்ப வேகமா காதல் வயப்பட்டவா நாமளாதான் இருப்போம்" என்றபடி, பற்றிய அந்தக் கரத்தின்மேல் உதட்டைக் குவித்தான்.

அவளுக்குள் உலகத்துக்கே மின்சாரம் உற்பத்தியாக ஆரம்பித்தது.

◈ ◈ ◈

"இதானா அந்த ஆசிரமம்...?"

ஷூ கால்களோடு, பாண்ட் பாக்கெட்டில் கைகளை விட்டுக்கொண்டு ஒய்யாரமாக நின்றபடி, எதிரே தெரியும் ஆசிரமத்தைப் பார்த்து மார்பு நிமிர்த்துபவர் விஷ்வராம். அவர் ஆசிரமத்தை அடைந்த நேரம், அங்கிருந்து ஒரு பைத்தியம் குணமாகி ஊருக்குக் கிளம்பிக் கொண்டிருந்தது.

அந்தோணிமுத்து வழியனுப்பிக் கொண்டிருந்தான். இன்னும் சிலர் தங்கள் வியாதிகளுக்கு மருந்து வாங்கிக்கொண்டு போய்க் கொண்டிருந்தார்கள்.

"உங்களுக்கு என்ன வியாதி...?" அந்தோணிமுத்து வந்து கேட்டான்.

"உனக்கு ஏதாவது வியாதி இருந்தா சொல்லு, நான் குணப்படுத்தறேன்..." என்றார் விஷ்வராம்.

"அப்புறம் எதுக்கு இங்க வந்தீங்க...?"

"ஒரு பைத்தியத்தைப் பார்க்க."

"பைத்தியங்கள்லாம் இங்க கிடையாது... இது மருந்து கொடுக்கற இடம். அவங்கள்லாம் ஆசிரமத்துக்குப் பின்னால உள்ள கருடன் பள்ளத்துல இருக்காங்க."

"கருடன் பள்ளமா...?"

"ஆமா, அது அந்த இடத்தோட பேர். ஆமா, பைத்தியத்தோட பேர் என்ன...? நீங்க அந்தப் பைத்தியத்துக்கு என்ன ஆகணும்."

"அதோட பேர் கல்யாணராமன். கே.ஆர்ணு கூப்பிடுவோம். அதுவும் ஒரு டாக்டர்! ஆனா, இப்ப ஒரு பைத்தியம்... நான் அந்தப் பைத்தியத்தோட ஜூனியர். அதுசரி, இங்க எல்லாப் பைத்தியங்களையுமே குணப்படுத்திடறீங்களா...?"

"பைத்தியத்தை மட்டுமில்ல சார். எந்த வியாதியையும் குணப்படுத்திடுவார் எங்க ஊமைச்சாமி..."

"ஏதாவது மருந்து செஞ்சு சாப்பிட்டு, அவர் மொதல்ல பேச வேண்டியதுதானே?"

விஷ்வராமின் கேள்வி அந்தோணிமுத்துவின் மூக்கில் குத்தியது. இவர் நல்ல நோக்கோடு வந்த நபர் இல்லை என்று சொல்லாமல் சொன்னது. ஒரு மலைஜாதி இளைஞர் சற்றுக் கோபமாகவே பார்த்தார். விஷ்வராம் நைஸாக நழுவினார் அங்கிருந்து.

"கே.ஆரையும் இந்த ஊமைச்சாமி குணப்படுத்திவிடுமோ... மூலிகைகளுக்கு அத்தனை சக்தியோ...? ஏன் இருக்க முடியாது. இயற்கையின் சக்திதான் எல்லை கடந்ததாயிற்றே...?" கேள்வியும் பதிலுமாய் அந்தக் கருடன் பள்ளம் பக்கம் நடக்க ஆரம்பித்தார் விஷ்வராம்.

கே.ஆர். மட்டும் அமைதியாக ஒரு மரத்தடியில் தெரிந்தார்.

கே.ஆரைப் பார்த்த மாத்திரத்தில் ஒரு கனமான பரிதாப உணர்ச்சி தோன்றியது.

"மை டியர் டாக்டர், உங்களை இப்படிப் பார்க்க எனக்கே பரிதாபமாக இருக்கிறதே... மற்றவர்களுக்கு எப்படி இருக்குமோ...?" எண்ணம் ஒன்று குடைந்தது. கூடவே, பயமும் அரும்பியது. "கஷ்டப்பட்டு உங்களைப் பைத்தியம் ஆக்கியிருக்கிறேன். உங்களைக் குணப்படுத்திக் குருவை மிஞ்சிய சிஷ்யனாய் நான்தான் பேர் எடுக்க வேண்டும். யாரோ ஒரு ஊமைச்சாமியில்லை..."

அரும்பிய புதிய எண்ணத்தோடு கையில் கொண்டுவந்திருந்த ஒரு வாழைப்பழத்தை மெல்ல கே.ஆரிடம் கொடுத்தார்.

அப்போது அந்தோணிமுத்துவும் அங்கு வந்துவிட்டான். பழம் கொடுப்பதைத் தடுத்து, "இப்படி எங்களைக் கேட்காம கண்டதை வாங்கிட்டு வரவோ, கொடுக்கவோ கூடாது... இவங்களுக்குப் பத்தியமெல்லாம் உண்டு..." என்றான்.

"வாழைப்பழம்தானே... இதுல தோல்லகூட வைட்டமின் ஜாஸ்தி. ஹி... ஹி..."

"சரி, சரி... கொடுங்க..."

கே.ஆரைப் பார்த்து, "சார்..." என்றார் பணிவாக. ஊஹூம்... கே.ஆர். திரும்பிக்கூடப் பார்க்காமல் மர உச்சியையே வெறித்துக் கொண்டிருந்தார்.

"சார், நான் உங்க விஷ்வராம் வந்திருக்கேன். உங்களுக்கு ரொம்பப் பிடிச்ச வாழைப்பழம் வாங்கி வந்திருக்கேன்..."

கே.ஆரின் பார்வை விஷ்வராம் பக்கம் திரும்பியது. பார்வையில் இனம்புரியாத வெறுமை. திடீரென்று முகத்தில் குபீர் சிரிப்பு. விஷ்வராமும் சேர்ந்து சிரித்தார்.

"பழம் சாப்பிடுங்க சார்!"

கே.ஆர். பழத்தைக் கையில் வாங்கித் தோலை உரிக்காமல் அப்படியே சாப்பிடுவதுபோல் பாவனை செய்து, சடாரென்று கன்னாபின்னாவென்று பிசைய ஆரம்பித்தார். அப்படிப் பிசைந்ததில், உள்ளிருந்து ஒரு நீலநிற காப்ஸ்யூல் மாத்திரை எட்டிப் பார்த்தது. அந்தோணிமுத்து அதைப் பார்த்து மிரண்டுபோனான்.

கல்வெட்டுச் செய்திகளிலேயே அந்த கருவறைக் கல்வெட்டுச் செய்தி சற்று ஆழமானது.

> "சீவன் சிவனென்றால்
> செயலெலாம் சக்தியன்றோ
> மாயன் நாபிக் காற்று!
> நேயநான் உரைத்த
> காயத் தத்துவதம் ஈதே –
> ஞானம் பணிந்தார்க்கே!"

மிரண்டுபோன அந்தோணிமுத்து அந்த மாத்திரையைப் பார்த்துப் பதற ஆரம்பித்தான்.

"ஏய், என்ன இது. வாழைப்பழம்னு சொல்லி உள்ளே ஏதோ மாத்திரையை வெச்சுக் கொடுத்திருக்கே... என்ன மாத்திரை இது? எதுக்குக் கொடுத்தே?"

சட்டையைப் பிடிக்காத குறையாக உலுப்ப ஆரம்பித்தான். விக்கித்துப்போனார் விஷ்வராம்.

டாக்டர் கே.ஆர். இப்படிப் பழத்தைப் பிசைந்து தன் திட்டம் அம்பலமாகிவிடும் என்று சற்றும் எதிர்பார்த்திராத அதிர்ச்சி முகமெங்கும் முகாம் போட்டு அமர்ந்துவிட்டது.

ஆனால், கே.ஆர். மட்டும் இதைப்பற்றி எந்தச் சலன சஞ்சலங்களும் அற்றவராக மிச்சம் மீதிப் பழத்தையும் போட்டுப் பிசை பிசை என்று பிசைந்துகொண்டு தத்தக்கா பித்தக்கா என்று குதிக்க ஆரம்பித்தார்.

"ஒண்ணுமில்லேப்பா, அது வெறும் வைட்டமின் மாத்திரை" சமாளிக்கப் பார்த்தார் விஷ்வராம்.

"அதை ஏன் மறைச்சு வெச்சுக் கொடுத்தே. நீ பொய் சொல்றே. உண்மையைச் சொல்லு."

"சத்தியமா அது வைட்டமின் மாத்திரைதான். நீ நம்பினாலும் சரி, நம்பலேன்னாலும் சரி... நான் வரேன்..."

இனிமேல் இங்கிருந்தால் ஆபத்து என்னும் வேகத்துடன் ஓடவே ஆரம்பித்துவிட்டார் விஷ்வராம்.

வீட்டுக்குத் திரும்பியபோது வாசலிலேயே அமர்ந்திருந்தான் பிரசாத். மல்லிகைப் பந்தலின் நிழலை மீறிக் கொதிப்பாகத் தெரிந்தான்.

"எங்கே அங்கிள் போயிட்டு வர்றீங்க?"

"சும்மா வெளில அப்படியே காலாற..."

"அப்படிபோன இடத்துல யாரும் கழுத்தைப் பிடிச்சுத் தள்ளலையே...?"

விஷ்வராம் அதிகமாகவே திணறி அவனை ஏறிட முடியாமல் ஏறிட்டார்.

"உனக்கும் தெரிஞ்சுபோச்சா?"

"எப்படி தெரியாமல் போகும் அங்கிள். இப்படித்தான் நடந்துக்கறதா?"

"பிரசாத்... நான் உன்னை அப்பவே கிளம்புன்னேன். நீ கேக்கலை. இது ஒரு வித்தியாசமான ஊர். சட்டை போட்டுக்கிட்டுக் கோயிலுக்குப் போறதையெல்லாம் குத்தம் சொல்ற ஊரா இருக்கு."

"சட்டையைக் கழட்டிட்டுப் போறதுல உங்களுக்கு என்ன சிக்கல்?"

"போட்டுக்கிட்டுப் போனா என்ன தப்பு? அதுக்குச் சரியான பதிலைச் சொல்ல சொல்."

"கெடுதல் நடக்குமாம்."

"கெடுதல்னா?"

"அதிகபட்சம் செத்துக்கூடப் போகலாம். செத்தும் போயிருக்காங்க."

"இதை என்னை நம்பச் சொல்றியா? சாக்ரடீஸ் சொல்றான் எதையும் ஏன்னு கேளுன்னு. கேட்டாதான் வாழ்க்கை. இங்கேயோ கேட்கலைன்னாதான் வாழ்க்கை. நீ கூட இந்த ஊர்க்காரங்க மாதிரி பேச ஆரம்பிச்சுட்டியே. இப்படி மாறத்தான் நீ இந்த ஊருக்கு வந்தியா?"

"அங்கிள் கொஞ்சம் புரிஞ்சுக்குங்க... ஆயிரம் மர்மம் இந்த ஊர்ல இருக்கு. அதை அவங்க போக்குல போய்த்தான் கண்டுபிடிக்கணும்."

"இதுதான் நம்ம வேலையா...? சொல்லு பிரசாத்..."

"ஜஸ்ட் நாலே நாலு நாள் பொறுத்துக்குங்க. நான் உங்களுக்கு நல்ல பதிலைச் சொல்லிடறேன்." பிரசாத் அப்படிச் சொல்லும் காரணம் புரியாமல் விஷ்வராம் அவனை மலங்க மலங்கப் பார்த்தார்.

"நீங்க இந்த ஊருக்கு வந்து ஒரு நல்ல காபிகூட சாப்பிடலே. லலிதா சமையல் ரொம்ப ஜோரா இருக்கும். நல்லா சாப்பிட்டு ரெஸ்ட் எடுங்க..." என்ற பிரசாத் யதார்த்தமாகத் திரும்பியபோது வாசல்பக்கம் வைத்தியர் ராமரத்னம் தெரிந்தார். கூடவே மணிசுந்தரமும் வந்தான்.

"என்ன தம்பி, எப்படி இருக்கு எங்க ஊர்...?" என்ற கேள்வியோடு நுழைந்த வைத்தியர் அப்படியே அவன் அருகில் உட்கார்ந்து கொண்டார்.

"உங்க ஊருக்கென்ன சார், அற்புதமான மலைநாடு. அதிசயமான கோயில், ஜிலுஜிலுன்னு இருக்கு..." என்றான் பிரசாத்.

"இவர்தான் உங்க அங்கிளா? கோயில்ல சட்டை போட்டுக்கிட்டுப் போய்ப் பெரிய ரகளை பண்ணிட்டார் போலத் தெரியுதே..."

விஷ்வராமின் பார்வை உடனே வைத்தியர் பக்கம் திரும்பியது.

"என்னடா என் வரைல வந்துடுச்சேன்னு பாக்கறீங்களா? சின்னக் கிராமம் பாருங்க... எந்த விஷயமும் வேகமா பரவிடும். அதுலயும் கோயில் விஷயம்னா கேக்கவே வேண்டாம்."

பிரசாத் மௌனமாக அதைக் கேட்டு அசட்டுச் சிரிப்பு சிரித்தான். மணிசுந்தரம் "கை கொடுங்க டாக்டர்" என்று அவர் எதிரே பாராட்டுக்காகத் தன் கையை நீட்டினான்.

"எதுக்கு?"

"உங்க துணிச்சலுக்கு! வைத்தியரும் உங்களை மாதிரிதான். சட்டை போடாமத்தான் உள்ள வரணும்னு இருக்கறதால அவர் இப்பல்லாம் கோயில் பக்கம் போகறதேயில்லை!"

"ஆமாம் சார்... உங்களைப் பாராட்டத்தான் வந்தேன். ரொம்ப தைரியசாலி நீங்க. அதேசமயம் ஜாக்கிரதையாகவும் இருங்க..."

"ஹூம் ஆறுலேயும் சாவு... நூறுலேயும் சாவு!" விஷ்வராம் கித்தாப்பாக மார்பு தூக்கினார்.

"எல்லாம் சரி... ஆனா, அர்த்தமுள்ள சாவா இருக்கணும். இதுவரைக்கும் எவ்வளவோ பேர் காலி. ஒரு சாவுகூட எங்களுக்குப் பிடிபடலே."

"என்கிட்டே அந்த பாச்சாவெல்லாம் பலிக்காது. நான் கிளம்பி வரும்போதே துப்பாக்கியெல்லாம் எடுத்துக்கிட்டுத்தான் வந்திருக்கேன்." மளாரென்று பாக்கெட்டில் கையை விட்டு ஒரு பிஸ்டலைக் கையில் எடுத்து அனைவரையும் ஒரு மிரட்டு மிரட்டிவிட்டார் விஷ்வராம்.

எல்லோருடைய பார்வையும் அந்த பிஸ்டலின்மேல் இருந்தபோது வாசல்பக்கம் திரும்பவும் சத்தம். நிமிர்ந்து பார்த்தால் அந்தோணிமுத்து!

அந்தோணிமுத்து இத்தனை தூரம் வீட்டுக்கே வருவான் என்று விஷ்வராம் எதிர்பார்க்கவில்லை. பிஸ்டலைத் தூக்கிக்கொண்டு வீரத்திலகம் இட்டுக்கொண்டவர் புலியைப் பார்த்த மாதிரி இப்போது வெளிற ஆரம்பித்தார்.

மணிசுந்தரம் அந்தோணிமுத்துவைப் பார்த்து, "என்ன அந்தோணி" என்று விசாரிக்கத் தொடங்கியிருந்தான். தனியாக ஒதுங்கினான்.

அந்தோணியும் நடந்ததை மணிசுந்தரத்திடம் ஒரு புகார்போல சொல்லிவிட்டு வந்த வேகத்தில் திரும்பிவிட்டான்.

"அப்பாடா!" பெரிய தர்க்கமெல்லாம் நிகழும் என்று நினைத்திருந்த வேளையில் நல்லவேளையாக அவ்வாறெல்லாம் எதுவும் நடக்கவில்லை.

"டாக்டர் சார்... என்ன இது, ஆசிரமத்துல இருந்தும் புகார்..." மணிசுந்தரத்தின் கேள்விக்குச் சிரித்து வழியத் தொடங்கினார் விஷ்வராம்.

"ஒண்ணுமில்லப்பா... என் சீனியரைப் பார்த்தப்போ ரொம்ப டல்லா இளைச்சுத் துரும்பா தெரிஞ்சார். அதான் ஒரு வைட்டமின் மாத்திரையை வாழைப்பழத்துல வெச்சுக் கொடுத்தேன். அதுக்கு என்னடான்னா இந்த அந்தோணிமுத்து ஆய் ஊய்ன்னுட்டான்."

அப்போதுதான் விஷ்வராம் கே.ஆரைப் பார்த்துவிட்டு வந்த விஷயமே எல்லோர்க்கும் தெரியவர,

"பலே ஆசிரமத்துலேயும் உங்க தைரியத்தைக் காமிச்சாச்சா?" வைத்தியர் பலமாகக் கைதட்டியபடி கேட்டார்.

"ஆமாம் சார்... இவங்க குணப்படுத்துவாங்கன்னு நாம வெயிட் பண்ணிக்கிட்டிருந்தா... போக வேண்டியதுதான். அதான்

என் சீனியரைப் பார்த்தவுடனேயே என்னையும் அறியாம என் தொழில்புத்தி வேலை செய்ய ஆரம்பிச்சிடுச்சு."

விஷ்வராம் முடிந்த மட்டும் சமாளித்துக்கொண்டே வந்தார். பிரசாத் தலையில் கை வைத்துக்கொண்டான். மணிசுந்தரத்துக்கு நிஜமாகவே விஷ்வராம் மிகப் பிடித்தமானவராகி விட்டார்.

"முதல்ல நீங்க ஊருக்குக் கிளம்புங்க அங்கிள்..." என்றான் பிரசாத் சற்று சத்தமாக.

"ஏன் சார் அவரை ஊருக்குப் போகச் சொல்றீங்க..." – வைத்தியர் வக்காலத்து வாங்கிக்கொண்டு வந்தார்.

"இவரோட செயல்களை என்னால பாராட்ட முடியாது சார். எல்லாத்துலயும் ஒரு அசட்டுத்தனமான வேகம் மட்டும்தான் இருக்கு. அந்த வேகமே இவருக்கு எமனாயிட்டா என்ன பண்றது. அதான் கிளம்பச் சொல்றேன்."

"நான் என்ன சின்னக் குழந்தையா பிரசாத்?" – விஷ்வராம் பதிலுக்குச் சீறினார்.

"இப்ப எதுக்கு அப்பாவைப் போய்ப் பார்த்து வைட்டமின் மாத்திரை அது இதுன்னு கொடுக்கப் பார்த்தீங்க...?"

"அதுல என்ன தப்பு?"

"என்ன தப்பா? உங்க கவனிப்புல இருக்கற ஒரு பேஷண்ட்டுக்கு வேற ஒருத்தர் மாத்திரை மருந்து தந்தா அதை உங்களால தாங்கிக்க முடியுமா?"

"நீ சொல்றது ரொம்ப சரி. டாக்டர் கே.ஆர். என்னோட கவனிப்புல இருந்தவர். அவருக்கு இந்த ஆசிரமத்துல இருக்கற ஊமைச்சாமி எப்படி வைத்தியம் பார்க்கலாம்?"

"அங்கிள்... விதண்டாவாதம் பண்ண வேண்டாம்."

"நீ என்கிட்ட பண்றதுதான் விதண்டாவாதம்."

பிரசாத்தும், விஷ்வராமும் விட்டால் ஒருவருக்கொருவர் கட்டிப்பிடித்து உருளவே செய்யலாம் என்கிற அளவுக்கு வாதம்

முற்றுவதைப் பார்த்த வைத்தியர் ராமரத்னம், விஷ்வராமின் தோளின்மேல் கைபோட்டு...

"நீங்க வாங்க டாக்டர்... நாம அப்படியே கொஞ்சம் வெளியே போயிட்டு வருவோம்" என்று அவரை அழைத்தார். மணிசுந்தரமும் பிரசாத்தை உள்ளே தள்ளிக்கொண்டு போனான்.

◇◇◇

கல்மண்டபம் வைத்தியருக்கும், விஷ்வராமுக்கும் காத்துக் கொண்டிருந்தது. காற்று, முடியைப் பிய்த்துக் கொண்டிருந்தது.

"இப்படி உட்கார்ந்து பேசுவோம். இப்போதைய இளைஞர்களுக்குத் தங்களாலதான் எல்லாத்தையும் சாதிக்க முடியும்கற மமதை. அதான் கண்டபடி பேசிடறாங்க..." விஷ்வராமுக்கு இசைவாகவே பேச்சை ஆரம்பித்தார் வைத்தியர்.

"நீங்க சொல்றதுதான் சரி... இந்த மமதை இவங்க குடும்பச் சொத்து..." என்று பெருமூச்சு விட்டார் விஷ்வராம்.

"என்ன சார் சொல்றீங்க..."

"ஆமாங்க... பிரசாத் மமதையெல்லாம் சுண்டைக்காய். இவனோட அப்பாவான டாக்டர் கே.ஆர். இருக்காரே அவருக்கு உலகத்திலேயே தான்தான் பெரிய சைக்கியாட்ரிஸ்ட்டுன்னு நினைப்பு. அந்த நினைப்போட அந்த ஆள் என்னை எவ்வளவு அவமானப்படுத்தியிருப்பார் தெரியுமா?"

"நிஜமாவா?"

"அதை ஏன் கேக்கறிங்க... அது ஒரு பெரிய கதை..." விஷ்வராம் பேசிவிட்டு பெருமூச்சு விட்டார்.

"வாழ்க்கைல யாரும் அவ்வளவு சுலபமா பெரிய மனுஷன் ஆயிடறதில்லைன்னு இதுல இருந்து நல்லா தெரியுது. நிறைய அவமானங்கெளயும், அசிங்கங்களையும் சகிச்சாதான் முன்னுக்கு வர முடியும் போல இருக்கு." வைத்தியரின் ஆத்மார்த்தமான கருத்து விஷ்வராமுக்கு மிகவும் பிடித்துப்போனது.

"யூ ஆர் ரைட். அதுலேயும் நான் சந்திச்ச அவமானமும், அசிங்கமும் கொஞ்ச நஞ்சமில்லை மிஸ்டர்... மிஸ்டர்..."

"ராமரத்னம்... அதான் என் பேர்!"

"உங்க ஜாப்!"

"அதைச் சொல்லித்தானே என்னைக் கூப்பிடுவாங்க. நான் ஒரு நாட்டு வைத்தியர்..."

"ஓ... நீங்களும் நம்ம ஜாதிதானா? இங்க அந்த சித்தேஸ்வர சாமிதான் பெரிய வைத்தியர்னு சொல்றாங்க. உங்களுக்கு இங்க பொழைப்பு ஓடுதா!"

"என்னவோ ஓடுது... இப்பதானே சித்தேஸ்வர சாமி! போன வருஷத்துக்கு முந்தி வரைக்கும் இந்த மலைக்கு மட்டுமில்லை. சுத்துப்பட்டுக் கிராமங்களுக்கும், ஏன் மலையடிவாரத்துல உள்ள அத்தனை ஊருக்குமே நான்தான் வைத்தியர். சயனைட் சாப்பிட்டவனையே காப்பாத்திக் கரை சேர்த்திருக்கேன் தெரியுமா உங்களுக்கு?"

"ஆமா, எப்படி இங்கே இந்த சித்தேஸ்வர விவகாரம் ஆரம்பமாச்சு...?"

"வாஸ்தவத்துல இது மகா பழைய கோயிலா கிடந்தது. ஆடு, மாடு மேய்க்கறவங்க படுத்துக்கிடப்பாங்க. வைரவன் செட்டியார்னு ஒருத்தர் கண்ணுல பட்டு இன்னிக்கு இவ்வளவு தூரம் வந்திருக்கு..."

"அது என்ன சட்டை போடக்கூடாது... ஆறு மணிக்கு மேல கோயில் திறக்கக்கூடாது அப்படி இப்படின்னு...?"

"அதை ஏன் கேக்கறிங்க... எனக்கே இந்தக் கன்றாவி பிடிபடலை. இத்தனைக்கும் இந்த வைரவன் செட்டியாருக்கு நான்தான் வைத்தியர். இப்ப அவர் என் பக்கம் திரும்பிக்கூடப் பார்க்கறதில்லை... சதா கோயிலையே கட்டிக்கிட்டு அழுதார்..."

"விநோதமான ஆச்சாரங்களா இருக்கே...?"

"நீங்க சொல்றது சரிதான். ஆனா சந்தேகப்பட்டாலே கெட்டது நடந்துடுதே. இன்னும் கொஞ்சம் மேல போனா ஆளே அவுட்!"

"அப்ப உங்களுக்கு கெட்டது நடந்துருக்கா?"

"நிறைய... நான் இப்ப வெறுத்துப்போய்க் கோயிலைப் பற்றி நினைக்கறதையே விட்டுட்டேன். நீங்க உங்களைப் பற்றி சொல்லுங்க..."

வைத்தியர் பேச்சோடு பேச்சாக வெற்றிலைப் பெட்டியைத் திறந்தார். தளதளப்பான வெற்றிலையை எடுத்துக் கன்னிப்பெண்ணை வருடுகிற மாதிரி வருடி வாயண்ணங்களில் அடக்க ஆரம்பித்தார்.

விஷ்வராம் சிகரெட்டைப் பற்ற வைத்துக் கொண்டார்.

"என்னை பத்திச் சொல்ல என்ன இருக்கு... நத்திங்! நான் ஒரு துரதிர்ஷ்டசாலி. இளிச்சவாயன் எக்ஸெட்ரா, எக்ஸெட்ரா."

"நீங்க துரதிர்ஷ்டசாலியா... யாருக்குமே அவங்க அதிர்ஷ்டசாலியா தெரியறதில்ல போலிருக்கு..."

"நோ ராமரத்னம்... நான் நிஜமாலுமே ஒரு துரதிர்ஷ்டசாலி... அதை விளக்கிச் சொல்ல எனக்கு ஒரு நாள்கூடப் போதாது. கே.ஆர்.னாலே நான் என் வாழ்க்கையையே தொலைச்சிட்டேன்."

"அவர்மேல இவ்வளவு காட்டம் இருக்கு. ஆனா, அவரை நல்லபடி குணப்படுத்த துடிக்கிறீங்களே. குரு பக்தியா?"

"மண்ணாங்கட்டி, பக்தியாவது ஒண்ணாவது. அவரை நான் குணப்படுத்தணும். குணப்படுத்திக் காட்டணும். அதுதான் என் லட்சியம்..."

"குருவை மிஞ்சின சிஷ்யன்னு ஆகணுமா?"

"தப்பு! குருவை அடக்கின சிஷ்யன்னு நான் ஆகணும்."

"உங்களுக்கும், அவருக்கும் நடுவல ஏதோ ஒரு இனம்புரியாத சிக்கலும், நெருடலும் இருக்கு. அதான் இப்படியெல்லாம் பேசறிங்கன்னு நினைக்கிறேன்."

"நிறைய இருக்கு... ஆனா, என்னால அதை வெளிப்படையா பேச முடியாது."

"தெரிஞ்சுதான் நானும் என்ன பண்ணப்போறேன். ஆனா, நீங்க உங்க குருவை ஜெயிக்கறது கஷ்டம். உங்களை ஊமைச்சாமி முந்திக்குவார் பாருங்க..."

"ஊமைச்சாமி பெரிய கில்லாடியா?"

"நிச்சயமா... தொழில்ரீதியா அவர் என் பிழைப்பைக் கெடுத்தவரா இருக்கலாம். ஆனா, அவர் திறமைக்கு நான் அடிமை. அவர் தொட்டுத் தோற்ற விஷயம் ஒண்ணுகூடக் கிடையாது."

வைத்தியரின் கருத்தில் தொனித்த உண்மை விஷ்வராமை இறுக்கக் கட்டிப்போட்டது. தாடையை வருடிக்கொண்டு யோசிக்க செய்தது.

"என்ன யோசிக்கிறீங்க...? எப்ப ஊருக்குக் கிளம்பலாம்னா?"

"ஊருக்கா! நானா!" ஆவேசமாகத் திரும்பினார் விஷ்வராம்.

"இல்லை நான் யதார்த்தமாகத்தான் கேட்டேன்."

"எப்படிக் கேட்டாலும் சரி... என்பதில் இனி இதுதான். தனக்கு மிஞ்சினவன் இல்லைன்னு திரிஞ்ச டாக்டர் கே.ஆரை மட்டுமில்லை, உங்க ஊமைச்சாமியையும் நான் ஜெயிப்பேன். அது மட்டுமில்ல... இந்தக் கோயில் மர்மங்களையும் விடப்போறதில்லை."

"டாக்டர், வேண்டாம். நான் உங்களுக்கு ஆறுதலா பேசப்போய் அது இப்படி மாறவேண்டாம். யாரோ எப்படியோ போகட்டும். நமக்கெதுக்கு வேண்டாத விவகாரம்?"

"இல்லை மிஸ்டர் ராமரத்னம். நான் இதை விடறதாயில்லை."

"ஊமைச்சாமி வைத்தியம் பத்தி உங்களுக்குத் தெரியாது..."

"அவர் உலக மகா கில்லாடியாகவே இருக்கட்டும். அவருக்கு எதிரா நான் மருந்து தந்தா அவரால என்ன பண்ண முடியும்?"

"நீங்க சொல்றது எனக்குப் புரியலே..."

"டாக்டர் கே.ஆர். கூட பெரிய ஜீனியஸ்தான். ஆனா அவரை மினிஸ்டர் மகன் கேஸ்ல மண்ணைக் கவ்வ வெச்சேன். அவர் கொடுக்கச்சொன்ன மருந்து மாத்திரையையெல்லாம் தூக்கியெறிஞ்சு பைத்தியத்தை அதிகமாக்கற மருந்துகளை நான் தந்து அவனைப் பைத்தியமாகவே வெச்சிருந்தேன். இதெல்லாம் எதுக்கு... பழிவாங்க... அதையே இங்கேவும் காட்டப்போறேன். கே.ஆருக்குப் பைத்தியம் அதிகமாகும். குறையாது. ஊமைச்சாமிக்கே இதனால பைத்தியம் பிடிச்சாலும் ஆச்சரியப்படறதுக்கில்லை."

"உங்களால முடியுமா டாக்டர்?"

"முடிச்சுக் காட்டறேன்..."

விஷ்வராமின் கருத்தைத் தொடர்ந்து காட்டிலிருந்து நரி ஒன்றின் ஊளைச் சத்தம் காதைத் தொட்டது.

ராமரத்னம் அதைக் கேட்டு மிரண்டுபோனார். நரி தொடர்ந்து ஊளையிட்டுக் காட்டையே கலக்கியது.

"ஊளள ஊளள வ்வ்வ்...! வ்வ்வ்!"

"நல்ல சகுனமா தெரியலை டாக்டர்..." என்ற ராமரத்னம் அதிகம் பயந்து போயிருந்தார். எழுந்து கொண்டார்.

"சரி, வாங்க நடப்போம்... இருட்டப்போகுது" என்றபோது வானில் நிஜமாகவே கரிசல் தட்டியிருந்தது.

காற்றிலும் கூடுதலான வீச்சல்.

வேங்கை மரம் சாமியாட்டம் ஆடி இலைகளைக் கழற்றிவிட்டுக் காட்டுப்பாதையையே மூடியிருந்தது.

"மழை வருமோ?" தலையை உயர்த்திச் சுற்றுமுற்றும் பார்த்துவிட்டுத் தலையைத் தாழ்த்தியபோது நெருப்பை மிதித்த மாதிரி ஆனார்.

தொலைவில்...

ஏறத்தாழ நூறு மீட்டர் உயரத்தில் யானை முதுகு போன்ற பாறை ஒன்றின்மேல் நாக்கைத் தொங்கப் போட்டுக்கொண்டு கம்பீரமாகத் தெரியும் அந்த... அந்த...

சந்நிதிக்குச் செல்லும் பிரகார வழி முழுக்க கல்வெட்டுச் செய்திதான். யார் எப்போது செதுக்கியதோ? ஆனாலும் செய்தியின் கோவை வாசிப்பவரை மிரட்டியது.

> "கருமவினை தீர்க்கும் அம்பலத்தின்
> மருமந்தனை நோக்கும் மாந்தர்
> தருமநெறி சாரா சண்டாளர் போலாவர்
> எருமை நாயகத்தின் பாசப்பிடி சேர்வர்."

அலறத் தொடங்கினார் வைத்தியர் ராமரத்னம்! "டாக்டர்... டாக்டர்... அதோ பாருங்க! அதோ அதோ அந்தக் கொலைக்கார நாய்."

அவர் கைகாட்டிய திக்குக்கு விஷ்வராமின் பார்வை உடனேயே ஓடியது. ஆனாலும் பலனில்லாத மாதிரி அந்த யானைமுதுகுப் பாறை இப்போது வெறுமனே காட்சியளித்தது.

"எங்கே வைத்தியரே... எங்கே அந்த நாய்...?"

"இப்ப பார்த்தேன் டாக்டர் சார்!"

"அதுக்குள்ள ஓடிடிச்சா...? வாங்க, அங்கே போய்த் தேடிப் பார்ப்போம். அதை விடக்கூடாது."

"வேண்டாம் டாக்டர். விட்ருங்க! நீங்க நல்லபடியா ஊருக்குப் போய்ச் சேருங்க."

"என்ன பூச்சாண்டியா? மிஸ்டர் ராமரத்னம். என்னைப் பார்த்தா உங்களுக்கு அவ்வளவு சாதாரணமாவா தெரியுது? நாய், பூனைன்னு நீங்களும் பயந்து, என்னையும் பயமுறுத்த நினைச்சா முடியாது. அந்த நாய் அங்க இருந்தா என் கையால அது செத்தே தீரனும். பாத்தீங்களா?" விஷ்வராம் ஆவேசமாகப் பேசியபடி பாக்கெட்டில் கையை விட, ஒரு குட்டி பிஸ்டல் அவர் உள்ளங்கையில் வந்து அடங்கியது.

"வாங்க... அங்க போய்ப் பார்ப்போம்..." விஷ்வராம் பேச்சோடு பேச்சாக ஓர் இளவட்டம் போல் அந்தப் பாறை நோக்கி ஏற ஆரம்பித்தார்.

அரைமனதாக அவரைப் பின்தொடர ஆரம்பித்தார் வைத்தியர் ராமரத்னம். வைத்தியர் இப்போது நன்றாகவே வெளிறிப்போயிருந்தார். பார்க்கக் கூடாததைப் பார்த்த பயத்தில் உதடுகூடப் பாலைக்காடாய் உலர்ந்து போயிருந்தது.

மேலேறி விட்டிருந்தார் விஷ்வராம். அந்தப் பாறையை எட்டிய வேகத்தில் சடாரென்று திரும்பிக் கீழே தெரிந்த வைத்தியரைப் பார்த்துப் பலமாகச் சிரிக்க ஆரம்பித்தார்.

"ஏன் டாக்டர் சிரிக்கறீங்க!"

"உம்... வந்து பாருங்க! முதல்ல கண்ணை நல்லா டெஸ்ட் பண்ணிக்கணும் நீங்க."

"என்ன சொல்றீங்க டாக்டர்...?"

"வந்து பார்த்துட்டுப் பேசுங்க."

பார்த்தபோது நிஜமாலுமே வைத்தியருக்குக் கூச்சமாகிப் போனது. அங்கே ஓர் ஆட்டுக்கூட்டத்தின் மேய்ச்சல். அதில் பெரிதாக ஒரு கறுப்பு ஆடு!

மலையிலுள்ள செடிகொடிகளை, பிரியாணியாய் நினைத்து வெளுத்து வாங்கிக் கொண்டிருந்தது.

"இதப் பார்த்துட்டுத்தான் நாய் ஆய் ஊய்ன்னுட்டீங்க..." விஷ்வராமின் கிண்டலுக்கு எதைப் பதிலாகச் சொல்ல...?

தான் பார்த்தது இந்தக் கறுப்பு ஆட்டையா? இல்லை, அந்த நாயை தானா?

குழப்பத்தில் தலை சுற்றினாலும் அந்த வினாவுக்கு விஷ்வராமுக்கு இசைவாகவே அவரது தலை அசைந்தது.

அப்படியே "டாக்டர், நமக்கெதுக்கு இந்த வீண் விவகாரமெல்லாம்?" என்று இழுவையாகக் கேட்டுப் பார்த்தது.

"இது வீண் விவகாரமில்லை மிஸ்டர் ராமரத்னம். என் முன்னால வந்து நின்னுருக்கற சவால்! சவாலையெல்லாம் திருப்பி அனுப்பக்கூடாது. நாமளும் அதைப் பார்த்துத் திரும்பிடக்கூடாது. சவாலைச் சந்திக்கணும்... ரெண்டுல ஒண்ணு பாக்கணும். என்ன சொல்றீங்க?"

"உங்க தைரியத்தைப் பாராட்டறேன்" அரைமனதாகக் கூறினார் ராமரத்னம்.

◈ ◈ ◈

மல்லிகைக்கொடியும், மலைக்காற்றும் கொஞ்சி விளையாடிக் கொண்டிருக்கும் நான்கு மணிப் பொழுது.

ஃபில்டர் காபி போடுவதில் மும்முரமாக இருந்தாள் லலிதா. காபியின் வாசனை அந்த வீட்டின் எந்த ஒரு மூலையையும் விட்டு வைக்காமல் வளைய வந்து கொண்டிருந்தது.

வீட்டுக்கூடத்தில் காரிலிருந்து எடுத்து வந்திருந்த பத்திரிகையைப் புரட்டிக்கொண்டிருந்த பிரசாத், அப்படியே காபியின் வாசனையிலும் கிறங்கிக் கொண்டிருந்தான்.

மணிசுந்தரமோ ஆழ்ந்த யோசனையில் மல்லாக்கப் படுத்திருந்தான்.

"மணி..." நடுவில் லலிதாவிடம் இருந்து அழைப்பு.

"என்ன லலிதா...?"

"கொஞ்சம் வாயேன்..."

எழுந்து சமையல் கட்டுக்குள் நுழைந்தாள்.

"சர்க்கரை தீர்ந்துடுத்து. அப்படியே கொஞ்சம் மளிகைச் சாமானும் வாங்கணும்..."

"வாங்கிட்டா போச்சு..."

"கணக்கா நமக்கு வாங்கிண்டு வர மாதிரி வாங்கிண்டு வராதே. கொஞ்சம் தாராளமா வாங்கிண்டு வா. பிரசாத் அமெரிக்கால இருந்தவர். பணக்காரப் பிள்ளை வேற... ஆகையால பாதாம் பருப்பு, முந்திரி, அப்புறமா ராசிபுரம் நெய்னு எல்லாம் வாங்கணும்" அழுத்தி அழுத்திச் சொன்னாள் லலிதா.

"பட்ஜெட் உதைக்குமே லலிதா. அப்பாவுக்கும் தட்டுல சரியா காசு விழறதில்லைன்னு கேள்விப்பட்டேனே."

"வர வர சித்தருக்குத்தான் கூட்டமே பிடிக்கமாட்டேங்கறதே. அதோட உன்னை மாதிரி நாஸ்திகனோட தொந்தரவு வேற..."

"இதுதான் சாக்குன்னு என்னைக் குத்திக் காட்றியா? போகட்டும். இன்னிக்குச் சமையலுக்கு எல்லாம் இருக்கோல்லியோ?"

"நிரவி சமாளிச்சிடுவேன். நாளைக்குக் கட்டாயம் எல்லாம் வேணும்."

"கவலைப்படாதே, நான் பாத்துக்கறேன்" என்றவன் அந்த சமையல்கட்டின் ஓர் ஓரமாக இருந்த பூஜை மாடத்தின் உண்டியலை வெளியே எடுத்தான்.

"ஹேய் மணி... எதுக்கு உண்டியலை எடுக்கறே? அது திருப்பதி ஸ்வாமியோடது."

"இப்போ இந்த மணிசுந்தர ஸ்வாமியோடது. அப்பா கைல சல்லிக்காசு கிடையாது. மளிகை வாங்கணும்னா என்ன பண்ணச் சொல்றே?" கேள்வியோடு அந்த மண் உண்டியலை உடைக்கப்போனவனின் கையைப் பாய்ந்து பிடித்துத் தடுத்தாள் லலிதா.

"வேண்டாம்... உண்டியலை உடைக்காதே..." சத்தம் வெளியே பிரசாத் வரை கேட்டது.

"சத்தம் போடாதே... பின்னால சேத்து வெச்சுத் தந்துடறேன்."

"தயவுசெஞ்சு சொன்னா கேளு... உண்டியலை வை. நான் உனக்கு வேற வழி காட்டறேன்."

"என்ன?" உண்டியலை மாடத்தில் வைத்தபடி கேட்டான். அவள் தன் வளையலைக் கழற்ற ஆரம்பித்தாள்.

"லலி... கைவளையலையா கழட்டறே, அது நம்ம அம்மாவோடது."

"யாருதா இருந்தா என்ன? நம்ம வீட்டுக்கு ஒரு விருந்தாளி வந்துருக்கச்சே...?"

"பிரசாத் இருக்கப்போறது ரெண்டு நாளோ, மூணு நாளோ... அதுக்காக வளையலையே விக்கறது நன்னா இல்லை லலிதா."

"மெல்லப் பேசு. உனக்குத் தெரியுமா அவர் ரெண்டு மூணு நாள்தான் தங்குவார்னு."

"பின்ன என்ன ஆயுசுக்குமா இங்க இருப்பார்? பைத்தியமே. ஏதோ தங்கக்காசு செப்புக்காசுன்னு சொல்லி அவரை இழுத்து நிறுத்தியிருக்கே. நீ உன் ஸ்வாமி நம்பிக்கைக்காகத்தான் அப்படிச் சொன்னியா, இல்லை வேற எதுக்காகவான்னு எனக்கே தெரியலை..."

"வேற எதுக்காக?" தெரியாதது போன்ற பாவனை லலிதாவிடம். மணிசுந்தரம் அந்த விநாடி லலிதாவை ஆழமாகப் பார்த்தான். அவள் தோள்மேல் தன் இரண்டு கைகளைத் தூக்கிப் போட்டுக்கொண்டு மிக மிக ஆழமாகப் பார்த்தான்.

"என்ன மணி அப்படிப் பாக்கறே?"

"காரணமாத்தான்."

"என்ன காரணமா?"

"சிம்பிளா சொல்றேன் லலிதா. பிரசாத் ஒரு ஆகாச சந்திரன். நாமெல்லாம் ஊர்க்குருவிகள். நிலா, பக்கத்துலதான் இருக்குன்னு

நினைச்சுப் பறக்க ஆரம்பிச்சா பறந்துண்டே இருக்க வேண்டியதுதான். ரொம்ப ஆசையை வளர்த்துக்காதே..."

பொறுப்புள்ள அண்ணனாக அவன் பேசியதிலும் அர்த்தம் இல்லாமல் இல்லையே...? லலிதாவின் முகம் சோபையிழந்து போனது. மௌனம் கட்டிக்கொண்டது. கண்மணிகளில் ஈரம் வந்து கூடி நிற்க ஆரம்பித்தது.

இருண்ட அந்தச் சமையலறையின் மங்கல் வெளிச்சமும், அவள் மனமும் போட்டி போடுகின்றன.

வெளியேறினான் மணிசுந்தரம்.

திடுக்கிட்டுப் போனான்!

சமையல்கட்டுக்கு வெளியே கைகளைக் கட்டிக்கொண்டு சகலத்தையும் கேட்ட நிலையில் பிரசாத்! அதைப் பார்த்த மணிசுந்தரத்திடம் தடுமாற்றம்.

"எனக்குக் கொஞ்சம்கூட அறிவே இல்லாம போச்சு மணி." பிரசாத்தின் ஆரம்பம் மணிசுந்தரத்தை என்னவோ செய்யத் தொடங்குகிறது.

"என்ன பிரசாத் அறிவு அது இதுன்னு. வாங்க உக்காந்து பேசுவோம் - லலிதா காபி!"

"நான் நேரடியா விஷயத்துக்கு வந்துடறேன் மணி. உங்களுக்கு நான் பாரமா இருக்க விரும்பலை."

"பாரமா, நீங்களா? யார் சொன்னது...? திக்கல், திணறல், தடுமாற்றத்துடன் மணிசுந்தரம் கேட்கும்போது காபி டம்ளருடன் லலிதாவும் வந்து சேர்ந்து கொண்டாள்."

"என்ன இது, பாரம் அது இதுன்னுண்டு?"

"பிரசாத் திடீர்னு உளர்றார். நீ காபியைக் கொடு."

"இந்த காபியை நான் வாங்கிக்கணும்னா ஒரு கண்டிஷன்."

"என்ன அது?"

"இனிமே நான் உங்க வீட்ல பேயிங் கெஸ்ட்"

"அப்படின்னா...?"

"பேயிட் கெஸ்ட்டுன்னா தெரியாதா? என்ன சாப்பிடறேனோ அதுக்குப் பணம் கொடுத்துடுவேன்."

"நாங்க ஒண்ணும் ஓட்டல் நடத்தலையே."

"அதுக்காக தர்மசத்திரமாகவும் இதை நான் எடுத்துக்க முடியாதில்லியா?"

பிரசாத்தின் மடக்கல் முன், இருவரும் திணறினாலும் லலிதா கூடுதலாக வருந்தின மாதிரி தெரிந்தாள்.

மணிசுந்தரத்தைப் பார்த்துத் தன் கலங்கின நிலையைப் பதித்தாள்.

'எல்லாத்துக்கும் காரணம் நம்ம ஏழ்மைதானே?' கேட்காமல் கேட்கின்றன அந்தக் கண்கள்.

"காபி ஆறிக் கொண்டிருக்கிறது."

"காபியைச் சாப்பிடுங்கோ பிரசாத். நீங்க எப்படிப்பட்ட கெஸ்ட்டுங்கறதைப் பின்னால பேசிக்கலாம்." – இது மணிசுந்தரம்.

"ஏன் இப்பவே பேசலாமே..."

"நீங்க என் தங்கையைச் சமயத்துல காப்பாத்தினவர். உங்களுக்கு நாங்க நன்றிக்கடன் பட்டிருக்கோம். இந்த பேயிங் கெஸ்ட் சமாச்சாரமெல்லாம் இங்க சரிப்பட்டு வராது. நாங்க குடிக்கற கூழ்ல ஒரு துளி உங்களுக்குத் தர்றதுல நிச்சயம் எங்களுக்குக் குறைவு வந்துடாது."

"அப்ப என்னை நீங்க அசலா நினைக்கலை அப்படித்தானே?"

"நினைக்க முடியலை. ஏன்னும் தெரியலை."

"என் நிலையும் அதுதான். இங்க வந்த நிமிஷத்துல இருந்து என் எண்ணங்களே மாறிப்போச்சு மணி. வாழ்க்கையை நாம செலுத்தறதாதான் இதுநாள் வரை நினைச்சிருந்தேன். ஆனா நாம அதைச் செலுத்தறத்தில்லை. அதுதான் நம்பளையே செலுத்தறது.

பத்து நாள் முந்தி இந்த நிமிஷம் நான் நியூயார்க்ல கார்ல போய்ண்டிருந்தவன், இன்னிக்கோ இந்த மலைக்காட்டுல உங்க வீட்டுல லலிதாவோட காபியைக் குடிக்கப்போறவன்.

அப்பாவுக்குப் பைத்தியம் பிடிக்கும்னோ, இங்க இப்படி ஒரு கோயில், அதுல ஆயிரத்தெட்டு மர்மம்னும் நான் கற்பனையில கூட நினைச்சுப் பார்க்காத விஷயங்கள் நடுவுல நான் இருக்கேன்."

அவன் பேசப் பேச அவனையே விசித்திரமாகப் பார்த்தாள் லலிதா.

"பரவால்ல பிரசாத். உங்களால நீங்க நினைக்கறதை வார்த்தைப்படுத்த முடியறது. ஆனா என்னால முடியலை" என்று மனதுக்குள் மருகினாள்.

"காபியைச் சாப்பிடுங்கோ பிரசாத்."

அவன் அதை உறிஞ்ச ஆரம்பித்தான். ஆறிவிட்டிருந்தது. முகம் அதைப் படம்பிடித்தது.

"ஆறிடுத்தா... சுடவெச்சு எடுத்துண்டு வரேன்." அவன் கைகளில் இருந்து டம்ளரைப் பிடுங்கிக்கொண்டு உள் ஓடினாள்.

இவளுக்குத்தான் என்ன ஒரு அக்கறை?!

அவனுக்குச் சிலிர்ப்பாய் இருந்தது.

"காபியைச் சாப்டுட்டு, நாம ரெண்டு பேரும் நேரா கார்ல ராசிபுரம் போறோம். மூணு மாசத்துக்குத் தேவையான சகலத்தையும் வாங்கிக்கிறோம். ஓகே!"

பிரசாத், மணிசுந்தரத்தைப் பார்த்துக் கேட்க, அரைமனதாய் மணிசுந்தரத்திடம் தலையசைப்பு.

"மணி... நான் மூணாம் மனுஷன் கிடையாதுன்னு முடிவானதுக்கப்புறம் எதுக்கு இந்த சங்கடம்? நம்ம முன்னால இருக்கற மர்மங்களுக்கு நடுவுல இந்தத் தேவையெல்லாம் சுண்டைக்காய். இதுல புத்திபோனா அதெல்லாம் என்ன ஆறது?"

"வாஸ்தவம்தான் பிரசாத். என்னோட ஒரே குறி அந்த மர்மங்கள்தான். உங்க துணையோட அத என்னன்னு பார்த்துடணும்."

மணிசுந்தரம் சொல்லி வாய் மூடவும், வாசற்புறம் விஷ்வராம் தலை தெரியவும் சரியாக இருந்தது.

பிரசாத் முகமும் விநாடியில் கோணிப்போனது.

அவரும் வித்தியாசமாய் முகத்தை வைத்துக்கொண்டு உள்ளே நுழைந்தார். பிரசாத் பேச்சைத் துவக்கமாட்டானா என்கிற மாதிரி பார்த்தார்.

"வாங்க சார்... உட்காருங்கோ" என்று ஒரு மோடாவை எடுத்து வந்து போட்டான் மணிசுந்தரம்.

"லலிதா, சாருக்கு ஒரு காபி..." என்று உள்ளுக்குள் குரலை அனுப்பினான்.

"ஆமா, ஏதோ கர்மங்கள், மாயங்கள்னு பேசின மாதிரி தெரிஞ்சதே..." விஷ்வராம் மோடாவில் அமர்ந்தபடி ஆரம்பித்தார்.

"அதெல்லாம் உங்களுக்கு வேண்டாத விஷயங்கள் அங்கிள்." பட்டென்று பதில் பிரசாத்திடம்.

"எல்லாரும் இப்படிச் சொல்லவும், எனக்கு இப்ப அதுதான் முழு முதல் விஷயமாயிடுத்து..." விஷ்வராம் மிக மிக அழுத்தத்துடன் சொல்லவும் பிரசாத் மலைக்கத் தொடங்கினான்.

"என்ன அங்கிள் சொல்றீங்க?"

"இந்தக் கேள்வியோட மர்மத்தை ஒரு கை பார்க்கப்போறேன்..."

"அப்ப ஊர்ல நம்ம ஹாஸ்பிடல் கதி?"

"ஒண்ணும் ஆயிடாது. யூ டோண்ட் ஒர்ரி."

"விளையாடாதீங்க, முதல்ல இங்க இருந்து கிளம்புங்க. அப்பாவுக்கு க்யூரான உடனே நான் வந்து சேருவேன்."

"இன்னொரு தடவை அப்படிச் சொல்லாதே. இந்தக் கோவில் உங்கப்பாவைக் குணப்படுத்தினா அதைவிடக் கேவலம் வேற எதுவுமே இருக்க முடியாது. அவரும் இதை விரும்பமாட்டார்."

"ஆரம்பிச்சிட்டீங்களா? ப்ளீஸ் அங்கிள். நீங்க முதல்ல இங்க இருந்து கிளம்புங்க. மர்மம், ஆராய்ச்சி இதெல்லாம்

உங்களுக்குத் தேவையில்லாத சமாசாரம். என் அப்பாவை எப்படிக் குணப்படுத்தணும்கறது எனக்குத் தெரியும். இப்ப நீங்க முதல்ல ஊருக்குக் கிளம்பணும். அங்க நம்ம ஹாஸ்பிடலைப் பார்த்துக்கணும். ஏற்கெனவே அப்பா இல்லாததால் அங்க ஆயிரம் சறுக்கல்." பிரசாத் பேசப் பேச விஷ்வராம் முகம் இறுகிப்போனது. 'ச்சை' என்ற சலிப்பு சமுத்திரமாகப் பெருகியது. ஆவேசத்துடன் அங்கிருந்து புறப்பட்டார்.

கடூரத்துடன் காரை இயக்க ஆரம்பித்தார்.

வாயில் சிகரெட் தொற்றிக்கொண்டது. புகை பரவ ஆரம்பித்தது.

"ஸாரி பிரசாத். உன் பேச்சை என்னால கேக்க முடியாது. என்னை ஒரு வெறும் மனுஷனா நினைச்சு நீ பேசினதுக்கு உன் முன்னாடி நான் ஒரு ஹீரோவா நிமிர்ந்து நின்னாதான் என் ஆவேசம் அடங்கும். அது மட்டுமில்ல. 'ஸாரி அங்கிள்... அப்பாவை நீங்களே க்யூர் பண்ணுங்க'ன்னு சொல்லணும் நீ, உன்னைச் சொல்ல வைப்பேன்.

பெரிய சித்தர்பட்டி... அதுல ஒரு கோயில், ஆசிரமம்னு! எல்லாம் ஹம்பல்!

இப்ப போற நான், நாளைக்கே திரும்ப வருவேன். எப்படி வருவேன், என்ன பண்ணுவேங்கறதெல்லாம்..."

விஷ்வராமின் நினைவலைகளுடன் போட்டியிட சிகரெட் புகையால்கூட முடியாமல்போன அந்த நொடிகளில், அந்த மலைப்பாதையில் விஷ்வராமின் காரை நிறுத்தக் கோரியபடி ஒரு கரம் முன் விழுந்தது.

அந்தச் சுனைக்கருகில் உள்ள கல்வெட்டு நன்றாகவே சுனையின் பெருமையை எடுத்துச் சொன்னது:

> "அற்புதக் கற்பகம் இந்த அருஞ்சுனை
> பொற்கலம் வெண்கலம் மண்கலம்
> அனைத்தும் இதன் எதிர்வினை!
> காற்றடைத்த பையாம் மானுடக்
> காலும் கையும்கூட
> ஊற்றெடுக்கும் இதில் படலாகாதே..."

கரத்துக்குச் சொந்தக்காரன் அக்னிராசு! பார்க்க படுமுறைப்பாகத் தெரிகிறான். கண்ணிரண்டிலும் பிராந்திச் சிவப்பு!

கிரீச்சிட்டு நின்றது விஷ்வராமின் கார்.

"ஏய்... யார் மேன் நீ? எதுக்கு காரை நிறுத்தறே...?" அலறத் தொடங்கினார் விஷ்வராம்.

"கத்தாதய்யா... கார் கீழதானே போகுது?"

"ஆமா... அதுக்கென்ன இப்போ?"

"என்னைக் கொஞ்சம் அப்படியே இறக்கி விட்டுடு..."

"நான் கார் வெச்சுருக்கறது எனக்காக."

"ஏய் என்ன திமிரா பதில் சொல்றே? நான் யார் தெரியுமா?"

"நீ யாரா இருந்தா எனக்கென்ன... எனக்கு ஆயிரம் வேலை இருக்கு..." விஷ்வராம் காரைக் கிளப்ப ஆயத்தமானார். அக்னிராசு அவரைக் குத்திக் கிழிக்கின்ற மாதிரி பார்க்க ஆரம்பித்தான்.

அக்னிராசுன்னா ஆனனப்பட்ட சேலம் கலெக்டரே எழுந்து நின்னு 'வாங்க சார்'னு சொல்லுவார். ஆனா, நீ என்னை மகா அல்பமா நினைச்சுட்டே. ஐயர் வீட்டுக்கு வந்திருக்கிற நீ, ஐயர் மாதிரியே நல்ல மனுஷனா இருப்பேன்னு நினைச்சது என் தப்புய்யா. போகப்போக இந்த அக்னிராசுவைப் பத்தி தெரிஞ்சிப்பே. போ... போ..."

அவன் அவ்வளவு பேசவும் விஷ்வராமுக்கு என்னவோ போலாகிவிட்டது. அவசரப்பட்டுப் பேசின தவறு புரிந்த மாதிரி அவனைப் பார்த்து இணக்கமாய்ச் சிரிக்க ஆரம்பித்தார்.

"என்ன சிரிக்கறே... உனக்கு நான் குறிவெச்சுட்டேன்னு சொன்ன உடனே பயந்து தாஜா பண்ணப் பாக்கறியா?"

"சேச்சே... உங்களை யாருன்னு தெரியாததுனால கொஞ்சம் தப்பா பேசிட்டேன். ப்ளீஸ் ஏறிக்குங்க..." அக்னிராசு கட்சிக்கரைத் துண்டால் முகத்தைத் துடைத்தபடி காரின் முன்சீட்டில் ஏறி அமர்ந்தான். விஷ்வராம் காரைக் கிளப்பினார்.

"சார் பேரு..." - அவனோடு பேச ஆரம்பித்தார்.

"அக்னி... அக்னிராசுன்னா தலைவரே 'சொகமா இருக்கீங்களா!'ன்னு கேப்பாரு."

"கட்சியில என்ன பொறுப்பு?"

"எப்பவோ எம்.எல்.ஏ. ஆகியிருக்கணும். இன்னும் இந்த மலைக்காட்டுக்குச் செயலாளராகவே இருக்கேன்."

"உங்களுக்குன்னு ஒரு டூ வீலர் கூடவா வெச்சுக்கலை?"

"எதுக்கு? இந்த மலைமேல ஓடற எல்லா வண்டியும் எனக்குச் சொந்தம் மாதிரிதான். இப்ப நீங்க முதல்லே முறைச்சிக்கிட்டாலும் பெறகு ஏத்திக்கிலியா என்னை?"

"எல்லா நேரமும் வண்டிக் கிடைக்கணுமே...?"

"வாஸ்தவம்தான்! ஆனா, காரணமாதான் வண்டி வெச்சுக்கலை. அதையெல்லாம் உங்களுக்குச் சொன்னாப் புரியாது. ஆமா நீங்க யாரு? தலைதெறிக்கற வேகத்துலேயே எப்பவும் வண்டி ஓட்றீங்களே...?"

"நான் ஒரு மனநோய் டாக்டர்... என் பேர் விஷ்வராம்."

"டாக்டரா நீங்க... ஐயர் வீட்டுக்கு எதுக்கு வந்தீங்க...?"

"அது ஒரு பெரிய கதை. உங்க ஊர் ஆஸ்ரமத்துல புதுசா சேர்ந்திருக்கிற ஒரு பைத்தியத்தைப் பார்க்கத்தான் வந்தேன். ஆமா, உங்க ஊர் விஷயம் பெரிய புதிரா இருக்கே...?"

"புதிராவா? ஆச்சரியமா இருக்குன்னு சொல்லுங்க."

"எப்படி வேணா வெச்சுக்கலாம். ஆனா, என்னால எதையும் நம்ப முடியலை!"

"இப்படிச் சொன்ன நிறைய பேர் இப்ப சித்தேஸ்வர சாமிக்குப் பல்லக்குத் தூக்க லைன்ல நிக்கறாங்க. எங்க சாமி சக்தி அப்படி!"

"அது சாமியோட சக்தி மாதிரி தெரியலை..."

அக்னிராசு உடனேயே அவரை முறைத்துப் பார்க்கத் தொடங்கினான். மலை வளைவில் காரின் ஓட்டத்தில் நல்ல லாகவம். விஷ்வராமும் காரை ஓட்டிக்கொண்டே அவன் முறைப்பைக் கவனித்தார்.

"ஏன் முறைக்கறீங்க? என் அபிப்ராயத்தை நான் சொன்னேன்?"

"வேண்டாம் சார்! இப்படி ஏடாகூடமா பேசி சாமி குத்தத்துக்கு ஆளாகாதீங்க."

"எல்லாரும் இப்படிப் பயந்து வாயை மூடிக்கிட்டா உண்மை என்னாகறது?"

"சொல்றதைச் சொல்லிட்டேன். அப்புறம் உங்க இஷ்டம். தலையெழுத்தை யாராலும் மாத்த முடியாது சார்!"

அக்னிராசு அப்படிச் சொன்ன நிமிஷம் மலைப்பாதை முடிந்து, சமநிலத்தில் நேர்பாதை வந்துவிட்டிருந்தது. எட்டத்தில்

ஊர் தெரிந்தது. முகத்தில் வந்து மோதும் காற்றில் மலைக்குளிர் விலகிப் போயிருந்தது.

பாதை ஓரமாகவே ஒரு அடர்ந்த தோப்புடன் கூடிய மாடி வீடு ஒன்று. மதில் சுவரோடு வளைத்துக் கட்டப்பட்டு நிற்கும் அதனிடம் நிறையப் பணக்காரத்தனம்!

"சார்... அப்படியே அந்த தோப்பு வீட்டு வாசல் கேட்கிட்ட காரை நிறுத்துங்க..." என்றான் அக்னிராசு. எதிரே மலை ஏறும் பேருந்து ஒன்று. அதற்கு வழிவிட்டபடி காரை வளைத்து ஒடுக்கி அக்னிராசு சொன்ன கேட் அருகே கொண்டுபோய் நிறுத்தினார் விஷ்வராம்.

காரை விட்டு இறங்கிக்கொண்ட அக்னிராசு, விஷ்வராமைப் பார்த்து நட்போடு சிரித்தான். "ஜாக்கிரதை டாக்டர். நான் வரேன்..." என்றான்.

"எனக்கு எதுக்கு ஜாக்கிரதை...?"

"சாமிகிட்ட ஜாக்கிரதைன்னேன்" என்றபடி வாசல் கதவைத் திறந்தான்.

"கக்கர க்கிரீச் கிரீச்..." என்று புது பாஷை பேசியபடி கதவு திறந்து கொண்டது. விஷ்வராமும் காரை ரிவர்ஸில் எடுத்துப் பக்கவாட்டில் வளைத்தார். அப்போது காரின் முன் கண்ணாடி வழியாகத் தெரிந்த காட்சியைப் பார்த்து விதிர்த்துப்போனார்.

கதவு திறந்துகொண்ட சத்தம் கேட்டு, அந்த மாடி வீட்டுக்குள் இருந்து கறுப்பு நிற நாய் ஒன்று நல்ல பாய்ச்சலுடன் ஓடி வர, அதைப் பார்த்து குதூகலித்தவனாய் "சித்து" என்று அதன் கழுத்தைக் கட்டிக்கொண்டான் அக்னிராசு!

நாயா அது? ஏறத்தாழ வளர்ந்த கன்றுகுட்டிபோல இருந்தது. அதன் மூடாத வாய்க்கு வெளியே ரத்தச் சிவப்பில், 'கக் கக் கக்' என்ற இளைப்பெடுக்க வெளித் தெரியும் ஈர நாவு!

நாயைப் பார்த்த மாத்திரத்தில் விஷ்வராமின் நாடி நரம்பில் முடிச்சொன்று விழுந்தது.

◆◆◆

ஊமைச்சாமி கல்தொட்டியில் மருந்து அரைத்துக் கொண்டிருந்தது. சப்பணமிட்டபடி அது மருந்து அரைக்கும் விதத்தில் சோர்வோ, முதுமையோ, துளியும் தெரியாத ஒரு அசாதாரண வேகம்!

பக்கத்தில் இருந்தபடி அது கேட்கும் செடி கொடிகளையும், அதன் வேர்களையும் எடுத்து வந்து கொடுக்கும் அந்தோணிமுத்து வியர்வை வடிசலோடு தெரிந்தான். சாமிக்குத் துளியும் வியர்க்காத அதிசயத்தை அன்றைக்கும் ஒருமுறை நினைத்துக்கொண்டான்.

ஆஸ்ரமத்துக்கு வெளியே விதவிதமான நோயாளிகள். சில நிமிடங்களில் சாமி வெளியே வந்துவிடும். நாடியைப் பிடித்துப் பார்த்தே யாருக்கு என்ன வியாதி என்று கண்டறிந்து அதற்கேற்ப மருந்து கொடுத்துவிடும்.

கைநீட்டி காசு வாங்காது. கொடுத்தாலும் வேண்டாம் என்று மறுத்துவிடும்.

இதனாலேயே ஒரு உண்டியலை அங்கே வைத்துவிட்டார் ஊர்ப்பெரிசு அண்ணாமலை.

"சாமி... உங்களுக்குக் காசு வேண்டாம். ஆனா ஆஸ்ரமத்துக்கும், அதோட செலவுகளுக்கும் வர்றதை ஏன் விடணும்?" என்று கேட்டு அண்ணாமலை உண்டியலை வைத்ததில் அக்னிராசுக்கு மட்டும் ஏக வருத்தம்.

"உண்டியல் என்ன பெரிய உண்டியல்? யாரா இருந்தாலும் அஞ்சு ரூபாயோ, பத்து ரூபாயோ கொடுத்தாதான் வைத்தியம்னு வெக்கணும்... வெறும் உண்டியலை வெச்சா நாலணா எட்டணாவைப் போட்டுட்டு நமக்கென்னன்னு போயிருவாங்க" என்று புலம்பிப் பார்த்தான். பலனில்லை... உண்டியல் உறுதியாக வந்து உட்கார்ந்துவிட்டது.

அக்னிராசுவும் தன்னை வேறு விதத்துக்கு மாற்றிக்கொண்டு விட்டான். ஆஸ்ரமத்தில் சேர்ந்து குணமடைந்து திரும்புகின்றவர்களிடம் நூறு, ஆயிரம் என்று கறந்துவிடுகிறான்.

"உங்க ஞாபகமா ஒரு மேஜை, நாற்காலி வாங்கி போடத்தான் கேக்கறேன்" என்று அவன் வசூலிப்பது அண்ணாமலைக்கும் தெரியாமலில்லை. அவனது அரசியல் தொடர்புகள் நிமித்தம் அதைச் சகிக்க வேண்டிய கட்டாயத்தில் இருக்கிறார் அவர்.

ஆமாம், ஊமைச்சாமிக்கு இதெல்லாம் தெரியுமா?

அதுதான் தெரியவில்லை.

அதற்கு எப்போதும் பச்சிலை மூலிகையில்தான் கண். எறும்பைவிடச் சுறுசுறுப்பாக இயங்கியயடி எப்படித்தான் அதனால் துளியும் ஆசாபாசமின்றிச் செயல்பட முடிகிறதோ?

இதுபற்றி அந்தோணிமுத்துவே பலமுறை அதனிடம் கேட்டிருக்கிறான். சாமி சிரிக்கும்... சிரிப்பா அது? மகா புதிர்!

இப்போதும் சாமி சிரிக்கிறது.

"எதுக்கு சாமி சிரிக்கிறீங்க?" அந்தோணிமுத்து கேட்டான்.

அது, 'பைத்தியங்களின் கொட்டடியைப் போய் பார்த்துவிட்டு வா' என்று சைகை காட்டுகிறது.

ஆஸ்ரமத்தையொட்டிய சரிவில் இறங்கி ஓடிப்போய் அங்கே பார்த்தான். அமைதியாய் சற்றுமுன் தந்த பச்சிலை சாற்றைப் பருகிய நிலையில் மிக ஆழ்ந்த உறக்கத்தில் சில பைத்தியங்கள் கிடக்கின்றன. ஒரு சில பைத்தியங்கள் தூக்கம் பிடிக்காமல் திருதிருவென்று விழித்தபடி ஆனால், எந்த சேட்டையும் இன்றி அவனைப் பார்க்கின்றன.

இதெல்லாம் குணப்பாட்டின் அடையாளம்.

ஆமாம் எங்கே இந்த கே.ஆர்?

கோட் – சூட்டை கூடக் கழற்றாமல் அந்தோணிமுத்துவுக்குப் பெரிய சவாலாக இருப்பவராயிற்றே!

"சாமி... அந்த டாக்டர் பைத்தியத்தைக் காணோம்..." பெரிதாக அதைத் தொடங்கினான்.

கோயில் பிரகாரத்தில் ஒரு குரங்கைப்போல் குதித்தபடி ஓடியாடிக் கொண்டிருந்தார் டாக்டர் கே.ஆர்!

பல இடங்களில் நின்று நின்று காணாததைக் கண்ட மாதிரி வெறிக்கவும் செய்தார்.

கோயிலுக்கு வந்த பக்தர் கூட்டம் இதைப் பார்த்து ஒரு பக்கம் ரசிக்கிறது, மறுபக்கம் சிரிக்கிறது.

சந்நிதியில் இருக்கும் வைத்யநாத பட்டருக்குத் தகவல் போனது.

"அவர் அடிக்கடி இப்படி ஆஸ்ரமத்தை விட்டுக் கோயில் பக்கமா வந்துடறார். திரும்ப அவரை அழைச்சிண்டு ஆஸ்ரமத்துக்குள்ள போறதுக்குள் போதும் போதும்னாயிடறது. என்னவோ பெரிய ஆராய்ச்சியாளர் மாதிரி கல்வெட்டையெல்லாம் படிச்சிண்டும், அதை வெறும் கையாலேயே போட்டோ எடுக்கற மாதிரி நடிச்சிண்டும்..." பட்டர், பக்தர் ஒருவரிடம் புலம்பும்போது அந்தோணிமுத்து கோயிலுக்குள் நுழைந்தான்.

"சாமி, அந்த டாக்டர் பைத்தியம் வந்திச்சா?" என்று பட்டரைப் பார்த்துக் கேட்டான்.

"ஆமாம் போய்ப் பாரு... எங்கேயாவது தலைகீழா தொங்கிண்டிருக்கும்..." பட்டர் அலுத்துக்கொண்டார்.

"சாமி, நானும் எவ்வளவோ பைத்தியத்தைப் பார்த்துட்டேன். ஆனால் இந்த பைத்தியம் மாதிரி ஒரு முத்தல் கேசைப் பார்த்ததேயில்லை! என்னா பாடுபடுத்துது தெரியுமா?" புலம்பியபடி பிரகாரமாக அவரைத் தேடத் தொடங்கினான்.

டாக்டர் கே.ஆரோ அந்த அதிசய சுனைக் கிணற்றை நெருங்கியிருந்தார். பக்தர்கள் பலர் தாங்கள் கொண்டுவந்திருந்த பாட்டிலிலும், பாத்திரங்களிலும் அதன் நீரை நிரப்பிக்கொண்டும், தலையில் தெளித்துக்கொண்டும் பரவசமாக இருக்கும் வேளை, சுனையையொட்டி இடுப்புயர மேடைபோல் கட்டப்பட்டிருந்தது. ஒரு ஆல விழுதை கயிறுபோல் ஆக்கி அதன் நுனியில்

சுரைக்குடுக்கைகளைக் கட்டி, அதன் மூலமாகத்தான் சுனை நீரை வெளியே எடுத்துக் கொண்டிருந்தார்கள்.

எட்டிப் பார்த்தால் ஏறத்தாழ பத்து மீட்டர் ஆழத்தில் மலைப் பாறைகளைக் குடைந்ததினுசில் தெரிகிறது சுனை. பளிங்குபோல் தண்ணீர்.

எவ்வளவு ஆழம்? எங்கிருக்கிறது ஊற்று? எதுவும் யாருக்கும் தெரியாது.

பளிச்சென்று பலரும் பார்க்கும்படியாக அருகிலேயே ஒரு கல்வெட்டுச் செய்தி.

அது, எக்காரணம் கொண்டும் உலோகப் பொருட்களால் சுனை நீரை மொள்ளக்கூடாது என்கிறது. அத்தோடு தப்பித் தவறியும் மனித உடல் தண்ணில் படக்கூடாது. பட்டால் நீரின் புனிதம் போய்விடும் என்கிறது.

கே.ஆர். போய் அந்தச் செய்தியை வாசித்தவராகப் பலமாக சிரிக்க ஆரம்பித்தார். சிரித்தபடியே சுனையையொட்டிய மேடையில் ஏறி, சுனையில் குதிக்கப்போவது போல் பாவனைக் காட்டத் தொடங்கினார்.

"ஏய் இறங்குய்யா... யாருய்யா அது விவரமில்லாம?!" கூட்டத்தில் சிலர் கத்தத் தொடங்கும்போது அந்தோணிமுத்துவும் அந்தப்பக்கம் வந்துவிட்டான்.

கே.ஆரின் அந்தப் பாயும் கோலத்தைப் பார்த்துவிட்டு ஒரு புலியைப்போல பாய்ந்து ஓடிவந்து அவரைப் பிடித்துப் பின்னால் இழுத்தான்.

மிக மிக ஆத்திரப்பட்டவனாய்ப் பலம்கொண்ட மட்டும் தன் முஷ்டியால் அவரைத் தாக்க ஆரம்பித்தான். "என் உயிரை வாங்கறதுக்குன்னே இந்த ஆஸ்ரமத்துக்கு வந்து சேர்ந்தியா? உன் கால்ல சூடு வெச்சாத்தான் நீ அடங்குவே... இன்னிக்கு சூடு வைக்காட்டி நான் மனுஷேனேயில்லை..." கத்திக்கொண்டே

அவரைப் பிடித்து வெளியே தள்ளிக்கொண்டு போக ஆரம்பித்தான்.

வெளியே சூரியனிடம் மேற்கின் மடியில் தலைசாயும் வேகம்.

சந்நிதியில் பட்டர், தன் இடுப்பிலிருந்த செப்புக்காசை எடுத்து ஒரு பார்வை பார்த்துக் கொண்டார்.

இன்று திருவாதிரை!

இன்றைய இரவில் இந்தச் செப்பு தங்கமாகி, நாளை விடிந்தால் பட்டர் கைக்கு வந்து சேர்ந்துவிடும்.

பரவசமாகச் செப்புக்காசை பார்க்கும் பட்டர், சித்தேஸ்வர சுவாமி லிங்கத்தைப் பார்த்துக் கண்கள் இடுங்க பக்தி செலுத்துகிறார்.

பக்கத்திலேயே பூக்குவலையில் வாழை இலையில் வைத்து எடுத்து வந்திருந்த பசுஞ்சாணி. அதையெடுத்து அதன் நடுவில் செப்புக்காசைப் புதைத்தவராக காலபைரவர் சந்நிதி நோக்கி நடக்க ஆரம்பிக்கிறார். அதற்காகவே காத்திருந்த மாதிரி, ஒரு தூண் பின்னால் மறைந்திருந்த பிரசாத்தும் அவரைப் பின்தொடர ஆரம்பித்தான்!

காலபைரவனின் கருணைக்குச் சான்றாக நின்றது அந்தக் கல்வெட்டு...

ஞாலமுதல்வனின் காவல் நாயகன்
காலபைரவன் கழலடி பணிவார்க்கு
வாலனாம் பைரவன் வாரித்தருவது
குறுணி நெல்லோ, கோணிப் பொன்னோ?
யாரறிவார் சொல் நெஞ்சே...

இன்னும் அரைமணிப் பொழுதில் சூரியனை மேற்கு திருடிக்கொண்டு விடும். அதற்குள் நடையைச் சாத்திக்கொண்டு பூஜையை முடித்தாக வேண்டும்.

முன்பாவது பசுபதி இருந்தான். மணி அடித்தும் ஆட்களை வெளியேற்றுவதில் துரிதம் காட்டியும் உதவியாக இருந்தான். இப்போது அவனும் இல்லை.

எல்லாவற்றையும் தனி நபராகவே பட்டர் செய்ய வேண்டியிருக்கிறது.

அதையும் துளியும் பிசகின்றிச் செய்ய வேண்டியிருக்கிறது.

இதனால் மாலைப்பொழுது வந்தாலே பட்டரைப் பதட்டம் தொற்றிக்கொண்டு விடுகிறது. அதிலும் இன்று திருவாதிரை வேறு...

காலபைரவர் சந்நிதியில் செப்புக்காசை வைக்கும் போது, யாரும் பார்த்து விடக்கூடாது. அதே போலத்தான் அந்தக் காசை எடுக்கும்போதும் யாரும் பார்த்துவிடக் கூடாது. எல்லாமே சித்தர் ஓலையில் சொன்னபடி நடந்தாக வேண்டும். இதனால் ஒரு திருடனைப்போல செயல்பட்டாக வேண்டிய நிலை.

பிரகாரங்களில் பட்டர் சுற்றிச்சுற்றிப் பார்த்தபடி நடக்கும்போது அந்தத் திருட்டு லட்சணம் துல்லியமாகத் தெரிகிறது. கச்சம் வேட்டி சரசரக்க இருண்ட பிரகாரங்களில் அவர் நடக்கும் வேகம் பார்ப்பவர்களையே மிரட்டும்.

காலபைரவர் சந்நிதியோ 'வா வா' என்பதுபோல் காத்துக்கிடக்கிறது. கறுப்பு நிறத்தில் பைரவர் ஸ்தூலம் எண்ணெய் வடிய ஓர் அலரிப் பூமாலை சகிதம் தெரிகிறது.

அரக்கப்பரக்க வரும் பட்டர் சுற்றிச்சுற்றிப் பார்த்தபடி சந்நிதியை நெருங்கி சாஷ்டாங்கமாக விழுந்து வணங்குகிறார். பிறகு தடுமாற்றத்தோடு எழுந்து அந்த சந்நிதியின் சீறிய கிராதிக் கதவைத் திறக்கிறார்.

ஒரு சில விநாடிகள் காலபைரவரின் சிலையையே வெறிக்கிறார். பின் பைரவரின் பாதத்தின் கீழே அந்தச் செப்புக்காக அடங்கிய சாணியை வைத்துவிட்டுத் திரும்ப கிராதிக் கதவை மூடியபடி திரும்பியபோது அருகில் இருந்து யாரோ உற்றுப் பார்ப்பதுபோல் ஒரு பிரமை அவருக்குள்! உடனடியாக முகத்தில் வியர்வை வந்து பந்தல் போட்டது.

"யாரு?" ஈனசுரத்தோடு கேள்வி கேட்டபடி சுற்றிச்சுற்றிப் பார்த்தார்.

தூண் தூணாகப் போய்த் தயங்கி தயங்கி எட்டிப் பார்க்கிறார். பிரகார இருட்டில் கண்களை இடுக்கிப் பார்த்துவிட்டு, முடிந்தவரை யாரும் இல்லை என்கிற ஊர்ஜிதம் மேற்கொள்கிறது அவர் மனது.

எல்லாம் பிரமை!

தயக்கத்துடன் சந்நிதிக்குத் திரும்ப நடக்க ஆரம்பிக்கிறார்.

பிரகார வளைவில் அவரது உருவம் மறைந்த மறுவிநாடி, பெருமூச்சோடு ஒரு தூண் பின்னாலிருந்து வெளிப்பட்டான் பிரசாத்.

பட்டர் தூண் தூணாகத் தேடும்போது அவர் பார்வையில் படாமல் தப்பிக்க பட்டபாட்டில் மழையில் நனைந்த மாதிரி வியர்த்திருந்தான். வழியும் வியர்வையை துடைத்துக்கொண்டு காலபைரவர் சந்நிதி நோக்கி நடந்தான். நல்லவேளையாக யாரும் அந்தப்பக்கம் நடமாடவில்லை.

பைரவரின் பாதத்தில் அந்தச் சாணி உருண்டை தெரிந்தது. கிராதிக் கதவைத் திறந்தபடி கையை உள்ளே விட்டபோது ஏனோ கை நடுங்கியது.

'மனம் பலவீனப்படும்போது உடம்பிலும் சக்தி ஆதாரங்கள் பாம்பாகச் சுருண்டு படுத்துக்கொண்டு விடுமோ?'

அலரிப் பூமாலை சரேலென்று அவிழ்ந்து அவன் கைமேல் விழுந்து அவனுக்குள் 'வேண்டாம்' என்னும் எண்ணத்தை மீட்டியது.

சில விநாடி வரை தயக்கமாக இருந்தது.

எல்லாம் சில விநாடிகள்தான். அதன் பிறகு துணிந்து அந்தச் சாணி உருண்டையை எடுத்தவன், உள்ளேயிருந்து செப்புக்காசைப் பிரித்து தனியே வெளியே எடுத்தான். வெளிச்சத்தில் வைத்து அதை ஊன்றிப் பார்த்தான். செப்புக் காசுதான். திடும்மென்று மணிச்சத்தம்!

கடிகாரத்தைப் பார்த்தான் பிரசாத். ரேடிய வண்ணத்தில் மணி ஆறு. மணிச்சத்தத்தின் காரணம் புரிந்தது.

உடனடியாக வெளியேறியாக வேண்டும், இல்லாவிட்டால் ஆபத்து. தாமதமின்றி செப்புக்காசைத் திரும்ப சாணத்தில் வைத்து காலபைரவரின் பாதத்தில் வைத்தவன் ஒரு விநாடி தடுமாறிப்போனான்.

'பேசாமல் இங்கேயே ஒளிந்துகொண்டு என்ன நடக்கிறது என்று பார்த்துவிடுவோமா?' அதுதான் சரி என்ற எண்ணத்தோடு

ஒரு தூண் பின்னால் பதுங்க அவன் ஆயத்தமானபோது, கலீரிட்டது கொலுசு சத்தம்.

"பிரசாத்... பிரசாத்..." என்று ஓர் இனிப்பான பெண் குரலின் அழைப்பும் மிதந்து வந்தது.

'போச்சுடா... லலிதா இங்கேயே தேடிக்கிட்டு வந்துட்டாளா?'

அவன் ஊகம் சரிதான். விடாது ஒலிக்கும் மணிச் சத்தத்துக்கு நடுவே மருண்டுபோன ஒரு புறாவைப்போல லலிதா, காலபைரவர் சந்நிதியைப் பார்த்துவிட்டுச் சுற்றிச்சுற்றிப் பார்க்கிறாள். விட்டால் அழுதுவிடுவாள் போல தெரிகிறது.

"பிரசாத்... பிரசாத்..." குரலில்கூட கேவல். பிரசாத்தால் அதற்குமேல் தாக்குப்பிடிக்க முடியவில்லை. மெல்ல அவள் முன் பிரசன்னமானான்.

"என்ன இது, ஒளிஞ்சு விளையாடற நேரமா இது! முதல்ல நடங்க இந்த இடத்தைவிட்டு. நான் நினைச்சது சரிதான்..." அவள் அவன் கரத்தை மூர்க்கத்தனமாகப் பற்றி இழுத்துக்கொண்டு ஓடி கோயிலின் வாசல்பக்கம் வந்தாள்.

நல்லவேளை... பட்டர் ஒவ்வொரு கதவாகப் பூட்டிக்கொண்டு பெரிய நிலைக்கதவுக்கு இன்னமும் வந்திருக்கவில்லை.

கோயிலுக்கு வெளியே இருவரும் மூச்சிரைக்க வந்து நின்றனர்.

"ஏன் தாயி... இப்படியா ஓடி வருவே? கொஞ்சம் முந்தி வந்தாதான் என்னவாம்?" - பூக்காரியின் கேள்வி இது.

"ஆமா, யார் அது. முறைப்பையனா...?"

"இப்போதைக்கு முறைக்கிற பையன்" சொன்னது மாதிரியே பிரசாத் முறைத்தான். திறந்த மார்பில் புதிய மழையில் முளைத்த புற்கூட்டமாக கருகரு முடிகள்! அவை மலைக்காற்றில் விறைத்துப் போய்விட, மார்புக்கூட்டையே குளிர் ஓர் உசுப்பு உசுப்புகிறது.

மழை வருவதற்கான பாசாங்கு வானத்திடம் தெரிகிறது.

"தெரியும்... எனக்கு நன்னா தெரியும். காபி போட்டுட்டுத் திரும்பிப் பார்த்தா உங்களைக் காணோம். கோயிலுக்கு வந்து ஆராயத் தொடங்கியிருப்பேள்னு நினைச்சு நான் ஓடி வந்தது நல்லதா போச்சு."

"ஏன்? அதுல என்ன தப்பு?" நடந்தபடியே இருவரிடமும் வாக்குவாதம்.

"உங்ககிட்ட நான் அந்த ரகசியத்தைச் சொல்லியிருக்கவே கூடாது. உங்களுக்கு நம்பிக்கை வரும்னுதான் சொன்னேன். அவநம்பிக்கைப் பட்டுண்டு இப்படி ஆராயறதுக்காகச் சொல்லலை."

"கண்மூடித்தனமா நம்பறதுக்கு நான் என்ன இந்த மலைக் காட்டாளா?"

"பிரசாத்... தயவுசெய்து இப்படியெல்லாம் பேசாதீங்க. நான் ஸ்வாமியோட அருளைப் பல விதங்கள்ல பார்த்தவ."

"நானும் பார்க்க ஆசைப்பட்டுத்தான் கோயில்ல தங்கப்போனேன். என்னை நீ இழுத்துண்டு வந்துட்டே..."

"அப்படி இழுத்துண்டு வரலைன்னா இன்னிக்குத்தான் நீங்க பிரசாத்... நாளைக்கு...?"

"நேரா செத்துப் போயிடுவேன்னு சொல்லேன்" அவன் பேசி முடிக்கும் முன்பே அவன் வாயை வேகமாகப் பொத்தியவள் கண்கலங்கிப் போயிருந்தாள்.

"பைத்தியம்... நெருப்புன்னா வாய் வெந்துடுமா என்ன?" பிரசாத் இப்படிக் கேட்கவும், அவனைக் கலங்கின விழிகளுடன் வெறித்தாள் லலிதா. பிரசாத் அதை ரசித்தபடி அவள் கரத்தைப் பற்றியிழுத்தான். உலகிலேயே அதிக சந்தோஷமானவன் போல நடக்கத் தொடங்கினான்.

வீட்டுக்கு வெளியே நிற்கும் காரின் பானட் மேல் சாய்ந்துகொண்டு பிரசாத் கொண்டு வந்திருந்த புத்தகத்தில் மூழ்கியிருந்தான் மணிசுந்தரம். பிரசாத்தும், லலிதாவும்

கைகோத்தபடி வருவதை நிமிர்ந்து பார்த்தான். லலிதா முகத்தில் உயிர்ப்பே இல்லை. அவள் 'பிரசாத், பிரசாத்' என்று பித்தாகிவிட்டது அவனுக்கு நன்றாகத் தெரிந்தது.

"என்ன பிரசாத்... லலிதா டல்லாயிருக்கா?"

"உங்க தங்கைக்கு நம்ம ஆராய்ச்சியைப் பற்றின கவலை, வேறென்ன...?"

"சித்தேஸ்வரா... எப்பதான் இவர்களுக்கெல்லாம் நீ நல்ல புத்தியைக் கொடுப்பியோ?" மணிசுந்தரம் பாசாங்குப் பிரார்த்தனை செய்தான்.

"நல்ல புத்தி எனக்கில்ல... உங்களுக்குத்தான் வரணும்..." அவள் வெடுக்கென்று பேசிவிட்டு வீட்டுக்குள் நுழைந்துகொண்டாள்.

பிரசாத்திடம் ரசனையோடு கூடின சிரிப்பு. சிரிப்போடு பானட்டின் மேல் ஏறி மணிசுந்தரம் அருகில் அமர்ந்தான்.

முன் கண்ணாடிச் சரிவில் முதுகைச் சாய்க்கவும், மலைவானம் இருளில் கரைவது நன்றாகத் தெரிகிறது.

அம்புச்சரம் மாதிரி பறவைக் கூட்டங்கள் உச்சிமலை நோக்கிப் பறக்கும் காட்சி பார்க்க ரம்யமாக இருந்தது.

"பிரசாத்... ஒரு முக்கிய விஷயம்...?" மணிசுந்தரத்திடம் ஒரு சீரியஸான ஆரம்பம்.

"என்ன மணி...?"

"உங்கப்பா ஆசிரமத்துல ரொம்பப் படுத்தறாராம். இன்னிக்குக்கூட கோயில்ல சுனைல குதிக்கப் பார்த்திருக்கார்."

பிரசாத் ஊசி ஏறின மாதிரி சிலிர்த்து நிமிர்ந்தான்.

"அந்தோணிமுத்து வந்து ரொம்ப வருத்தப்பட்டுட்டு போறான். அதோட அவர்கிட்ட துளிக்கூட குணப்பாடே தெரியலை. எல்லாமே ஒரு ஆச்சரியமா இருக்குன்னு புலம்பல் வேற..." மாடத்தில் அகல் விளக்கேற்றி வைக்க வந்த லலிதாவும், மணிசுந்தரத்தின் பேச்சைக் கேட்டுப் பெரிதாக வருத்தப்படத் தொடங்கினாள்.

"மணி... உடனே கிளம்பு... நான் அப்பாவைப் பார்க்கணும்..."

"பார்த்து என்ன பண்ணப்போறீங்க...?"

"முதல்ல ஒரு ரிக்வெஸ்ட்... இந்த 'வாங்க போங்க' நமக்கு அவசியம்தானா?"

"ஓகே... பார்த்து என்ன பண்ணப்போறே...?"

"பண்ண என்ன இருக்கு... ஒரு ஆறுதல்தான். அதோட எந்த மாதிரி ட்ரீட்மெண்டை ஊமைச்சாமி தரார்னும் தெரிஞ்சுக்க ஒரு ஆவல்..."

"அதையெல்லாம் தெரிஞ்சுக்க முடியாது. முட்டிக்கா, மூணாம் தழை, வேலிமாணிக்க வெள்ளை நிறப் பூ, பொட்டிக்கிழங்கு, பொசுபொசுக்கீரை, நீர்த்தாழை, நெடுநரம்புன்னு புரியாத மூலிகை பாஷை பேசுவான் அந்த அந்தோணிமுத்து. நான் ஏற்கெனவே இந்த விஷயத்துல ஒரு ரவுண்ட் வந்தாச்சு. தலைச் சுத்தல்தான் மிச்சம்..."

"அப்பாவுக்கு மட்டும் சரியாகலைன்னா நான் இங்கே தங்கியிருக்கறதுக்கே அர்த்தமில்லாம போயிடும் மணி. அப்புறம் விஷ்வராம் அங்கிளுக்கு என்னால பதில் சொல்ல முடியாது."

அவர்கள் பேச்சில் எட்டிப்பார்த்த விஷ்வராம், நிஜத்திலும் அப்போது அந்த மலைத்தலத்தில் கால் பதித்திருந்தார்.

பெரிய அளவில் உருமாறி வேட்டி, சட்டை, தோளில் ஜோல்னா பை, நெற்றியில் பட்டை என்று கடைசி பஸ்ஸில் இருந்து அவர் இறங்கின தோரணையே அசத்தலாக இருந்தது.

ஜோல்னாவுக்குள் லோட் செய்யப்பட்ட 'காமிரா, பிஸ்டல், பேனாக்கத்தி, டார்ச்லைட் என்று ஒரு கூட்டமே அடங்கியிருந்தது. குறிப்பாக அந்த மினி டேப்ரிகார்டர் கறுப்பு நிறத்தில் நான் புத்தம் புது சரக்காக்கும்' என்று ஜொலித்துக் கொண்டிருந்தது.

ஐந்தரை மணிக்கே வந்து சேர வேண்டிய பஸ் ஒரு மணி நேரத்துக்கு மேல் தாமதமாக வந்திருந்தது. நல்ல இருட்டில்

இப்படித் தன்னை அந்த சித்தர்பட்டியில் இறக்கிவிடும் என்று துளியும் எதிர்பார்த்திராத கோபம் விஷ்வராம் முகம் முழுக்க குதித்து விளையாடிக்கொண்டிருக்க, மலைக்குளிர் அதைத் தணிக்கப் பார்த்தது.

இப்படியே நின்று கொண்டிருந்தால் எப்படி?

ஐந்தரைக்கே வந்து சேர்ந்திருந்தால் திட்டப்படி கோயிலுக்குள் ஒளிந்திருக்கலாம்.

இப்போது கோயிலைப் பூட்டியிருப்பார்கள்.

இனி நாளை மாலை வரை காத்திருக்க வேண்டும்.

அதுவரை என்ன செய்ய... எங்கு போக? இப்படி வந்து நிற்கும் விஷயம் பிரசாத்துக்குத் தெரிந்தால் காரியம் அவ்வளவுமே கெட்டுவிடும்.

அவன் கண்ணிலும் படக்கூடாது.

பேசாமல் திரும்பிவிடலாமா?

மலையுச்சிக்குப் போயிருக்கும் பேருந்து திரும்ப கீழ் வர ஒரு மணி நேரத்துக்கு மேலாகும் என்று யாரோ பேசிக்கொண்டது நினைவில் ஓடியது.

'அதுதான் சரி... போய் பேசாமல் பஸ்ஸைப் பிடித்து சேலம் போவோம். துவாரகா ஓட்டலில் தங்குவோம்.'

விஷ்வராம் திரும்பி நடக்கத் தொடங்கியபோது...

"என்ன டாக்டர் சார்... வந்தீங்க... கிளம்பிட்டீங்க..." என்றது ஒரு குரல்!

தான் யார் என்று சித்தரே தன்னைப் பற்றி நேரில் வந்து சொன்ன மாதிரி இருந்தது அந்த சித்தரனுபூதிக் கல்வெட்டுச் செய்தி.

> 'அண்டம் ஆகாசம் பிண்டம் பிசாசம்
> சர்வம் மகேசம், சித்தம் சாகசம்!
> சிகரம் அதன் ரகசியம் – சீண்டுவார் மேல்
> கொள்வோம் ஆக்ரோஷம்!'

திடுக்கிட்டுப் போனார் விஷ்வராம்.

'யார் அது தன்னை அத்தனை துல்லியமாய் அடையாளம் கண்டுகொண்டு விசாரிப்பது?' – பார்வை, குரல் வந்த திக்கைப் பார்த்தது.

அண்ணாமலை அண்ணன்!

சித்தர்பட்டியின் டாட்டா – பிர்லா... பஸ்ஸைப் பிடிக்கச் செல்லும் பாதையின் அகண்டவாக்கில் கொம்பன் என்பவனின் டிக்கடை வாசலில் பெட்ரோமாக்ஸ் வெளிச்சத்தில் பார்க்க, வெள்ளியம் பூசப்பட்ட மாதிரி தெரிந்தார்.

புன்னகையோடு விஷ்வராமை நெருங்கினவரின் பார்வையில் ஆயிரம் அர்த்தங்கள்.

விஷ்வராமிடம் குளறுபடியான மனநிலை. முகத்தில் அரைச் சிரிப்பு.

"என்னய்யா இது... ஆளே உருத்தெரியாம? கோயில்ல சட்டை போட்டுக்கிட்டு தர்பார் பண்ணினப்ப இருந்த தெனாவட்டு இப்பத் துளியும் இல்லியே? நெத்தியில பட்டை, இடுப்பில வேட்டி, ஜோல்னாப்பைன்னு குமாஸ்தா கணக்கா..."

அண்ணாமலை அண்ணன் பேசப் பேச விஷ்வராமிடம் வழிசல் கூடிக்கொண்டே போனது.

"அண்ணே, கொம்பன் ஸ்பெஷல் காபி போடவான்னு கேட்டிச்சு..." இடையில் ஒரு இடுப்புத்துண்டின் குறுக்கீடு.

"ரெண்டா போடச் சொல்... நம்ம டாக்டருக்கும் ஒண்ணு."

"இல்லே... எனக்கு வேண்டாம். நான் இப்பதான் சாப்பிட்டேன்."

"அட, ஏன்யா பொய் சொல்றீரு? பஸ்ஸை விட்டு இறங்கினதுல இருந்துதான் பார்த்துக்கிட்டிருக்கேனே..."

அந்தப் பதிலில் விஷ்வராம் லேசாக நறுக்கப்பட்டு நிமிர்ந்தார்.

"வந்ததுல இருந்து பார்த்துக்கிட்டிருக்கீங்களா?"

"அட ஆமாய்யா... என் சகலபாடி அந்த பஸ்லதான் வரேன்னு சொல்லியிருந்தாரு. அவரை எதிர்பார்த்தா நீர் வந்து நிக்கிறீர். ஆமா, என்ன நடந்துச்சு! எங்க உங்க காரு?"

"அது... அது ராசிபுரத்துல மெக்கானிக் ஷெட்ல இருக்கு. ஏகப்பட்ட பிராப்ளம்."

நடுவில் காபி நுழைந்தது.

"குடிங்க... குடிச்சுக்கிட்டே சொல்லுங்க" என்றவர், "டேய் நிக்கிறோம்ல..." கொம்பன் கடையைப் பார்த்து குரல் கொடுத்தார்.

உடனேயே இரண்டு மர நாற்காலிகள் வந்தன. இருவரும் உட்கார்ந்து கொண்டனர்.

"உம்... சொல்லுங்க..."

"சாமி தரிசனம் பண்ணலாம்னு வந்தேன், கதவை அடைச்சிட்டாங்க..."

"பயம் வந்துடிச்சாக்கும்?"

"நீங்க கேக்கறது புரியலை."

"அன்னிக்கு கோயில்ல அப்படித் தப்பா நடந்துக்கிட்டோமேன்னு நினைச்சு பயந்துட்டீங்களாக்கும். கல்வெட்டுல வேற சாவு சேதி இருந்துச்சே."

".....”

"எனக்குத் தெரியும் டாக்டர். அதுதான் எங்க சாமி சக்தி. வெளியே போய் உங்க கித்தாய்ப்பை யார்கிட்டேயாவது சொல்லியிருப்பீங்க. அவங்க உங்களை எச்சரிக்கை பண்ணி எங்க சாமி சக்தியை எடுத்துச் சொல்லியிருப்பாங்க."

"யூ ஆர் கரெக்ட்..."

"ஆமா... பஸ்ஸை விட்டு இறங்கின நீங்க நேரா பட்டர் வீட்டுக்குப் போகாம திரும்பி பஸ்ஸைப் பிடிக்கக் கிளம்பின மாதிரி தெரிஞ்சிச்சே... ஏன் ராத்திரி அவர் வீட்ல தங்கிட்டு காலையில சாமி தரிசனம் பண்ணிட்டுக் கிளம்பலாம்ல?"

விஷ்வராம், இந்தக் கேள்வியின் முன் மறியலில் அகப்பட்டுக்கொண்ட டிராக்டர் மாதிரி திணறினார்.

"தாராளமா தங்கலாம்தான். ஆனா, பட்டர் வீடு ஏற்கெனவே சிறிசு. நாம வேற போய் தொந்தரவு பண்ண வேண்டாம்னுதான்..."

"நல்ல எண்ணம்தான். நீர் ஒண்ணு பண்ணும்... என் வீட்ல தங்கும்..."

விஷ்வராம் கசங்கிப்போனார்.

"அட, அதெல்லாம் எதுக்குங்க... உங்களுக்கும் சிரமம். ராசிபுரம் என்ன தூரத்துலயா இருக்கு...? இங்க இருந்து ஒரு முப்பது முப்பத்தஞ்சு கிலோமீட்டர்."

"வெட்டியா சம்பிரதாயம் பேசாம சொல்றதைக் கேளும். டேய் இருளா..."

ஓடி வந்தான் அந்தக் குரலுக்கு ஒருவன்.

"எஜமான்..."

"டாக்டரை நம்ம தோப்பு வீட்டுக்குக் கூட்டிப் போ. வேணுங்கறதை செஞ்சு கொடு. போங்கய்யா போங்க. நான் ஒரு ஒன்பது மணி வாக்குல வர்றேன்."

தயங்கித் தயங்கி நடக்க ஆரம்பித்தார் விஷ்வராம்.

இருளன் எனும் அவன் தயக்கமின்றி நடந்து கொண்டிருந்தான்.

இருட்டு மலையில் அங்கங்கே கசியும் கோலி பல்ப் வெளிச்சங்களுக்கும், சிம்னி லாந்தர் வெளிச்சங்களுக்கும் நடுவில் எப்படி இவனால் ராஜபாட்டையில் நடக்கிற மாதிரி நடக்க முடிகிறது?

அபூர்வமாக எப்போதாவது கட்டும் வேட்டி விஷ்வராமின் காலை அடிக்கடி வாரியது.

எதற்கோ கிளம்பி எங்கோ போகும் எண்ணத்தில் கழுத்துப்பக்கம் வியர்வை நசநசத்தது.

'இப்படி அண்ணாமலை வீட்டில் தங்கப்போவது பிரசாத்துக்குத் தெரிந்தால் வந்து கத்திக் குவிப்பானோ?' மனதுக்குள் கேள்விப் பந்து உருளத் தெரியாமல் உருண்டது.

தோப்பு வீடும் வந்த மாதிரி தெரிந்தது.

அடர்ந்த மரக்கூட்டம். எல்லா ஜாதி மரங்களும் முட்டி மோதிக்கொண்டு மகாநாட்டுக்கு வந்த மனிதக் கூட்டம் மாதிரித் தெரிந்தன. இருட்டில் எந்த மரம் என்று கண்டறிய முடியவில்லை.

நடுவில் நெற்றி வகிடாய் ஒரு பாதை.

அதில் தொலைவில் உள்ள தோப்பு வீட்டின் மாடி டியூப்லைட்டின் வெளீர் நீல வெளிச்சத்தின் பாய்ச்சல்.

"பார்த்து வாங்கய்யா" என்னும் இருளன்.

"ஆமா, இதுதான் சாரோட வீடா?"

"இல்லீங்கய்யா... இதுவும் அண்ணனோட வீடுங்கள்ள ஒண்ணு."

"அவர் இங்கதான் தங்குவாரா?"

"ஆமாங்கய்யா... அவருக்கு இந்தத் தோப்பு வீடு ரொம்ப ராசி!" பேசிக்கொண்டே சருகு, தழை என்று சகலத்தையும் மிதித்துவிட்டு வாசலை எட்டியாயிற்று.

வீடா அது? ஏறத்தாழ மினி பங்களா. ஆயிரம் சதுர அடி சொச்சம். ஸ்டார் ஓட்டல் கணக்காய் பளிங்கில் இழைத்த பாத்ரூம் டாய்லெட்டும், அதில் பெர்ஃப்யூம் வாசமும்!

ஜன்னலுக்கெல்லாம் உயர்ந்த ஜாதி திரைச்சீலை.

அண்ணாமலைக்கு நவீனங்களும் பிடிக்கும் என்பதற்கு ஏகமாய்க் கட்டியங்கள். பெட்ரூமில் டிஷ் ஆன்டெனா கனெக்ஷனோடு மகா பெரிய பி.பி.எல். செட்.

"ஐயா, நீங்க தங்கிக்குங்க... கொஞ்ச நேரத்துல அண்ணனோட முத வீட்ல இருந்து சாப்பாடு வந்துரும்... குளிர்பெட்டிகூட உள்ற இருக்கு. அதுல நம்ம மலைப்பட்டையில இருந்து சேட் சரக்கு வரை சகலமும் உண்டு."

"சேட் சரக்கா?"

"ஆமாங்க. வாரம் தவறாம பம்பாய்ல இருந்து அண்ணனைப் பார்க்க சேட் ஒருத்தர் வருவாரு. அவர் பெட்டி பெட்டியா விஸ்கி, பிராந்தி கொண்டாருவாரு. அதான்..."

"உங்க அண்ணனுக்கு என்ன தொழில்?"

"நான் எடுபிடி. அவரு லட்சாதிபதி. இந்த மலையே அண்ணன் மலைதான். தனியா இன்ன தொழில்னு எப்படிங்க சொல்ல...? மர வியாபாரம், பழ வியாபாரத்துல இருந்து ஏலக்காய், காபினு கணக்கே இல்லீங்கோ..." அவன் போய்க்கொண்டே பேசி இருட்டில் கரைந்தும் போனான்.

விஷ்வராமுக்குள் புதிய இடமும், புதிய சூழ்நிலைகளும் என்னவோ செய்தன. 'யார் இந்த சேட்?' என்கிற சி.ஐ.டி. பாணி கேள்வி வேறு.

திரைச்சீலையோடு மலைக்காற்றின் சண்டை பயமுட்டியது. வெளியே மரங்களின் உரசலும், நடுநடுவே சில ஐந்துக்களின் அலறலும் வித்தியாசமாய்க் காதில் விழுந்தன.

ஒரு பெக் போட்டால் தேவலை என்று தோன்றவே, ஃப்ரிஜ்ஜைத் தேடிக் கதவைத் திறந்தது கைகள்.

அந்த அரக்குத் திரவமும் 'ஹலோ டாக்டர்!' என்றது.

"ப்ளக்... ப்ளக்... ப்ளக்..." - சோடா, தண்ணீர் என்ற எந்தக் கலக்கலுமின்றி உள்ளே தள்ளிக்கொண்டார். அச்சு அசல் வெளிநாட்டுச் சரக்கு. சுவையிலும், போதையிலும் அதன் தன்மை நாக்கில் சுள்ளாப்பு செய்து ஊர்ஜித்தது.

ரத்தம் திடுமென்று வெந்நீராகி உடம்புத் தோலே ஸ்வெட்டர் கணக்காய் மதர்த்துப் போனதுபோல் ஓர் உணர்ச்சி.

அப்படியே பக்கத்துக் கட்டிலில் மல்லாந்தார்.

டாக்டர் கே.ஆர். 'கெக்கெக்' என்று சிரிப்பது மாதிரி மனக்கண்ணில் ஒரு தோற்றம். பிரசாத் கழுத்தைப் பிடித்துத் தள்ளுகிற மாதிரியும் ஒரு தோற்றம்.

நடுவில் நட்டுவாக்கிளி கணக்காய் சித்தர் கோயிலின் கோபுரமும், அங்கே தான் தள்ளப்பட்டுக் கீழே விழுந்ததும் நினைவைக் கடித்தன.

கடிகாரத்தைப் பார்த்தார்.

மணி எட்டு!

'நாளை இந்நேரம் கோயிலுக்குள் இருப்போம். சகல மர்மங்களையும் சலித்துப் பிரித்து எடுத்துவிடலாம்.'

கே.ஆரையும், பிரசாத்தையும் அதன் பிறகு சாமான்செட்டை லாரியில் தூக்கிப் போட்டுக்கொண்டு போகிற மாதிரி போய்விட வேண்டும்.

இந்த மலைநாடே விஷ்வராம் என்றால் விழுந்து எழுந்திருக்க வேண்டும்.

ஏதோ கால்குலேட்டரைக் கையில் வைத்துக்கொண்டு ஐந்தும் மூணும் எட்டு என்று கணக்கிடுகிற மாதிரி விஷ்வராம் நினைத்துக் கொண்டிருக்கும்போது இடையில் கரண்ட் கட் ஆனது. அந்த நேரமாய்ப் பார்த்து ஜன்னலை ஒட்டி யாரோ நின்று பார்க்கிற மாதிரியும் தோன்றியது. மெல்லிய இருட்டில் அடர்ந்த இருட்டாய்!

"யாரது?" குரலுக்கு அந்த உருவம் அசைந்த மாதிரி தெரியவில்லை. கன்னங்கரேலென்றும், நல்ல பருமனோடும்...

"யாரது...?"

"ஊஹூம்... அந்த உருவம் அசையவேயில்லை."

விஷ்வராமுக்கு விதிர்ப்பு பெருக்கெடுத்தது.

எழுந்து ஜோல்னாவில் கைவிட்டு டார்ச்சைத் தட்டிவிட்ட போது பகீரென்றது.

அந்த உருவம் ஒரு மலைக்கரடி!

டார்ச் லைட்டையே ஒரு விநாடி தடுமாறவிட்டுப் பதறிப்போனார்.

சட்டென்று மின்சாரம் வந்து சூழ்நிலை வெளிச்சப்பட, அந்தக் கரடி மெல்ல அங்கிருந்து நகர ஆரம்பித்தது.

ஜன்னலை நெருங்கி விஷ்வராம் பார்த்தபோது, அது விஷ்வராமைப் பார்த்துவிட்டுத் திரும்பும் ஒரு உறவுக்கார மனிதனைப்போல் பக்கத்து மரக்கூட்டத்துக்கு நடுவில் பதட்டமேயில்லாமல் போய் ஒரு கட்டத்தில் மறைந்தே போனது. 'அப்பாடா!

அந்த விநாடியில் அக்னிராசுவை இறக்கிவிட்ட அடிவார வீட்டில் பார்த்த அந்த கறுப்பு நாயும், விஷ்வராமின் மனக்கண்ணில் முன்னிரண்டு கால்களைத் தூக்கியபடி நிமிர்ந்தது.

'அக்னி... நீதான்யா ஏதோ கோல்மால் பண்றே. என்னன்னு கண்டுபிடிக்காம இந்த மலையை விட்டு இறங்கமாட்டேன் நான்'

என்று அவர் கறுவிக்கொண்டபோது அந்த வீட்டின் முன் சிலர் பேச்சுக் குரலோடு வருவது தெரிந்தது.

அதில் அண்ணாமலை குரல் தனியாய்க் கேட்டது. "ஒளிஞ்சிருந்து நோட்டம் போட்ட பசங்க கதியைப்பத்தி அவனுக்குத் தெரியாது. நம்மகிட்ட பேச்சு கூடாது. காரியம்தான் எப்பவும். எவன் ஒளியறானோ அவனுக்கு விதி முடிஞ்சுபோச்சுன்னு முடிவு பண்ணிற வேண்டியதுதான்."

விஷ்வராம் அந்தக் கருத்தைக் கேட்டு ஒரு விநாடி வறுபட்ட மாதிரி ஆனார்.

"சரி சரி... போங்க... இது நம்ம இடம். எவனும் நாட்டாமை பண்ண முடியாது. பண்ணுன எவன் வாழ்ந்துருக்கான். இவன் வாழ்ந்துட! போங்க நான் பார்த்துக்கறேன்."

"அண்ணே, கருப்பனுக்குச் சொகமில்லைன்னு கேள்விப்பட்டேனே..."

"ஆமா... டாக்டர்கிட்டே கூடக் காட்டிட்டேன். சும்மா மலைச்சீக்குதான்னார். நாளைக்குச் சரியாயிடும். சரி சரி, நீங்க கிளம்புங்க."

அண்ணாமலை அண்ணன் தோரணையாய் உள்ளே நுழைய, விஷ்வராமின் முகம் வெளிறி வதங்கிப்போய்க் கிடந்தது.

"என்ன டாக்டர், எப்படியிருக்கு நம்ம வீடு?"

"வீடு இல்லீங்க இது... பங்களா!"

"அது சரி, ஏன் ஒரு மாதிரி இருக்கீங்க, புது இடம்கறதாலயா?"

"இல்ல... கொஞ்சம் முந்திதான் ஒரு கரடியைப் பார்த்தேன்."

"ஜன்னெல்கிட்ட வந்து நின்னுச்சாக்கும். இது ரொம்ப சகஜம். இந்த மலைக்காட்டுல கரடிங்க ஜாஸ்தி. நாம சாத்திக்கிட்டு வீட்டுக்குள்ள இருக்கறவரையில ஒண்ணும் பண்ணாது. விஸ்கி சாப்பிட்டீங்களா?"

"கொஞ்சம்... கொஞ்சம் சாப்பிட்டேன்."

"நிறையவே சாப்பிடுங்க. இது உங்க வீடு மாதிரி."

"நான் உங்களை ரொம்ப தொந்தரவு பண்றேன்னு நினைக்கறேன்."

"என்னையெல்லாம் யாராலயும் தொந்தரவு பண்ண முடியாது டாக்டர். அதுக்குப் பொறந்துதான் வரணும்!"

அண்ணாமலை அப்படிச் சொன்னதில் ஆயிரம் மாத்திரை அழுத்தம். விஷ்வராம் அதைக் கேட்டு சற்று குழம்பிக்கூடப் போனார்.

'இந்த மலையில் திரியும் பிரதான புள்ளிகளைப் புரிந்துகொள்ளவே முடியவில்லையே... இவர்கள்தான் அந்த மர்மகர்த்தாக்களோ?'

"என்ன டாக்டர் ரொம்ப மிரட்டிட்டேனா? எனக்கும் களைப்பா இருக்கு. காலையில பேசிக்குவோம். சாப்பாடு இப்ப வந்துடும். சாப்பிட்டுப் படுப்போம்."

அண்ணாமலையார் சொன்ன மாதிரி கொஞ்ச நேரத்தில் எல்லாம் சாப்பாடு வந்துவிட்டது. ராஜ சாப்பாடு. "ஏன் நீங்க வீட்ல போய் சாப்பிட மாட்டீங்களா?"

"ஒரு நாள் அப்படி... ஒரு நாள் இப்படி..."

"இவ்வளவு பெரிய வீட்ல நீங்க மட்டும் எப்படித் தனியா?"

"எனக்குத் தனிமைதான் ரொம்பப் பிடிக்கும். அது மட்டுமில்ல, இப்படித் தனியா தங்க பல காரணம் உண்டு. அதெல்லாம் சொல்லிப் பேசற விஷயம் இல்லை. நீங்க நம்ம விருந்தாளி மாதிரி. விருந்தாளிகளை விருந்தாளிகளா நடத்தினாதான் நமக்கு மரியாதை. உங்களுக்கெதுக்கு இந்தக் கச்சராத்தெல்லாம்... சாப்பிடுங்க..."

இருவரும் சாப்பிட்டார்கள். விஸ்கியையும் முடிவில் சேர்த்துக் கொண்டார்கள். என்னதான் பதார்த்தங்களின் ருசியில் நாக்கு புரண்டாலும் விஷ்வராமின் மனதில் மட்டும் இடைவிடாத திக்... திக்...

இந்த அண்ணாமலையிடம் ஏதோ மர்மம் இருப்பதாய் ஒரு தீர்மானம் வேறு.

அது சரிதான் என்பதற்குத் தோதாக நள்ளிரவுக்கு மேல் ஒரு கட்டத்தில் புரண்டு படுத்து யதார்த்தமாய் விழித்தபோது அருகில் அண்ணாமலையைக் காணவில்லை.

எங்கே போய்விட்டார்?

◆ ◆ ◆

ஜிகுஜிகுவென்று சூரியன் கிழக்கு வானில் கிளப்பிக்கொண்டு வந்துவிட்டான்.

'கக்கர கக்கர கீரிச்சிரிச்...' கற்பூர தீபாராதனையோடு கோயில் கதவு திறந்து மெல்லக் காத்திருக்கும் கூட்டத்தோடு பட்டர் உள்ளே நுழைந்தார்.

சித்தேஸ்வரர் சந்நிதியில் காலைநேரப் பூஜைகள் ஜரூராக நடந்து முடிய, பட்டர் சுனையை நோக்கி ஓடினார்.

புத்தி அந்தத் தங்கக்காசின் மேலேயே இருந்தது. அதை எடுத்துக்கொள்ளும்முன் சித்தர் சொன்னபடி சித்தேஸ்வரருக்கு மூன்று முறை சுனை நீரெடுத்து அபிஷேகம் செய்து, சொச்ச வேலைகளையும் முடித்தாக வேண்டும்.

கூட்டமும் அவ்வளவாக இல்லை. நல்லவேளை அர்ச்சனை, அபிஷேகம் என்று யாரும் வந்து ஆக்கிரமித்துக் கொள்ளவில்லை.

திடீரென்று எதிர்ப்படும் ஒரு பக்தரை "ஒரே ஒரு நிமிஷம் காலபைரவருக்குத் தீபாராதனை காட்டிவிட்டு ஓடி வந்துடறேன்" என்று நிறுத்தி வைத்துவிட்டு பட்டர் ஓடினார்.

சங்கிலிக் கட்டோடு காலபைரவனும் பட்டரைத் தன் முரட்டு விழிகளோடு வரவேற்றான்.

'கிரீச்ச்... கீச்கிச்...'

பட்டர் கிராதிக் கதவைத் திறந்து கன்னத்தில் போட்டுக்கொண்டு, சாணி உருண்டையை வாரி எடுத்தார். அவசரத்தில் சாணிக்குள்

காசை எடுக்கப் பார்த்த வேகத்தில் நசிந்து உள்ளங்கை முழுக்க அது ஒட்டிக் கசிந்தது.

நாணயமும் தட்டுப்பட்டது. சாணியை உதறி நாணயத்தை எடுத்து இடுப்புத் துண்டால் துடைத்துவிட்டு, வெளிச்சம் வந்த பக்கம் திரும்பி நாணயத்தைப் பார்த்தபோது தூக்கிவாரிப் போட்டது.

'இதென்ன அதே செப்புக்காசு. ஐயோ தங்கம் ஆகலையா? ஏன் ஆகலை... என்ன தப்பு பண்ணினோம்...?'

மனதைக் கேள்வி குடைய ஆரம்பித்தது.

உடம்பில் பதட்டம் பரவியது.

கண்களைக் கூட இருட்டும்போல தோன்றியது.

காலபைரவனை உற்றுப் பார்த்தார். சந்நிதி முழுக்கப் பார்வை ஒரு அலை அலைந்து நின்றது.

அலறிப் பூமாலை அவிழ்ந்துகிடந்தது. எண்ணெய் வற்றிய கருங்குழியாய் உள்ளங்கை அகல செம்மண் அகல்... அதில் தீய்ந்த திரியின் சாம்பல் உடம்பு.

"நான் ஒரு தப்பும் பண்ணலியே பைரவா, ஏன் இப்படி நம்பிக்கை மோசம் பண்ணிட்டே?" கை நடுங்கக் கூப்பியபடி வாய்விட்டுப் புலம்புகிறார்.

சித்தரனுபூதிக் கல்வெட்டில் இரவுக்காலத்தில் ஆலயம் எவ்வாறு இருக்கும் என்பதைத் தெரிவிக்கும்விதமான எச்சரிக்கைக் கல்வெட்டு இது:

> 'அண்டங் கருத்த நிலை அர்த்தஜாமம்; அது
> கண்டங் கருத்த சிவ சக்தி காலம்!
> பிண்டங் கொடுத்த பிதுர் அலங்கோலம் போக்க
> உண்டங்கு ஜீவ ஆலிங்கனம் – அதைக்
> கண்டாங்கு ஆடுமே பூதகணம் – காணும்தேக
> பாண்டம் ஆகுமே அக்கணமே பிணம்!'

"அப்பா... அப்பா..." அப்போது கொலுசு சத்தத்தோடு கூடிய அழைப்பு. குளித்துப் பூஜை முடித்து, ஈரம் காயாத கூந்தலில் மலைப்பூ மணக்க வந்துகொண்டிருந்தாள் லலிதா.

பாவாடை தாவணி சரசரக்க, அப்பாவை நெருங்கி உற்றுப் பார்த்தாள்.

"என்னப்பா இது... அங்கே சந்நிதியில் கூட்டம் காத்திண்டிருக்கறச்சே..." பட்டர் செப்புக்காசை லலிதா வசம் நீட்டுகிறார்.

"தங்கமாகலிடி கண்ணு..." என்கிறது உதடு விரக்தியாக.

"என்னது... தங்கமாலையா...? ஏம்ப்பா...?"

"என்கிட்ட கேட்டா... அந்தத் தெய்வத்தைக் கேளு. அதுதான் கேட்காமலே கொடுத்தது. இப்ப நிறுத்திண்டுடுத்து..."

"இருக்காதுப்பா... நன்னா பார்த்தியா...?"

"செப்புக்கும், தங்கத்துக்கும் வித்தியாசம் தெரியாதவனா இந்தப் பட்டர்... நான் ஏதாவது குத்தம் பண்ணிட்டேனா...? சாமி எச்சரிக்கிறாரா...?"

"சரி, சரி... கிளம்பு. அங்கே கூட்டம் சேர ஆரம்பிச்சுடுச்சு. எல்லாத்தையும் அப்புறமா பேசிக்கலாம்..."

ஆறுதலாய் அப்பாவைத் தள்ளிக்கொண்டு நடக்க ஆரம்பித்தாள் லலிதா.

பட்டரின் நடையில் உயிர்ப்பில்லை.

அவள் நடையிலும் துவளல்.

'சரி, அப்ப நான் கிளம்பறேன். செப்புக்காசைத் தங்கம்னு நீங்க சொன்னதெல்லாம் கப்சான்னு தெரிஞ்சுபோச்சு. நீங்களும் ஏமாந்து, என்னையும் ஏமாத்தினது போதும். இனிமேலாவது விழிப்போட இருங்க... வரேன்... பை...!' பிரசாத் காரை ஸ்டார்ட் செய்தபடி பேசுவதாக ஒரு கற்பனை அவளுக்குள் விரிகிறது.

"போயிடுவாரோ... ஐயையோ..." கண்கலங்க உடைந்து போகிறாள்.

இப்படி ஆகிவிட்டதே...?

அதிகாலையிலேயே பட்டர் கோயில் கதவைத் திறக்கும்போதே, அதிசயமாய்ப் பக்திப் பழமாய்ப் பக்தர்கள் கூட்டத்தில் பிரசாத்தும் இருந்தான்.

பக்தர் கூட்டமும், பட்டரும் சித்தலிங்கேஸ்வரர் சந்நிதியை நோக்கி நடக்க, நடுவிலேயே பிரகார இருட்டுக்குள் ஒரு

திருட்டுப் பூனைபோல் வெட்டிக்கொண்டு நுழைந்துவிட்ட பிரசாத், காலபைரவர் சந்நிதி நோக்கி வெகுவேகமாய் நடக்க ஆரம்பித்தான்.

செப்புக்காசு தங்கமாயிருக்குமா...?

மூடி வைத்த பசுஞ்சாணி முந்தின இரவில் பார்த்த மாதிரியே வைத்தது வைத்த விதமாய் இருக்க, அதனுள் விரலை நுழைத்தான் பிரசாத்.

பயத்தோடு சுற்றும்முற்றும் பார்வை அலைகிறது.

விரல் நுனியில் அந்த நாணயத்தின் நெருடும் ஸ்பரிசம்.

வெளியே எடுத்தபோது மெல்லிருட்டில் அது தங்கம்தானா என்கிற தடுமாற்றம்.

ஒரிடத்தில் சூரியக்கதிரின் பக்கவாட்டுப் பாய்ச்சல். பிரகாரச் சுவரில் மேல்போக்கில் காற்றுப்போக்குக்கென அமைந்த காரை ஜன்னல் வழியில் சுளீரென்று உள்ளே நுழைந்துவிட்ட ஒளிக்கற்றைகள், பிரசாத் நீட்டிய நாணயத்தின் மேல் பட்டு ஜாலம் செய்தது.

பசும்பொன் என்பதற்கு உத்தரவாதம் அந்த விநாடியே கிடைத்தது. இருந்தாலும், ஆசாரியிடம் கொடுத்துப் பார்த்து ஊர்ஜிதப்படுத்திக்கொள்ள வேண்டும்.

பிரசாத் முகத்தில் பட்டாசு கொளுத்தினதுபோல் கலவரம். 'கதவைப் பூட்டிவிட்டால் ஈ, காக்கைகூட உள்ளே நுழையமுடியாத ஓர் ஆலயத்தில் இது எப்படிச் சாத்தியம்...?' சிறுட்டென்று விடைக்கும் பாம்பின் படவிரிப்பாய்க் கேள்வி.

அந்தத் தங்க நாணயத்தை ஒரு கையில் வைத்துக்கொண்டு, பதுக்கியிருந்த செப்பு நாணயம் ஒன்றை வெளியே எடுத்துப் பார்த்தான்.

பட்டரின் வீட்டில் பூஜை மாடத்தில் இதேபோல் பல செப்பு நாணயங்கள்! இவற்றைத்தான் பட்டர் சாணிக்குள் வைத்துத் தங்கமாக்கிக் கொள்கிறார்.

இதோ அங்கிருந்து கொண்டுவந்த அந்தச் செப்புக் காசில் இன்னொன்று!

விநாடியும் தாமதிக்காமல் அந்தச் செப்புக்காசைத் திரும்பவும் சாணிக்குள் வைத்துப் பழைய மாதிரியே பட்டர் வைத்த தினுசில் காலபைரவர் காலடி அருகில் வைத்துவிட்டுத் தங்க நாணயத்தோடு அங்கிருந்து சிட்டாய்ப் பறக்க ஆரம்பித்தான்! அந்தச் செப்பு நாணயத்தையே எடுத்துப் பார்த்து மனமொடிந்துபோனார் பட்டர்.

◈ ◈ ◈

"இந்தத் தங்கக் காசு உங்களுக்கு எங்கே கிடைச்சது...?" காளப்பநாயக்கன்பட்டியில் ஆசாரியின் கேள்வியில் ஆயிரம் மடங்கு ஆச்சரியம்.

"ஏன்... தங்கம்தானே...?" - இது பிரசாத்.

"தங்கமா...? சொக்கத்தங்கம் தம்பி இது. இந்த மாதிரி விசேஷத் தங்கம் இப்ப இந்திய மார்க்கெட்ல வர்றதேயில்லையே! இருபத்து நாலு காரெட்டுன்னு சொன்னா, அதுகூடக் குறைவு தம்பி இது... எனக்குத் தெரிஞ்சு பஸ்பம் தயாரிக்கிற சாமியார்கள், சித்தர்கள்தான் இந்த மாதிரி தங்கத்தை வெச்சிருப்பாங்க. இரண்டு மடங்கு பணம் தரேன்... எனக்குத் தர்றீங்களா...?"

ஆசாரி பேசப் பேச ஆடிப்போனான் பிரசாத்.

"ரொம்ப நன்றி... நான் விக்க வரலை..." என்றபடி அந்த நாணயத்தோடு கிளம்பினான்.

'ஆசாரி சொன்னதைப் பார்த்தால் சித்தரோ, சாமியாரோதான் செய்திருக்க வேண்டும். அந்த மலைக்காடே நம்பித் தொழும் சித்தேஸ்வரசாமிதான் அந்தச் சித்தரா... இல்லை, வேறு யாராவதா...? பூட்டிய கதவுக்குள் எப்படி உள் நுழைய முடியும்...?' கேள்வி... கேள்வி... கேள்வி...!

மண்டையே குழம்பிப்போகிறது பிரசாத்துக்கு.

கூடவே, 'இந்தத் தங்கக்காசு கிடைக்காத சோகத்தில் பட்டரும், லலிதாவும் என்ன நினைத்துக் கொண்டிருக்கிறார்களோ...?

லலிதாவை இஷ்டத்துக்கு சதாய்க்கலாம்...' என்று வாலிபக் குறும்பான நினைப்பும் ஊஞ்சல் கட்டுகிறது.

காரில் திரும்பும்போது மலைப்பாதையில் ஆசிரமத்துப் பைத்தியங்கள்... அந்தோணிமுத்துதான் வழிநடத்திக் கொண்டிருந்தான். அந்தக் கூட்டத்தில் அந்தோணிமுத்துக்குத் தண்ணிகாட்டிக் கொண்டிருந்தார் டாக்டர் கே.ஆர்...!

காரை விட்டு இறங்கி ஆர்வப்பெருக்கோடு, "அப்பா..." என்றபடி ஓடினான் பிரசாத்.

அவனைப் பார்த்தும் பார்க்காத மாதிரி அவர் சேட்டையில் இருந்தார்.

"சார்... உங்கப்பா இப்ப எவ்வளவோ மாறிட்டார். சீக்கிரம் குணமாகலாம்..." என்றபடி சலிப்போடு பிரசாத்தை நெருங்கினான் அந்தோணிமுத்து.

"அதுசரி, இப்ப எங்கே போறீங்க...?"

"தவளைச்சித்தர் கேணிக்குத்தான்..."

"தவளைச்சித்தர் கேணியா...?"

"ஓ... நீங்க ஊருக்குப் புதுசோ...? தவளைச்சித்தர் கேணி பற்றி உங்களுக்கு என்ன தெரியும்...? இந்த மலையில எவ்வளவோ சித்தருங்க வாழ்ந்திருக்காங்க... அதுல தவளைச்சித்தர் ரொம்ப வித்தியாசமானவர். தான் இருந்த இடத்தைவிட்டு அவர் வெளியே வந்து நடமாடினதே கிடையாது. அவர் இருந்த மலைக்குகை கிட்ட ஒரு கேணி இருக்கு. அதுல சந்திரகிரகணம் வரும்போது குளிச்சா ரொம்ப நல்லது. குறிப்பா பைத்தியங்களுக்கு ரொம்ப ரொம்ப நல்லதாம்..."

"அதான் குளிக்கக் கூட்டிப் போறியா...?"

"ஆமாம்... இன்னிக்குச் சந்திரகிரகணமாச்சே... போயிட்டு வேகமா திரும்பணும். இந்தப் பைத்தியங்களோட போய் திரும்பறதுன்னா சும்மாவா...? அதுசரி... நீங்க எங்கே சார் போயிட்டு வர்றீங்க...?"

"சும்மா அடிவாரம் வரைக்கும் போயிட்டு வரேன்..."

"உங்க கார்ல ஏறி, இந்த மலைநாட்டை ஒரு சுத்துச் சுத்தி வரணும்னு ஆசையா இருக்கு சார்..." அந்தோணிமுத்து காரை ஆசை ஆசையாகப் பார்த்துப் பேச...

"அதுக்கு என்ன... சுத்தி வந்துட்டாப் போச்சு. எப்ப வர்றே அந்தோணிமுத்து...?"

"வரேன் சார், ஊமைச்சாமிக்குத் தெரியாம வரணும்... தெரிஞ்சா கோவிப்பார்!"

"இதுல கோவிக்க என்ன இருக்கு...?"

"நீங்க வேற... அவருக்கு எதுலயும் பற்றுதல் உள்ளவங்களையே பிடிக்காது. சேவைக்கு எதிரி ஆசைங்கற கொள்கை உடையவர். சாமி சர்வசாதாரணமா இரும்பைத் தங்கமாக்கியிருக்கு. அதுக்குத் தெரியாத ரசவாதம் கிடையாது... ஆனா, அந்தத் தங்கத்தையே மதிக்காது!"

"இரும்பு தங்கமாகுமா...?"

"இரும்பு மட்டுமா... செப்பு, வெள்ளி, ஏன்... தகரம்கூட அவங்க மனசு வெச்சா தங்கமாயிடும். சரி சார், ரொம்பப் பேசிட்டேன்... வரேன்..." என்று அந்தோணிமுத்து கூட்டத்தை வளைத்துக்கொண்டு அந்தத் தவளைச்சித்தர் கேணியை நோக்கி நடக்க ஆரம்பித்தான்.

அவன் பேசிய விஷயங்களில் இப்போது பிரசாத்தின் மனதில் குறுகுறுப்பு...

'செப்பு, வெள்ளிகூடத் தங்கமாகிவிடும் என்றானே... ஒருவேளை, எல்லாம் இந்த மலைச்சாமி வேலையாகக்கூட இருக்குமோ...? ரசவாதத்துக்கு அவ்வளவு சக்தியா...?'

எல்லாமே ஹம்பக் என்ற உறுதியான நினைப்பின் அஸ்திவாரம் இப்போது பிரசாத்துக்குள் ஆடத் தொடங்கியிருந்ததது.

❖ ❖ ❖

வாசல்புறம் கார் வந்து நிற்கும் சத்தம் கேட்டு எட்டிப் பார்த்தாள் லலிதா. காரிலிருந்து இறங்கும் தோரணையில் பிரசாத், அவளை ஒரு அசத்து அசத்துகிறான்.

தன்னை மறந்த கிறக்கம் லலிதாவிடம். உடம்பின் டீன்-ஏஜ் ஊற்றெல்லாம் பீறிடுகிறது.

வாலிபத்தின் குருட்டுக் கண்கள் இப்படித்தான் மலங்க மலங்க விழிக்குமோ...?

"என்ன லலிதா டல்லாயிருக்கே...? தங்கக்காசு வந்துதா...?" கேள்வியோடு வாசல் திண்ணையில் அமர்ந்தபடி ஷூவைக் கழற்றத் தொடங்கினான் பிரசாத்.

"அது இருக்கட்டும்... எங்கே போயிட்டு வரேள்...? அதை மொதச் சொல்லுங்க. மணி உங்களைத் தேடிப் போயிருக்கான்..."

"அடிவாரம் வரை லலிதா... நீ என் கேள்விக்குப் பதில் சொல்லு... என்ன ஆச்சு தங்கக்காசு... கிடைச்சுதா...? காட்டு, பார்க்கலாம்...!"

"ப்ச்ச்ச்..." லலிதா கண்களில் நீர் திரள, தலை சரித்தாள்.

"என்ன பேச்சைக் காணோம்...?"

"இல்ல... இல்ல..."

"என்ன இல்ல...?"

"ஒருக்கால் காசு தங்கமாகலைன்னு தெரிஞ்சா என்ன பண்ணுவேள்...?" தலையை நிமிர்த்தாமலே கேள்வி.

"உடனே 'டாட்டா' சொல்லிட்டுக் கிளம்பிடுவேன். நீ என்ன சொன்னே... 'ஆகியே தீரும், அப்ப சாமியை நம்புங்கோ'ன்னுதானே சொன்னே... ஆனா, நீ இப்பப் பேசுறதைப் பார்த்தா சம்திங ராங்... என்ன ஆச்சு...?"

"வெச்ச செப்புக்காசு அப்படியே இருக்கு... சித்தர் ஏமாத்திட்டார்..."

"என்னது... காசு தங்கமாகலையா...? அப்ப சித்தர், அது இது எல்லாம் கப்சா... நான் கிளம்ப வேண்டியதுதான்..." பிரசாத்

சதாய்க்க ஆரம்பித்த வேளையில், மணிசுந்தரமும், பட்டரும் உள்ளே நுழைந்தார்கள்.

"எங்கே பிரசாத் சொல்லாமகொள்ளாமப் போயிட்டே...!"

"அடிவாரம் வரை சும்மா போயிட்டு வந்தேன்... அதை விடு. இங்கே விஷயத்தைக் கேள்விப்பட்டியா...? காசு தங்கமாகலையாம்...!"

"தெரியும்..."

"தெரியுமாவா...?"

"ஆமா... இனி நீ இங்கே தங்கமாட்டே, கிளம்பிடுவேங்கறதுகூடத் தெரியும். நீளப்பொய், குட்டப்பொய், அகலப்பொய்னு இங்கே ஆயிரம் பொய்கள்... இந்தத் தங்கக்காசு பொய்யாவது வெட்டவெளிச்சமாச்சே... அந்த மட்டும் சந்தோஷம் தான்..."

"அது பொய் இல்லடா... ஏதோ குற்றம். அதான் அப்படி ஆயிடுத்து..." கால் அலும்பும்போது குறுக்கிட்ட கையோடு, பட்டர் கொல்லைப்பக்கம் போய்விட்டார்.

"சரி, இனிப் பேசிப் பிரயோஜனமில்லை... இங்கே இருக்கறதுல அர்த்தமுமில்லை. அப்பாவைத் திருப்பி அழைச்சுண்டு கிளம்ப வேண்டியதுதான். ஆசிரமம்வரை போயிட்டு வந்துடுவோமா...?" பிரசாத் கேட்ட மறுவிநாடி எந்திரம்போல் அதற்குத் தயாரானான் மணிசுந்தரம். விருட்டென்று உள் ஓடி, சமையல்கட்டில் ஒளிந்தாள் லலிதா. கண்ணிரண்டும் பிழிந்த எலுமிச்சைத் துண்டாய் நீரைக் கொட்டவிட்டது.

சங்கோஜத்தோடும், கொஞ்சம் உரிமையோடும் அந்த சமையல்கட்டுக்குள் நுழைந்தான் பிரசாத்.

அழுபவளை ரசிப்போடு பார்த்தான். "போயிட்டு வரட்டுமா...?"

"வாங்கோ..."

"ஏன் அழறே...?"

"நான் அழுவேன்... சிரிப்பேன்... உங்களுக்கென்ன...?"

"எனக்கென்னவா... நான் உன்னோட வுட்பீ..."

"அதெல்லாம் சும்மா... வுட்பீயா இருந்தா போறேன்னுவேளா...?"

"நீயும் வா, கூட்டிண்டு போறேன்..."

"அப்பா வெட்டிப் போட்டுடுவார்... எல்லாம் முறையா நடக்கணும்..."

"இப்ப நான் உன்னைக் கட்டிப்போடப் போறேன்... கையை நீட்டேன்..."

"எதுக்கு...?"

"நீட்டுன்னா..." அவள் விசும்பலோடு கையை நீட்டினாள்.

கையா அது... பால் வெளுப்பாகவும், மருதாணிச் சிவப்போடும் தழைந்த பீன்ஸ் பிஞ்சுபோலத் தளதளப்பான விரல்கள்...

"எத்தனை அழகுக் கை லல்லி உனக்கு..." என்ற கொஞ்சலோடு அதைப் பிடித்து வருடத் தொடங்கினான் அவன். அவன் உருகத் தொடங்கினாள்.

கண்களை மூடிப் பரவசம் கொண்டாள்.

அப்படியே நெகிழ்ந்து கண் திறந்தபோது, அவள் உள்ளங்கையில் அந்தத் தங்க நாணயம்!

"சித்தர் செப்புக்காசைத் தங்க நாணயமா தந்தது நிஜம்தான் லலிதா... நான்தான் உங்களைச் சோதிக்க, நடுவுல புகுந்து இந்தக் காசை எடுத்துண்டு பதிலுக்கு ஒரு செப்புக்காசை வெச்சுக் கொஞ்சம் தடுமாற வெச்சேன்..." விஷயம் பட்டறை எட்டியபோது, பரவசத்தோடு கன்னத்தில் போட்டுக் கொண்டார்.

"இப்படியா விளையாடறது...?" என்று செல்லமாகக் கோபித்துக்கொண்டார். மணிசுந்தரம் மட்டும் இதையெல்லாம் பார்த்து இளக்காரமாய்ச் சிரித்தான்.

"என்ன பிரசாத்... எனக்கே காதுகுத்தப் பாக்கிறியா...? என் தங்கைக்காக நீ இங்கே தங்க ஆசைப்பட்டா, அதை நேரடியாகச் சொல்... இப்படிக் காசு வந்தது நிஜம்னு சொல்லி,

அவனை முட்டாளாக்கின மாதிரி என்னையும் முட்டாளாக்கப் பார்க்காதே..."

மணிசுந்தரத்தின் தீர்க்கம் பிரசாத்தைச் சிரிக்கச் சொல்கிறது. சரியான அரைச் சிரிப்பு.

"மணி, நம்பவும் முடியலை... நம்பாம இருக்கவும் முடியலை... அதான் என் நிலை. சந்நிதியில செப்பு தங்கமானது நிஜம்... இது என் நேரடி அனுபவம். இதுக்கும், தான் லலிதாவைக் காதலிக்கிறதுக்கும் முடிச்சுப்போட்டுச் சிந்திக்காதே மணி..."

"ஸாரி பிரசாத், நான் உணர்ச்சிவசப்பட்டுட்டேன்... ஆனா, ஒண்ணு உறுதி... இதுல என்ன தில்லுமுல்லு இருக்குன்னு நிச்சயம் நான் கண்டுபிடிப்பேன்.. எப்படியும் இந்த மர்மங்களை அம்பலப்படுத்துவேன்... இது சத்தியம்..." ஆவேசப்பட்டான் மணிசுந்தரம்.

"வேண்டாம் மணி... அப்படியெல்லாம் பேசாதே..." என்று அவன் தோளை வந்து பக்கவாட்டில் கட்டிக்கொண்டாள் லலிதா.

அங்கே மௌனம் வந்து அனைவரையும் கட்டிக்கொண்டது. மலைக்காற்றும் கூட வெளியில் மௌன விரதியைப்போல் சத்தமின்றி வீச, வானில் சூரியனை மேற்கு வெகுவேகமாய்த் தன்வசம் இழுத்துக்கொள்ளத் தொடங்கியது.

ஆலயத்தின் வாசலில் திறந்த மார்போடு ஜோல்னா பை சகிதம் விஷ்வராம்!

ஒரு பக்தரைப்போல் பணிவாக உள்ளே நுழைந்தவர், பத்து விநாடிகளுக்குள் காற்றில் கரைந்துபோகும் கற்பூரம் போல... ஆலய இருளில் பிரகாரத்துக்குள் காணாமல் போய்விட்டிருந்தார்.

சூரிய அஸ்தமனத்தைத் தொடர்ந்து கதவை இழுத்து முடியுமாகியும் விட்டது. உள்ளே, விஷ்வராம்...!

❋ —————— ❋

சிவபூஜையின் சிறப்பைச் சொல்லிக் கொண்டிருந்தது நந்திபீடக் கல்வெட்டு:

> 'செல்வ தேக சுகம் நடராஜ பாதாரம்
> வில்வ கல்ப பலம் சிவபூஜா ஆதாரம்
> பிரதோஷ வலம் தோஷ பரிகாரம்
> விசேஷம் என்றும் சிவ வந்தனை சாரம்!'

கோயிலின் நிலைக்கதவைச் சாத்திப் பூட்டியாகிவிட்டது. உள்ளே ஒருவர் பதுங்கிக்கிடப்பது தெரியாமல் பட்டர் தீபாராதனையெல்லாம் காட்டிவிட்டு விழுந்து சேவிக்கிறார்.

இனி விடியற்காலை சூரியன் எப்போது வருவான் என்று காத்திருந்து கதவைத் திறக்க வேண்டும்.

பட்டர் நடக்க ஆரம்பித்தார்.

"சாமி... காலையில கதவைத் திறக்கறீங்களே... உள்ள ஏதாச்சும் மாற்றம் தெரியுதா?" ஒருவர் உடன் நடந்தபடி கேட்டார்.

"தெரியாமலா? தெய்வீக தேஜோமயமான்னா இருக்கு சந்நிதி. புஷ்பாஞ்சலியெல்லாம் சமயங்கள்ல நடந்திருக்கு."

"அப்ப மலைச்சித்தர்கள் உள்ளார நுழைஞ்சு பூஜை செஞ்சுட்டுத் திரும்பறாங்கன்னு சொல்றது நிஜம்தானா சாமி?"

"அது நிஜமான்னு தெரியாது. ஆனா, நம்ம ஸ்வாமியை மாதிரி ஒரு புதிரான ஸ்வாமியை மாதிரி ஒரு புதிரான ஸ்வாமியை நான் பார்த்ததும் இல்லை... கேள்விப்பட்டதும் இல்லை."

வாஸ்தவம்தான்!

மூடிக்கொண்ட கதவுக்குள்ளே கண்ணைக் கரிக்கிறது இருட்டுக் குவியல். தன் டார்ச் லைட்டை அதனுள் அடித்து ஓர் ஒளிவட்டம் உருவாக்கிக்கொண்ட விஷ்வராம் மறைந்துகிடக்கும் தூணுக்குப் பின்னால் இருந்து மெள்ள வெளிப்படத் தொடங்கினார்.

காதைக் கசக்கும் ஒருவகை கடூர அமைதி. எங்கும் ஓர் ஒற்றைச் சில்வண்டின் சத்தம்கூடக் கேட்காத நிசப்தம்.

கோயில் என்றால் வெளவால் அடைந்தாக வேண்டும். ஆனால், இந்தக் கோயில் விதிவிலக்கு... என்ன காரணத்தாலோ தெள்ளுப்பூச்சிகூட உள்ளே வருவதில்லை.

வெளிச்ச வட்டம் வழிகாட்ட தேங்கித் தேங்கி நடந்தார் விஷ்வராம். தோளில் தொங்கும் ஜோல்னாவில் இருந்து காமிராவைப் பிரித்தெடுக்கிறது இடது கை.

'எதிரில் ஏதாவது தென்படாதா?

சித்தர்களாமே... எப்படி இருப்பார்கள்? அம்மணமாய் வந்து போவார்களோ?

இல்லை சித்தன் என்று சொல்லிக்கொண்டு இந்த அண்ணாமலை ஏதாவது ஃப்ராடு வேலை பார்க்கிறானா?' நடந்தபடியே கேள்விப் பந்தடிக்கிறது மனது.

கோயிலையே ஒரு சுற்றுச் சுற்றி வந்தாகிவிட்டது.

சுனையருகே வந்தபோது அநியாயத்துக்கு ஒரு குளுமை. பத்து ஏ.ஸி. பெட்டியை வைத்துக் குளிர்ப்படுத்தின மாதிரி இருந்தது.

டார்ச் லைட்டைச் சுனைக்குள் செலுத்தியபோது ஒழுங்கில்லாத பக்கவாட்டுப் பாறைச் சுவர்கள்.

பதினைந்தடி ஆழத்தில் ஸ்படிகமாய்த் தெரிந்தது நீர். தேங்கிக்கிடக்கும் நீரில் காற்றுப் பட்டதுபோல் தளும்பல் வேறு!

எங்கிருந்து காற்று வருகிறது?

எப்படி இங்கு மட்டும் இத்தனை குளுமை...?

சுற்றிச் சுற்றி வந்தது ஒளிவட்டம். எங்கும் சின்னக் கீறல்கூட இல்லாத தூண் பிரகாரங்கள் ஹேவென்று அவரை வெறிக்கின்றன. ஆச்சரியம் அவரை வாரிச் சுருட்டி வாயில் வைத்து மெல்ல பார்த்தது.

எல்லாமே லாஜிக்குக்கு வெளியே நின்று அவரைக் குடையும்போது 'ஓம்...' என்கிற தீர்க்கமான ஒரு குரலின் பிரசன்னம்.

விஷ்வராம் விதிர்த்துப்போய் டார்ச் லைட்டை அணைத்துவிட்டுக் கூரை புறாபோல் சுனையை ஒட்டி ஒடுங்கிக்கொண்டார். வலதுகை துப்பாக்கியைத் தேடி எடுத்து ட்ரிக்கரில் ஒரு குண்டைத் தட்டிவிடத் தயாராகி விட்டிருந்தது.

'ஓம்...

ஓம்...

ஓம்...'

குரலின் பிரசன்னத்தில் பிரகாரத்தில் லகுவான எதிரொலி. நெடுநேரம் அந்த ஓம் சத்தத்தைத் தவிர வேறு எதுவுமே காதில் விழவில்லை. விஷ்வராமிடம் நடுக்கம் தளர்ந்துபோய்ச் சற்றே தெம்பு பெருகி வர ஆரம்பித்தது.

எழுந்துகொண்டார். வேட்டியை மடித்துக் கட்டிக்கொண்டு காமிராவை வலது தோளில் மாட்டிக்கொண்டு, இடது தோளுக்கு ஜோல்னா பை ஏற்றியபோது பாக்கெட் டேப் ரிக்கார்டர் நிரடியது.

ஏன் இந்தச் சத்தத்தைப் பதிவெடுத்துக் கொள்ளக்கூடாது?

'படக்...' சுவிட்ச் ஆன்... நடக்க ஆரம்பித்தார்.

ஓம் இப்போது பருத்து 'சித்தேஸ்வராய நமஹ' என்று விஸ்தரிப்புக்கு வந்தது. சத்தம் சித்தேஸ்வரர் சந்நிதி உள்ளிருந்து வந்து கொண்டிருந்தது.

அதற்குத் தோதாக அந்தச் சந்நிதிக்கு வெளியே தீப வெளிச்சங்களின் மெலிதான மஞ்சள் ஒளி. நெருங்க, நெருங்க குபீரென்று நாசிக்குள் ஏறியது, 'மகிழும் செண்பகம் மனோரஞ்சிதம்' என்கிற மணமான பூக்களின் வாசனை. சந்நிதிக்கும் புஷ்பாஞ்சலி நடந்துகொண்டிருந்தது. சித்தேஸ்வர லிங்கம் மேல் பூக்கள் விழுந்து கொண்டிருந்தன. ஆனால், யாரும் இல்லாமல் பூக்கள் மேலிருந்தும் பக்கவாட்டில் இருந்தும் விழுந்து கொண்டிருந்தன.

விஷ்வராமின் பூனை விழிகளில் பிரமிப்பு ஒரு கரணம் அடித்து நின்றது.

இதுதான் சித்து வேலையா?

எட்டிப் பார்க்க, கால்கள் பரபரத்தன. லேசான பயத்தில் கண்டங்குழி துடித்தது. சட்டென்று சத்தம் நின்றுபோக, மணியோசையின் கலகல சத்தம்.

நோ... தாமதிக்கக் கூடாது. காமிராவை லோட் செய்து சந்நிதியை க்ளிக்கிக் கொண்டார். டேப் ரிக்கார்டர் ஓடிக் கொண்டேயிருந்தது.

"உள்ளே யாரு?" விஷ்வராம் உதடுகள் பிரிந்து ஒலி எழுப்பிவிட்டன. எந்தப் பதிலும் இல்லை.

"உள்ளே யாருன்னு கேட்டேன்... வெளியே வா."

ஊஹூம் பதில் இல்லை. அவரது 'வெளியே வா' அழைப்பின் வா மட்டும் பதினேழு முறை 'வா வா வா வா' என்று எதிரொலித்துத் தேய்ந்து அடங்கிப்போனது.

"இதென்ன ரகசிய பூஜை" – விஷ்வராமிடம் அடுத்த கேள்வி. ஊஹூம்... 'அமைதி அமைதி அமைதி... பதிலில்லாத அமைதி!'

"இந்த இருபதாம் நூற்றாண்டில் இன்சாட் உலகில் இதெல்லாம் என்ன மாய்மாலம்?"

அலறினார் விஷ்வராம். கழுத்தில் காமிரா தொங்க, ஜோல்னாவுக்குள் டேப் ஓடிக்கொண்டிருக்க, கைவசம்

துப்பாக்கியோடு புலிக்கு முன்னால் நிற்பது போன்ற பாவலாவோடு தன் மூக்குக் கண்ணாடி வழியே ஊடுருவிப் பார்ப்பதில் பயமும், தைரியமும் தெரிந்தன.

நடுவில் நாயின் ஊளைச் சத்தம் ஒன்றின் ஆரம்பம்.

'போச்சுடா... அந்தக் கொலைக்கார நாயா அது...?' ஓடிப்போய் தூண் பின்னால் ஒளிந்துகொண்டார். 'வா நாயே... வா... என்னிடம் உன் பாச்சா பலிக்காது.' துப்பாக்கியோடு தயாராகி விட்டார்.

தீப ஒளி மட்டுப்பட்டுக்கொண்டே வந்தது. அகோரச் சிரிப்பொலி ஒன்று ஆரம்பமாகியது.

'ஹஹ்ஹா... ஹஹ்ஹா...' அதன் எதிரொலியில் கூரையெல்லாம் நடுங்கியது. குறுக்கிட்டுக் காதில் புகுந்தது திரும்பவும் நாயின் ஊளைச் சத்தம்.

'தப் தப் தப்' என்றும், 'ஹக் ஹக் ஹக்...' என்று இளைப்பெடுக்கும் சத்தமும் இழைந்து வருகின்றன.

அருகிலேயே அந்த நாய் வந்துவிட்டதா? அதுதான் காலபைரவர், கத்திரிக்கா பைரவரா?

விஷ்வராம் நாவண்ணங்களைத் தொட்டு எழும்பிய இதயத்தைத் திரும்ப அதன் இடத்துக்கு அழுந்தத் தள்ளிவிட்டு நடுங்கும் சுரத்தோடு சுற்றிச்சுற்றிப் பார்த்தபோது சிருட்டென்று அவரைத் தாண்டி அந்த நாய் ஓடிப்போனதோ?

நின்று பார்க்க அவகாசம் இல்லாத வேகம்... டார்ச்சைத் தட்டிவிட்டு ஒளிவட்டத்தை அது போன திக்குக்குப் பாய்ச்சியபோது, எதுவும் தெரியாதபடி குரூரமாய் இரண்டு கண்கள் மட்டும் தெரிந்தன.

சிரிப்பொலி மட்டும் கேட்டுக்கொண்டேயிருந்தது. சடக்கென்று அந்தக் கண்களை காமிராவுக்குள் பிடித்து அடக்கினார் விஷ்வராம்.

கண்கள் தெரிந்த திக்கில் கைத்துப்பாக்கியின் ட்ரிக்கரைத் தட்டிவிட, ஈயத்தோட்டா சீறிப் பறந்தது. சத்தம்தான் பெரிதாகக் கேட்டது. மற்றபடி எந்த எதிர்விளைவும் இல்லை.

திரும்பவும் சந்நிதியில் 'ஓம்' சத்தம்... மணிகளின் கலகல ஒலி. குபீரென்ற சாம்பிராணிப் புகை மூட்டம். அந்தப் புகை மூட்டத்தில் பிரகாரமே வெண்பனிக் காடாய் மாறினதுபோல் தோன்றியது.

அதன் நடுவில், "எங்களை அறிய வந்தவனே. உன்னை முதலில் அறிந்துகொள். எங்கள் ஏகாந்தத்துக்கு எதிராகச் செயல்படுவதை விட்டு வணங்கி வளம் பெறு..." என்று ஓர் அறிவுரை.

கணத்தில் அனைத்தும் அடங்கிப் புகை விலகி, அந்த ஆலயம் தன் பழைய இயல்பு நிலையில் அசாத்திய அமைதியில் ஆழ்ந்துபோனது.

சித்தேஸ்வர லிங்கம் முன் சின்னதாய் ஒரு மணி தீப ஒளி மட்டும்!

காமிரா, ஜோல்னா என்று சகலத்தையும் நின்ற இடத்தில் போட்டுவிட்டு டார்ச், துப்பாக்கி சகிதம் சந்நிதிக்குள் எட்டிப்பார்த்தார் விஷ்வராம்.

கருவறைக்குள்ளேயே காலை வைத்துவிட்டார். டார்ச் ஒளியோடு மேலும் கீழுமாய்ப் பார்த்தார். அனைத்தும் அப்படி அப்படியே இருக்க, யாரும் வந்துபோன தடயமே இல்லை. மாறாகத் தரையின் காயாத ஈரம் காலைப் பிடித்து இழுத்தது.

சந்நிதிக்கு வெளியே வந்தபோது அவர் காலின் ஈரத்தடங்கள் மட்டுமே பதியத் தொடங்குகின்றன. தரைப்பரப்பு முழுக்க டார்ச்சின் ஒளி வெள்ளம் வேறு யாருடைய தடயங்களாவது இருக்கிறதா என்று தேடித் தேடிப் பார்க்கிறது. துப்புரவாக எதுவும் இல்லை.

'என்ன ஒரு அதிசயம்?!' அவரிடம் வாய்விட்ட புலம்பல். ஆமோதிப்பதுபோல் மிகத் தொலைவில் கேட்டது நாயின் ஊளைச் சத்தம்!

❖❖❖

டேப் ஓடத் தொடங்கியது.

ஓம் ஒலிக்கத் தொடங்கியது.

"கேளு பிரசாத்... கேளு பிரசாத்... உள்ள பதுங்கியிருந்து துணிச்சலா நான் ரிக்கார்ட் செய்த சவுண்ட் இது."

கண்ணாடியைக் கழற்றித் துடைத்தபடி விஷ்வராம் பேசுவதைக் கேட்டு. பிரசாத் அதிர்ந்துபோனான். "உங்களை நான் ஊருக்குத்தானே போகச் சொன்னேன்" - கத்துகிறான்.

"நீ போன்னா நான் போயிடணும், வான்னா வரணுமா? முதல்ல இந்த டேப்பைக் கேளு... உள்ளே போயிட்டுச் சாகாம வெளியே வந்திருக்கேன். காரணம், என்னோட திறமையும் துணிச்சலும்தான்."

"இதை நாங்க நம்ப முடியாது..." லலிதா குறுக்கில் புகுந்தாள்.

"முழுசா டேப்பை கேட்டுட்டுப் பேசும்மா. நான் அங்க இருக்கற மர்மத்தை நேர்லேயே பார்த்துட்டு வந்தவன். பார்த்ததை போட்டோவும் பிடிச்சிருக்கேன்."

"என்ன பார்த்தேன்... எதைப் பார்த்தேன்?"

"நிதானம்... நிதானம்! உங்க சித்தேஸ்வர ஸ்வாமி லேசுப்பட்டவர் கிடையாதுங்கறதை ஒப்புக்கறேன் நான். அது ஒரு அபூர்வம்தான்..."

அதுவரை பேசாதிருந்த மணிசுந்தரம் அதைக் கேட்டுச் சிருட்டென்று நிமிர்ந்தான்.

"என்ன டாக்டர் விஷ்வராம் சார்... நீங்களும் பல்டி அடிக்கிறேனே... அவனோ பயம் வந்துடுத்தா உங்களுக்கும்?"

"நான் சொல்றதை முதல்ல கேளு. உள்ளே நிஜமாலுமே புரிபடாத விஷயங்கள் நடக்கின்றன. சித்தர்கள் வந்து பூஜை பண்ற மாதிரி தெரியுது. ஆனா... யாருடைய உருவத்தையும் என்னால பார்க்க முடியலை. குரலை மட்டும் கேக்க முடிஞ்சது. அதையெல்லாம் ரிக்கார்ட் பண்ணியிருக்கேன். சிலவற்றை

போட்டோவும் பிடிச்சிருக்கேன். பிரிண்ட் போட்டுப் பார்த்துட்டு நம்பிட்டுப் போங்க."

"அது சரி... உள்ளே நுழைஞ்ச யாருமே வெளியே உயிரோட வந்தது கிடையாது. நீங்க மட்டும் வந்திருக்கீங்க. இதை நாங்க நம்பவா?"

"நான் உள்ளே ஒளிஞ்சதும் நிஜம்... இப்போ உயிரோட இருக்கறதும் நிஜம்."

"காலபைரவர் உங்களை எப்படி விட்டுவெச்சார்?" - லலிதா.

"எனக்கு அதுக்கெல்லாம் விடை தெரியாது. ஆனா, நான் உயிரோடு வெளியே வந்திருக்கற முதல் ஆள்!"

"கல்வெட்டு சேதிப்படி யாரும் உயிரோட தப்பவே முடியாதே. அது தேவ ரகசியமாச்சே, நீங்க பார்த்தேங்கறதும், போட்டோ பிடிச்சேங்கறதும் பொய்...!" லலிதா அழுத்தமாகப் பேசினாள்.

"யெஸ் அங்கிள்! நானும் லலிதா கட்சிதான். நீங்க ஏதோ நாடகம் ஆடறீங்க."

"ஐயோ பிரசாத்... இது நாடகம் இல்ல. உண்மை. ப்ளீஸ் பிலீவ் மீ. இந்த போட்டோவைப் பார்த்துட்டாவது நம்பு."

"நோ... எல்லாமே உங்க செட்டப். கோயிலை எதிர்த்து என்னைக் கூப்பிட்டுப் பார்த்தீங்க. நான் வரமுடியாதுன்னுட்டேன். இப்ப இங்க எந்த மர்மமும் இல்லைனு சொல்லி என்னைக் கூப்பிட்டுண்டு போலாம்னு பார்க்கறீங்க. உங்களை நான் நம்பத் தயாரில்லை."

விஷ்வராம் அதைக் கேட்டு அப்படியே சோர்ந்துபோனார். நெடுநேரம் எதுவும் பேசவில்லை. டேப்பில் அந்தப் பதிவுகளின் சத்தம். யாரும் அதில் ஒன்றவேயில்லை.

'சே... இதற்குத்தானா இத்தனை கஷ்டப்பட்டோம்...' மனதில் விரக்தியின் அரும்பல். உதட்டில் உஷ்ணப் பெருமூச்சு.

பின்மண்டையில்   இரு   கைகளையும் கோத்துப் பிடித்துக்கொண்டு மார்பை நிமிர்த்தி, உதடைப் பிதுக்கி, "சித்தேஸ்வரா..." என்று முணுமுணுத்தார்.

விஷ்வராம் மனது நொறுங்கிப்போனது. மணிசுந்தரம் அவரது தோளில் கைகளை ஆதரவாக வைத்து அழுத்தினான்.

"வாங்கோ... ராசிபுரம் போய் போட்டோவை பிரிண்ட் போட்டுப் பார்ப்போம். மற்றதை அப்புறமா பேசிக்கலாம்."

அடுத்த விநாடியே மூவரோடும் பிரசாத்தின் சியாரா சீறியது.

பிரிண்ட் போட்டு போட்டோக்களை சுவரில் வைத்து மூடி எடுத்து வந்து நீட்டினான் கடைக்காரன். விஷ்வராம் அதை ஆவலாக வாங்கினார்.

ஓடி வந்து காருக்குள் ஏறிக்கொண்டு சரசரவென்று கவரைக் கவிழ்த்துக் கொட்டிப் புகைப்படத்தைப் பார்க்க ஆரம்பித்தார்.

இடவலமாகப் பிரசாத்தும், மணிசுந்தரமும் ஆவலாகப் பார்க்கத் தொடங்க, மூவர் முகமும் அந்தப் புகைப்படங்களால் வெளிற ஆரம்பித்தன.

"நோ... நோ..." பெரிதாக நடுங்கியபடி அலறத் தொடங்கியது விஷ்வராமின் உதடு.

சித்தரனுபூதிக் கல்வெட்டில் பற்பலச் செய்திகள். தமிழ்ப் பாடலாய் அதைச் சிரமப்பட்டு வடிவமைத்துப் பார்த்தபோது...

> 'நெடுமுடி காணச் சென்ற பிரம்மனே
> பிழை செய்து பெற்றான் சாபம்!
> இடும்பணி செய்யாது சிலர் கொடும்பணி
> செய்து சேர்க்கிறார் பாவம்!
> பாபத்தின் உச்சமே மரணம்!'

புகைப்படத்தைப் பார்த்து அலறிய விஷ்வராமை ஊன்றிவெறித்தான் பிரசாத். புகைப்படம் முழுக்க வெறும் சூலாயுதம்! அதிலும் சித்தேஸ்வர ஸ்வாமியை ஃபோகஸ் செய்து எடுத்த படத்தில் அந்த லிங்க ஸ்வரூபத்துக்குப் பதில் சூலாயுதம் மட்டுமே கிண்ணென்று நிற்கிறது.

சட்டென்று நெகடிவ் சுருளை உயர்த்தி வெளிச்சத்தில் பிடித்துப் பார்த்தபோது அதிலும் சூலாயுதம் தெரிந்து, ஸ்டூடியோவில் யாரும் எந்தப் பித்தலாட்டத்தையும் செய்துவிடவில்லை என்றது அது.

"அங்கிள் என்ன இது... வெறும் சூலாயுதமா?"

"நான் நடந்ததை எல்லாம், பார்த்ததை எல்லாம் துணிச்சலாகப் படம் எடுத்தேன். இந்தச் சூலாயுதத்தை அப்ப நான் பார்க்கலை.

பட், இப்ப இதுல அதுதான் பிரிண்ட் ஆகியிருக்கு. எனக்கு ஒண்ணும் புரியலை பிரசாத். எல்லாமே அதிசயமா இருக்கு!"

"அதிசயம் எதுவுமே இல்லை... திரும்பவும் சொல்றேன். எல்லாமே ஃப்ராடு!"

"நோ பிரசாத். நீ அந்த மலையையிவிட்டு வரவேண்டாம். உன் பிரியம் போலவே செயல்படு. ஆனால், நான் சொல்றது சத்யம்."

"எப்படி அங்கிள்... எப்படி நம்பறது இதை?"

"நாம இன்னிக்குப் பதுங்கி இருந்து பார்த்துடுவோமா பிரசாத்?" மணிசுந்தரம் தோளைப் பிடித்து இழுத்துக் கேட்டான்.

அப்போதுதான் அந்த போட்டோவையே அவர்கள் பார்த்தனர்.

அதில் இருளின் பின்புலத்தில் பளிச்சென்று அந்த வார்த்தைகள்... கோலமாவினால் தரையில் எழுத்தாக எழுதப்பட்டு...

'ஏகாந்தமே ரகசியம்
அதை அறிந்த நீ மரணிப்பதும் நிச்சயம்!'

விஷ்வராம் அதைப் படித்துவிட்டு ஸீட்டின் பின்பக்கம் மல்லாந்தார்.

"அங்கிள்... அங்கிள்..." பிரசாத்தின் அழைப்புக்குக் காதோரம் ஒழுகிய வியர்வை பதில் சொன்னது.

"கவலைப்படாதீங்க... இதெல்லாம் ஃப்ராடுதான். இப்பவும் சொல்றேன் இதெல்லாம் ஃப்ராடுதான்..." மணிசுந்தரம் ஆறுதல் கூறப் பார்த்தான், தொடர்ந்தான்.

"பிரசாத்... ஒளிஞ்சிருந்து பார்த்துட வேண்டியதுதான். என்ன சொல்றே?"

பிரசாத்திடமும் ஒரு அசாத்திய மௌனம்.

அவன் கைகள் டேப்பைத் தட்டிவிட... அதில் இப்போது 'ஹஹ்ஹா... ஹஹ்ஹா' அலறல்!

"அச்சு அசல் வில்லன் சிரிப்பு. அன்புமயமான கடவுளுக்கு இப்படி எல்லாம் சிரிக்க வராதுன்னு நினைக்கிறேன்..."

"அது கடவுளோட சிரிப்பில்ல பிரசாத். சித்தரோட சிரிப்பு..."

"யாருதா இருந்தாலும் கவலையில்ல... எல்லாமே தெலுங்கு சினிமா மாதிரி இருக்கு..."

"இப்ப விளக்கங்கள் கிடக்கட்டும். விஷ்வராம் அங்கிளைத் தேத்தியாகணும். அங்கிள்... உங்களுக்கு ஒண்ணுமில்லையே!"

"நோ... நான் குழம்பியிருக்கேன்...!"

"தெளியறதுக்காகக் குழம்பறதுல தப்பு இல்ல... பிரசாத்... காரை எடு!"

சியாரா நாட்டியக் குலுக்கலுடன் கிளம்பியது. அதன் உலோகக் கூரைமேல் சூரியனின் கதகளி.

◈ ◈ ◈

"**கா**ரை நிறுத்து பிரசாத்!" திடீரென்று கத்தினான் மணிசுந்தரம்.

'கிரீச்ச்...' கார் சத்தத்துடன் தேய்ந்து நின்றது.

"அதோ உங்க அப்பா தனியாளா அந்த ஒத்தையடிப் பாதைல!" சொல்லிக்கொண்டே கீழே இறங்கி கே.ஆர். போகும் வழியிலே ஓடத் தொடங்கினான் மணி.

"அட ஆமா... இவர் எங்க இப்படித் தனியா சுத்த ஆரம்பிச்சுட்டார்." அவசரமாகக் கதவைத் திறந்துகொண்டு மணிசுந்தரத்தைத் தொடர்ந்தான் பிரசாத்.

மணிசுந்தரம் ஆவாரம் புதர் சரிவில் இறங்கிப் பிரண்டைச் செடிகள் காலை உரச ஓடினான்.

"டாக்டர்... டாக்டர்..." அவன் அலறலைக் கேட்டு கே.ஆர். பயந்து வேகமாக நடக்க ஆரம்பித்தார்.

"போகாதீங்க! நில்லுங்கோ... நில்லுங்கோ..." மணிசுந்தரம் கால்களில் ஒலிம்பிக் வேகம், சிடுக்கெடுத்து தடுத்த வேட்டியை மடித்துக் கட்டிக்கொண்டே ஓடினான்.

மணியைத் தொடர்ந்து நூறு அடி தூரம் ஓடியிருப்பான் பிரசாத். செடிகளை விலக்கிக்கொண்டு மணிசுந்தரத்தை அதற்குமேல் தொடர முடியவில்லை. எப்படியும் அப்பாவை மணி கூட்டிவருவான் என்ற நம்பிக்கையில் திரும்பவும் காரை நோக்கி நடந்தான் பிரசாத். சாலையில் அநாதையாக இருந்தது கார். விஷ்வராமைக் காணவில்லை.

எங்கே போனார் இந்த அங்கிள்? பதட்டத்தோடு காருக்குள் பார்த்தான். ஸீட்டில் பளிச்சிட்டது அந்தக் கோல எழுத்து போட்டோ... குடலை நண்டு கடித்த மாதிரி இருந்தது. "அங்கிள்..." சத்தம் வெடித்துச் சுற்றும்முற்றும் பாய்ந்தது. விழிகளிலும் வளைப்பு.

எதிர்ப்பக்கம் ஒரு ஒற்றையடிப்பாதை அவனை அழைத்தது.

ஆவாரம் தழைப் புதரில் இறங்கி அந்தச் சரளைமண் பாதையில் ஸ்கார்ப்பியன் ஷூக்களின் விஷ்க் விஷ்க் சத்தமுடன் ஓடினான்.

"அங்கிள்... அங்கிள்..." பூமராங்காக எதிரொலியில் திரும்பி வந்தன சொற்கள்.

நெடுந்தூரம் கத்தியபடி ஓடி ஒரு இடத்தில் நின்று நான்கு மணிச் சூரியனை மேற்கின் நாற்பது டிகிரி சரிவில் பார்த்துக் கண்களைக் கசக்கிவிட்டுக் கொண்டபோது முனகல் சத்தம் கேட்டது.

சத்தம் வந்த திக்குக்குத் தாவி ஓடினான். தரையில் ரத்தச் சகதியாக விஷ்வராம்!

"அங்கிள்...!"

அபிஷேக நிமித்தம் சந்நிதியைச் சுத்தம் செய்து சுவாமியின்மேல் சாத்தியிருந்த மாலையை அகற்ற ஆரம்பித்தார் பட்டர்.

ஒரு மாலையைத் தொட்டுத் தூக்கியபோது சரக்கென்று கீழே காத்திருந்த மாதிரி விழுந்தது ஒரு தாழம்பூ மடல்.

'அட... சுவாமி மடல்!' பட்டர் தீப ஒளி அருகில் மடலைக் கொண்டுசென்று எழுத்துக் கூட்டிப் படிக்க ஆரம்பித்தார்.

"அம்பலம் அடைந்தவனை என்பலம் காட்டி
மன் பதம் சேர்த்து விட்டேன்
திங்களும் ஞாயிறும் திருவோடு வலம்வரும் அம்பல
மங்கலம் காத்துவிட்டேன்
எங்கணும் செல்லட்டும் என் சேதி
எவரும் இனி அம்பலம் ஏக வேண்டாம்
பாழ்படும் எமது நெறி காக்கவே உரைக்கிறோம்
தாழ் படும் கதவு
இனி பகலிலும் திறக்க வேண்டாம்!"

தூக்கிவாரிப் போட்டது பட்டருக்கு. அப்போது அங்கு வந்த அண்ணாமலையார் கூட அதைக் கேட்டு அதிர்ந்துபோனார்.

"கோயிலை இனி திறக்கவே திறக்காதீங்க. அப்படியே விட்டுருங்கடான்னு சொல்லுதோ சாமி..."

"ஆமா... புனருத்தாரணம் பண்றதுக்கு முந்தி எப்படி இருந்ததோ அப்படி..."

"மன்பதம் சேர்த்துட்டேன்னா?"

"எமன் பதம்... அதாவது உசுரை எடுத்துட்டேன்னு..."

"யார் போய்ச் சேர்ந்தது...?"

அண்ணாமலையின் கேள்விக்குப் பதில் அங்கே வேகமாய் உள்ளே நுழைந்த லலிதாவிடம் கிட்டியது.

"அப்பா... விஷ்வராம் அங்கிள் செத்துட்டார்ப்பா! சொல்லச் சொல்ல கேக்காம கோயில்ல ஒளிஞ்சு இப்படி ஆயிடுத்துப்பா..."

"என்ன சொல்றே லலிதா?"

"ஆமாம்பா... நேத்து அவர் கோயிலுக்குள்ள யாருக்கும் தெரியாம ஒளிஞ்சுண்டு இருந்துருக்கார். காத்தால வெளிய வந்து அதை எங்ககிட்டச் சொன்னார், நாங்க நம்பலை. டேப்

ரிக்கார்டர்ல இங்க நடந்ததை எல்லாம் பதிஞ்சுண்டு வந்து அதைப் போட்டெல்லாம் காட்டினார்..."

"என்னம்மா சொல்ற நீ... டேப் ரிக்கார்டர் அது இதுன்னு..."

"ஆமாங்க... உள்ள என்ன நடக்குதுன்னு கண்டுபிடிக்கணும்... அதுக்காக ஒளிஞ்சவர் போட்டோகூட எடுத்துருக்கார்... அப்படி எடுத்த போட்டோவுல எதுவுமே விழாம வெறும் திரிசூலம் திரிசூலமா தெரிஞ்சிருக்கு...!"

"சித்தேஸ்வரா... என்னென்னமோ நடந்திருக்கே. எவ்வளவுதான் சொன்னாலும் கேட்காம இப்படி அடிக்கடி நடந்துடுதே..."

◈ ◈ ◈

பட்டர் வீட்டுத் திண்ணைமேல் விஷ்வராமின் சிவந்த உடல் ஒரு வேட்டியால் கழுத்து வரை மூடி மலைப்பூக்களால் அவசரமாய்த் தொடுத்த மாலையைப் போட்டு அவரைக் கிடத்தியிருந்தான் பிரசாத்.

கிடத்திவிட்டு, தோய்ந்த பால்போல் முகம் வெளுத்துப்போய் தூர நின்று கொண்டிருந்தான்.

சுற்றிலும் மோவாய்க்கட்டையில் விரல் வைத்த நிலையில் ஜனத்திரள்.

"ஆங்காரமா இந்த ஆள் ஊருக்குள்ள கார் ஓட்டி வரும்போதே தெரியும்... இப்படிச் சாகப் போவுதுன்னு..."

"என் வாக்குப் பொய்யாவும், உன் வாக்குப் பொய்யாவும், அவன் வாக்கு மட்டும் ஆகவே ஆகாதுங்கறது திரும்பவும் மெய்யாயிடிச்சு பார்த்தியா?"

"கோயிலுக்குள்ள ஒளிஞ்சிருந்து பார்த்திச்சாம்ல. எதுக்கு இந்த ஆளுக்கு வேண்டாத வேலை...?"

ஜனங்களிடம் பிரஸ்தாபிப்புகள்.

நடுவில் குடைந்துகொண்டு ஓடிவந்தார் பட்டர். கூடவே லலிதா, அண்ணாமலை அண்ணன் எல்லாரும்!

வந்தவர் விஷ்வராமைப் பார்த்துச் சிலை மாதிரி நின்றார்.

"சாகத்தான் என் ஊருக்கு வந்தீராய்யா... இப்படின்னு தெரிஞ்சிருந்தா உங்களை என் வீட்டுல தங்க வெச்சிருக்காம துரத்தி அடிச்சிருப்பேனே..."

மனம் உடைந்து புலம்பினார் அண்ணாமலை.

"இனியும் வரிசையா சாவு விழ வேண்டாம்னுதான் சாமி கோயிலை ஒரேயடியா இழுத்து மூடச் சொல்லிடுச்சு போல இருக்கு. எங்கே எதிர்காலத்துல தன்னைக் கொலைகாரச்சாமின்னு ஜனங்க சொல்லிடுவாங்களோன்னு சாமியே பயந்துட்ட மாதிரிதான் தெரியுது... செட்டியார் என்னடான்னா, 'ஜனங்க கூட்டம் கூட்டமா வரணும். வியாதியெல்லாம் நீங்கி சௌக்கியமா திரும்பணும்'னு லட்சக்கணக்குல சொந்தக் காசைப் போட்டுக் கோயிலைக் கட்டினாரு. கட்டின கோயிலுக்குக் கும்பாபிஷேகம் கூட இல்லாம இப்படியா சாவுங்க வரிசையா விழுந்து சங்கடப்படுத்தும்?"

அண்ணாமலையாரிடம் உக்கிரமான புலம்பல்.

"என்னது... கோயிலை இனி திறக்கவே கூடாதா?"

"அட ஆமலே... கோயில்ல உத்தரவு வந்திருச்சு. சாமி பெரிசா, மனுஷன் பெரிசாங்கற போட்டிங்க இனி வராது பாரு."

"உள்ளார என்ன நடக்குதுங்குற குடைச்சலும் இனி கிடையாது... உள்ளார ராத்திரியானா சித்தர் சாமிங்க வந்து பூஜை பண்றாங்களாம். அவங்களை யாரும் பார்த்துடக் கூடாதாம். அதனாலதான் இத்தனை கண்டிப்பு..."

"பார்த்தா என்ன... அவங்க தலை திரும்பிக்குமோ?"

"முண்டம்... முண்டம்! வாயைக் கழுவு. சாவுங்களைப் பார்த்தும் பயப்படாம பேசிக்கிட்டு... யாராச்சும் பார்த்தா அவங்க சக்தியெல்லாம் போயிடுமாம்."

ஊர் அதற்குள்ளாகவே விதம் விதமாகப் பேச ஆரம்பித்துவிட்டது. பயம் கட்டிக்கொண்ட மனங்கள்

மிகையாகவே சகலத்தையும் எடுத்துக்கொண்டு கன்னத்தில் கூடப் போட்டுக்கொள்கின்றன.

இத்தனைக்கும் நடுவில் ஓடிவந்தான் மணிசுந்தரம். அலைக்கழிந்த மாதிரி தெரிந்தான்.

"பிரசாத் என்ன இது... எப்படி ஆச்சு! நீ எங்க போனே... விஷ்வராமுக்கு எப்படி இப்படி ஆச்சு? அங்கிளைக் காப்பாற்ற எவ்வளவோ முயற்சி செய்தோமே" கதறினான் மணி.

"எனக்குத் தெரியாது மணி. உன்னைத் தொடர்ந்து நான் ஓடிவந்தேன். நீ வேகமா ஓடிட்டே... நான் காருக்குத் திரும்பினா அங்கே விஷ்வராமைக் காணோம்... கொஞ்சம் எதிர்ப்பக்கம் போய்ப் பார்த்தா ரத்த வெள்ளத்தில் கிடந்தார்... ஆமாம்... ரொம்ப நேரம் உனக்காகக் காத்திருந்தேனே... நீ எங்கே போய்ட்டே மணி?"

"அதை ஏன் கேக்கறே. வழியில அந்த ஒற்றையடிப்பாதை வழியா உன் அப்பாவைப் பார்த்து அவரைப் பிடிக்க ஓடினேனா... என்னைப் பார்த்த அவர் ஓட... அவரைத் துரத்தி நான் ஓட... ரொம்ப தூரம் போயிட்டோம்... வேறே வழியில்லாம அவரை ஆஸ்ரமத்துல கொண்டு விட்டுட்டேன். பாடாபடுத்திட்டாரு."

"எவ்வளவோ ஜாக்கிரதையா இருக்கப் பார்த்தும் விஷ்வராம் அங்கிளுக்கு இப்படி ஆயிட்டதே..."

அதைக் கேட்ட மணிசுந்தரம் வாய்மூடிப் போனான். விஷ்வராமை நெருங்கிக் கண் இமைக்காமல் அவரைப் பார்த்தான்.

அவர் பயந்தபடியே எல்லாம் நடந்துவிட்டன.

நூல் பிசகாமல் எல்லாம் நடக்கின்றன.

பார்க்க இயற்கையாய், ஆனால் சிந்திக்கக் கரடுமுரடாய்...

தலையைச் சிலிப்பிக்கொண்டு அவரது உடல்கிடக்கும் திண்ணையின் ஓரமாய் நடுங்கி அமர்ந்தான்.

"உடம்பை போஸ்ட்மார்ட்டத்துக்கு அனுப்ப ஏற்பாடு பண்ணுங்க. இவர் மனைவி, மக்கள் எங்க இருக்காங்க! அவர்களுக்குத் தகவல் தரணும்."

அண்ணாமலையின் பேச்சைத் தொடர்ந்து விஷ்வராமின் உடல் காரில் ஏற்றப்பட்டது.

"நாளைக்குக் கோயில் விஷயமா செட்டியாரையும் வெச்சு ஒரு நல்ல முடிவுக்கு வருவோம். எல்லாரும் குளத்துக்கரைக்கு வந்துடுங்க..." என்றார் அண்ணாமலை.

◇ ◇ ◇

"பிரசாத்..." லலிதாவிடம் இழைவான அழைப்பு. அவன் பார்க்கிறான்.

"விஷ்வராம் சாவு உங்களை ரொம்பப் பாதிச்சுடுத்துன்னு நினைக்கறேன். ஸ்ரீகாந்த செத்தப்போ மணியும் இப்படித்தான் இருந்தான்."

பிரசாத் அதைக் கேட்டு விரக்தியாகச் சிரித்தான்.

"இந்த சிரிப்பெல்லாம் வேண்டாம் பிரசாத். சாதாரணமா ஒரு தாய்க்கோழி தன் குஞ்சுக்குக் கஷ்டம் வரும்போது எதிரி யாரா இருந்தாலும் பாஞ்சு வந்து கொத்தறது. அப்படி இருக்க, தவ சக்தியால தெய்வநிலையை அடைஞ்சுட்ட சித்தர்கள் விஷயத்துல விளையாடினா இப்படித்தான் அவாளும் பதிலுக்குப் பண்ணுவா."

"உன் லாஜிக் தப்பு லலிதா."

"திரும்பவும் சொல்றேன். உங்க சிந்தனைகள்தான் தப்பு. செய்யக்கூடாதுங்கறதை ஏன் செய்யனும்?"

"எது செய்யக்கூடாத செயல் ராத்திரியில் என்ன நடக்கறதுன்னு பார்க்கறதா...?"

"ஆமா..."

"ஸாரி... உங்கிட்ட நான் இனி கோயில் விஷயம் பேசறதா இல்லை..."

"உங்ககிட்ட நானும் அதைத் தவிர வேறு எதையும் பேசறதா இல்லை."

"போட்டியா?"

"இல்ல... அக்கறை! உங்களுக்கும் விஷ்வராம் கதி வந்துடக் கூடாதுங்கற அக்கறை!"

"இந்த மாதிரி விஷயத்துல ஒதுங்கி ஓரம்போறதை விட போராடிச் சாகறதை நான் பெருமையா நினைக்கிறேன்."

"சபாஷ் பிரசாத்... நூறு தடவை அதை இந்த மரமண்டைக்குச் சொல்லு." மணிசுந்தரமும் வந்து சேர்ந்துகொண்டான்.

"கோயிலைத் திறந்து சாமிகிட்ட உத்தரவு கேக்கறதுன்னு முடிவாகியிருக்கு." குரலோடு அந்தச்சமயம் பார்த்து உள்ளே நுழைந்தார் பட்டர்.

"சுவாமிகிட்ட உத்தரவா?" பிரசாத்.

"ஆமாம்... ஸ்வாமி தாழைமடல்ல நம்பகிட்ட எழுதிப் பேசற மாதிரி நாமளும் சுவாமிகிட்ட எழுதிக் கேட்கலாம். பதில் சொல்வார். கோயில் வேணும்னு ஊர் விரும்பறது. தப்புக்கு மன்னிப்புக் கேட்டுண்டு திறந்து வைக்க அனுமதி கேட்கப்போறோம்!"

"அப்ப அவரும் பேனா பேப்பர்லாம் வெச்சிண்டிருக்கார்னு சொல்லுங்கோ!"

"அபத்தமா பேசாதீங்க. எழுதிப் பேசறது ஒண்ணும் புது விஷயம் கிடையாது. திருவிளையாடல் புராணத்துல அதுக்குச் சான்றுகள் உண்டு."

"அப்ப எங்க அப்பாவுக்கு இன்னும் குணமாலை எதனாலன்னு சொல்வாரா?"

"பக்தியோட கேட்டுப் பாருங்கோ... பட்டு பட்டுன்னு பதில் வரும்."

"ஆனா பிரசாத்... சுவாமியை நம்புங்கோ... ஒரு தடவை மனசார நம்பிச் செயல்பட்டுப் பாருங்கோ... அப்புறம் தெரியும் அவர் மகிமை!" லலிதா உள் நுழைந்து தூக்கிவிட்டாள்.

"ஓகே லலிதா... சுவாமிக்கிட்ட கேட்டுடுவோம். என்ன சொல்றார்னுதான் பார்ப்போமே..." என்றான்.

✳ —————— ✳

கருவறைச் சந்நிதி அபிஷேக நீர் வந்து விழும் கல்தொட்டியிலும் கூடவா செய்தி?

> 'ஓலைபோக்கி நாயனின் குலை போக்கிய வாலனின்
> மாய நோக்கினை ஞாலத்தில் யாரறிவாரோ?
> தாலத்தில் சேதி வைத்துத் தாள் பணிந்தவர்க்கு
> குலக் கரத்தவன் நேயத்தில் நேர் நிற்பானே!'

ஊர் ஒன்று திரண்டிருந்தது.

கோயிலுக்கு வெளியே நாலு கால் மண்டபத்தின் கீழே மண்டபப் படிக்கட்டுகள். மேலே வைரவன் செட்டியார் நடுநாயகமாகத் தெரிந்தார்.

"எல்லோருக்கும் திரும்ப ஒரு தடவை சொல்லிக்கிறேன். கோயிலை மூடி வைக்கறதுல எனக்கு ஆட்சேபணையில்ல. சாமி பேச்சுக்கு மறுபேச்சு ஏது? ஆனா, அதுக்குத்தானா நான் லட்சங்களைக் கொட்டிக் கோயிலைத் துப்புரவு செஞ்சேன்? கோணப்புத்திக்கார மனுஷங்க சிலரோட செயலுக்காகக் கோயிலை மூடிவெச்சா நம்பிக்கை உள்ளவங்க யார்கிட்ட போய்க் குறைகளைச் சொல்லி அழுவாங்க?

எங்களுக்குக் கோயில் திறந்திருக்கணும். இனி தப்பு வராம பாத்துக்குவோம்.

கதவைச் சாத்தும் முன்ன ஊர்க்காரங்கள்ளே நாலுபேர் தினமும் உள்ள ஒரு ரவுண்டு வந்து யாரும் ஒளிஞ்சிருக்காங்களான்னு பார்த்துடறோம். அதுமட்டுமில்ல... தினமும் ராத்திரி முழுக்க ஒரு கூட்டம் கோயிலைச் சுத்தி இனி காவல் காக்கும்.

மத்தபடி சாமி சொல்ற மாதிரி எல்லாம் கேக்க நானும் இந்த ஊரும் தயாரா இருக்கோம். என்னப்பா சொல்றீங்க?" என்று வைரவன் செட்டியார் கேக்க...

"பட்டர் சாமி, நீங்க போங்க. நம்ம கோரிக்கை எழுதின தாழம்பூ மடலைச்சந்நிதியில வெச்சுப் பூட்டிட்டு வாங்க. நாளைக்கு என்ன பதில் வருதுன்னு பார்ப்போம்" அண்ணாமலையார் பட்டருக்குக் கட்டளையிட்டார்.

ஈரத் தேகத்துடன் ஆலயக் கதவைப் பட்டர் திறக்கிறார்... ஒரு கூட்டமே பின்னால் உள்ளே நுழையத் தயாராக இருக்கிறது. ஏறத்தாழ எல்லோர் கைகளிலும் தாழம்பூ மடல். அதில் சித்தேஸ்வர ஸ்வாமிக்கு வேண்டுதல்!

இறுதியாக பிரசாத்தும், லலிதாவும் கோயிலுக்குள் நுழைந்தனர். லலிதாவின் வசம் நீண்ட தாழம்பூ மடல் ஒரு பாலிதீன் தாளில் சுருட்டி வைத்திருந்ததை வெளியே எடுத்து பிரசாத் எதிரே விரித்தாள். கல்யாணப் பத்திரிகைக்குத் தடவுவது மாதிரி தாளின் நான்கு முனைகளிலும் மஞ்சள் குங்குமம்!

"படிங்கோ பிரசாத்!"

அவனும் படிக்கத் தொடங்கினான்:

"ஸ்வாமி... பிரசாத்தான் இப்போ என்னோட ஜீவன். அவரையே நான் கல்யாணம் பண்ணிக்க உங்க

அனுக்கிரகம் வேணும். அதோட அதைவிட முக்கியமா என் மாமனாரா வரப்போற டாக்டர் கே.ஆர்.ங்கற கல்யாணராமனோட பைத்தியம் சீக்கிரமா குணமாகணும். உங்க கருணை உள்ளம் இந்த விஷயங்களுக்கும் பதில் தர பிரார்த்திக்கிறேன்!"

படித்தவனுக்குப் பரவசமாகிப்போனது. கண்கள் பனிக்க லலிதாவைப் பார்த்தான்.

"லலிதா, சித்தேஸ்வர ஸ்வாமி இங்க இருக்காரோ இல்லியோ. உன்னோட இந்த அன்புக்காகவாவது அவர் எங்க இருந்தாலும் வந்துடுவார்னு நான் நினைக்கறேன். துளிகூடச் சந்தேகமில்லாத இந்த மாதிரி நம்பிக்கைகள் நிச்சயம் வீண்போகக்கூடாது லலிதா. வீண்போகக்கூடாது..."

நெகிழ்ந்துபோய்ப் பேசினான். கோயிலாகப் போய்விட்டது. இல்லாவிட்டால், இழுத்தணைத்து முத்தத்தில் அவளை மூழ்கடித்திருப்பான் போலத் தோன்றியது.

◇ ◇ ◇

விடிந்துவிட்டது... தங்கத்தட்டில் தீப்பிடித்த மாதிரி சூரியன். அவனுக்காகவே காத்திருந்த பட்டர் பெரிதாகக் கன்னத்தில் போட்டுக்கொண்டு கதவைத் திறந்தார். கூடவே பெருங்கூட்டம். பளிச்சென்று லலிதா! 'என்ன பதில் வருமோ... எப்படிப்பட்ட பதில் வருமோ?' என்கிற எதிர்பார்ப்பில் வைரவன் செட்டியாரும், அண்ணாமலை அண்ணனும், அக்னிராசுவும்கூடக் குளிரைப் பொருட்படுத்தாமல் திறந்த மார்போடு அந்தக் கூட்டத்தில் தெரிந்தனர்.

பட்டர் ருத்ரம் உச்சரிக்கும் உதட்டோடு உள்ளே நுழைந்தார். சந்நிதி முழுக்க அப்போதுதான் பூஜை செய்த மாதிரி தீப தூப வாசம். குறிப்பாகத் தசாங்கம் தகனித்த மாதிரி நறுமணம்.

சந்நிதியில் சித்தேஸ்வரர், மலர்க்குவியல் நடுவில் அணையாத பஞ்சமுகத் தீபங்களின் ஒளியில் கம்பீரமாகத் தெரிகிறார்.

முந்தின இரவில் சந்நிதி முழுக்க வைக்கப்பட்ட ஓலைகள் எல்லாம் எங்கு போயிற்றோ, என்ன ஆனதோ என்றே தெரியவில்லை!

பிரதானமான பதில் ஓலையை சித்தேஸ்வர சிவலிங்கத்தின் தலைப்பாகத்தில் பார்க்க முடிந்தது.

கற்பூர ஆரத்தி காட்டிக் கன்னத்தில் போட்டுக்கொண்ட கையோடு நெகிழ்ந்துபோய் அந்தப் பதில் ஓலையைக் கையில் எடுத்தார் பட்டர்.

தீப ஒளியில் வாசித்துவிட்டு நெகிழ்ச்சியுடன் திரும்பினார்.

"பட்டர் சாமி... நல்ல பதில்தானே?"

"சீக்கிரம் சொல்லுங்க... சாமி கோவிச்சுக்கலை தானே?"

"கோவிச்சுக்கலை... கோவிச்சுக்கலை... திரும்பக் கோயிலைத் திறந்து வைக்க ஸ்வாமி உத்தரவு தந்துவிட்டார். கூடவே, ஐதீகக்கோளாறு வராம பார்த்துக்கச் சொல்லியிருக்கார்..." என்றபடி ஓலையை வைரவன் செட்டியார் எதிரில் நீட்ட, செட்டியார் அதை வாங்கிக் கண்களில் ஒற்றிக்கொண்டார்.

படித்துப் பார்த்துவிட்டுப் புளகாங்கிதப்பட்டுப் போனார்.

"உலகத்திலேயே பேசற சாமி இது ஒண்ணுதான்..." என்றபடி பக்திச் சிலிர்ப்போடு கன்னத்தில் போட்டுக்கொண்டார்.

எல்லோர் கவனமும் செட்டியாரின் மேல் இருந்தபோது, லலிதா மட்டும் மலங்க மலங்கச் சந்நிதியையே பார்த்துக் கொண்டிருந்தாள்.

பட்டரை பிடித்து உசுப்பி, "அப்பா... எனக்கு என்ன பதில்னு தெரியலையே?" என்றாள்.

பட்டர் உள்ளே ஓடினார். மலர்க்குவியலைக் களைந்தார்... சுற்றிச்சுற்றிக் கூர்ந்து பார்த்தபோது, மலர்க்குவியலிலேயே தட்டுப்பட்டது அந்தத் தாழை ஓலை.

"லலிதா... உன்னையும் ஸ்வாமி ஏமாற்றலை" என்றபடி வெளியே ஓடிவந்தார்.

ஆவலாய் லலிதா அதை வாங்கி வாசித்தாள்:

'பித்தன் இந்தச் சித்தனுக்கு அத்தன் குறை நீங்க,
அவன் மைந்தன் ஸ்வர்ணாபிஷேகம் செய்ய...
எத்தாலும் தீராத அந்தக் கரும வினை தீருமே!
பின் ஸ்வர்ண மலர்கள் சுனைநீரில் விழ...
குல தருமநெறி வாழுமே...
அத்தன் கரத்தைப் பட்டன் மகள் நீ
பற்றும் மணநாள் வரும் சித்திரையில்!'

உச்சி குளிர அந்த ஓலையோடு ஆலயத்தை விட்டு வெளியே ஓடினாள்.

முதல்காரியமாக இதைப் பிரசாத்திடம் காட்டிவிட்டுத்தான் மறுவேலை என்பது அவள் ஓட்டத்தில் தெரிந்தது.

◆◆◆

டூத் பிரஷ்ஷில் பேஸ்ட்டைப் பரப்பிக்கொண்டிருந்தான் பிரசாத். வேலங்குச்சியோடு விளையாடிக் கொண்டிருந்தது மணிசுந்தரத்தின் நாவண்ணங்கள்.

"பிரசாத்! ஊரே கோயிலுக்குப் போயிருக்கு. லலிதா எப்படி உன்னை விட்டா?"

"இங்க காலை வேளைல தூங்கற மாதிரி சுகம் உலகத்துலயே கிடையாது மணி. அதை எதுக்குக் கெடுக்கணும்னு நினைச்சிருப்பா."

"ஊரோட போக்கைப் பத்தி நீ ஒண்ணும் சொல்லலியே?"

"என்ன பண்ணலாங்கறே... நடந்த, நடக்கற அவ்வளவு சம்பவங்களையும் உன்னை மாதிரி ஒரே கோணத்துல பார்த்துச் சகலத்தையும் சந்தேகப்பட்டுக்கிட்டே இருக்கணும்கிறியா?"

"ஒரு கோணத்துல பார்த்தா சந்தேகம் வராது பிரசாத். பல கோணத்துல பார்க்கறதாலதான் சந்தேகமே... சந்தேகம் கூடக் கிடையாது. நடக்கற அவ்வளவுமே பித்தலாட்டம்..."

அப்போது அங்கு ஓடிவந்து மார்பு விம்ம நின்றாள் லலிதா.

"பிரசாத்... நம்ம கேள்விக்கு ஸ்வாமி பதில் சொல்லிட்டார்..." என்று ஓலையை அவன் எதிரே நீட்டினாள்.

வாய் கொப்பளித்துவிட்டு வந்து வேகமாக அதை வாங்கி வாசித்த பிரசாத், கண்ணிரண்டும் அகண்டுபோக மணிசுந்தரத்தைப் பார்த்தான்.

மணிசுந்தரம் இளக்காரத்தோடு அதைப் படித்தான்.

"ஸ்வர்ணாபிஷேகம் பண்ணா சரியாயிடும்னு வந்திருக்கு... உடனே நாம ஸ்வர்ணாபிஷேகம் பண்றது நல்லது பிரசாத்..."

"அப்படின்னா...?"

"தங்கத்தாலே பூ பண்ணி அர்ச்சிக்கணும்... முக்கியமா, அப்படிப் பண்ணின பூக்களைச் சுனைக்குள்ள போட்டுடணும்..."

"தங்கத்தாலேயா...?"

"அசந்தா வைரத்தாலகூடப் பண்ணச்சொல்லி ஓலை வரும் பிரசாத்..."

"நீ சும்மா இரு மணி... பிரசாத், இது ஸ்வாமி காரியம். தட்டாம பண்ணுங்கோ... அப்பாவுக்கு நிச்சயம் குணமாயிடும். உம்... சொல்ல மறந்துட்டேனே... ஸ்வாமி கோயிலைத் திறந்து வெச்சிருக்க உத்தரவு தந்துட்டார்.

காவலெல்லாம் வேற பலமா போட்டாச்சு. இனியும் யாராவது தப்புப் பண்ணினா, அவாளை ஸ்வாமி கேக்க வேண்டாம்... ஊரே ரெண்டுல ஒன்னு பார்த்துடும்..."

லலிதாவின் பேச்சைக் கேட்டு மணிசுந்தரத்தை அர்த்தபுஷ்டியுடன் பிரசாத் பார்க்கும்போது, இரைக்க இரைக்க ஓடிவந்து கொண்டிருந்தான் அந்தோணிமுத்து.

ஆசிரமத்தில் ஊமைச்சாமியின் வலது கை!

"இவன் எதுக்கு இந்தக் காலை வேளைல இப்படி ஓடி வர்றான்..." கேள்வி எல்லோரையும் பிடுங்கும்போது நெருங்கிவிட்டான்.

"என்ன அந்தோணி?"

"சார்... டாக்டர் கே.ஆர். போக்கே கொஞ்சம்கூடச் சரியில்லை. நேத்து ராத்திரி யாருக்கும் தெரியாம ஆசிரமத்தை விட்டுக் கம்பி நீட்டிட்டாரு... விடிஞ்சு பார்த்தா, வந்து நிக்கறாரு. உடம்பெல்லாம் ரத்தச் சிராய்ப்புங்க! எங்கேயோ போறாரு, திரும்ப வர்றாரு... சாமிக்குப் பெரிய சவாலாயிட்டு வர்றாரு...

ரத்தச் சிராய்ப்புகளோட வந்தவர் மயக்கமாய் விழுந்துட்டாரு... எது மேலயோ ஏறிக் கீழ விழுந்த மாதிரி தெரியுது. அதான் சொல்லிட்டுப் போக வந்தேன்..."

அந்தோணிமுத்துவின் பேச்சைக் கேட்ட பிரசாத், உடனே அப்பாவைப் பார்க்கக் கிளம்பிவிட்டான்.

◇ ◇ ◇

ஆழ்ந்த மயக்கத்தில் இருந்தார் டாக்டர் கே.ஆர். உடம்பெல்லாம் பலமான சிராய்ப்புகள். ஊமைச்சாமி மருந்து போட்டிருப்பது தெரிந்தது.

பரபரப்பாக ஓடிவந்த பிரசாத்தையும், லலிதாவையும், மணிசுந்தரத்தையும் பார்த்துச் சிரித்தது ஊமைச்சாமி.

"சாமி... அப்பாக்கு..." பிரசாத்தின் கவலையைக் கையைத் தொட்டு வருடிச் சமாளித்தது சாமி. அவர் கைப்பட்ட மறுவிநாடி, உடம்பில் வயர் மூலம் மின்சாரம் ஜில்லென்று உருமாறி நுழைந்த மாதிரி இருந்தது பிரசாத்துக்கு! வித்தியாசமான அனுபவம்.

நடுவில் மணிசுந்தரத்தை அந்தோணிமுத்து தள்ளிக்கொண்டு போயிருந்தான்.

"மணி... இந்த ஆளைப் பைத்தியம்னு நீ நம்பறியா?" என்று ஆரம்பித்தான். மணியிடம் விக்கிப்பு...

"என்ன அந்தோணி சொல்ற நீ...?"

"உன்கிட்ட மட்டும் சொல்றேன். இந்த ஆள் நிஜப் பைத்தியக்காரன் கிடையாது. பைத்தியம் மாதிரி நடிக்கிறான்..."

"டாக்டர் ஒரு பெரிய மனுஷன். மரியாதை இல்லாம பேசாதே... அவர் பைத்தியமில்லேன்னு எதை வெச்சுச் சொல்றே?"

அடுத்த விநாடியே மறைவாக அவனை மேலும் தள்ளிக்கொண்டு சென்ற அந்தோணிமுத்து, சில கடிதங்களை எடுத்து அவன் கையில் வைத்தான்.

"என்ன இதெல்லாம்?"

"இந்த ஆள் யாருக்கோ லெட்டர் எழுதறாரு... இந்த ஆளுக்கும் யாரோ லெட்டர் எழுதறாங்க. எல்லாமே இங்கிலீஷ்ல... எனக்கு ஒரு எழவும் புரியலை. இவரு எப்படி லெட்டரைக் கொடுத்து விடறாரு... இவருக்கு எப்படிப் பதில் லெட்டர் வருதுங்கறதெல்லாம் நிஜமா சொல்றேன், எனக்கே தெரியலை. இவ்வளவு தெளிவா லெட்டர் எழுதற ஆளு பைத்தியமா? மயங்கி விழுந்துட்ட இந்த ஆள் பாக்கெட்ல இருந்துச்சு இது...

கோயில் விவகாரமாதான் இந்த ஆள் இங்க பைத்தியக்கார வேஷம் போட்டுக்கிட்டு வந்து உட்கார்ந்திருக்கறதா நினைக்கத் தோணுது.

இந்த விஷயம் உன்னோட இருக்கட்டும். ஊமைச்சாமிகிட்டேகூட நான் இன்னும் சொல்லலை..."

அந்தோணிமுத்துவின் கரிசனமான பேச்சைக் கேட்பதை விடவும் அந்தக் கடிதங்களை வாசிப்பதில்தான் மணிசுந்தரத்துக்கு நாட்டம் அதிகமாய் இருந்தது.

அந்த ஆங்கிலக் கடிதம் அவனுக்குள் தமிழில் ஓடத்தொடங்கியது.

'டியர் கே.ஆர்.

எச்சரிக்கையா செயல்பட்டுக்கிட்டிருப்பீங்கன்னு நம்பறேன். உங்க கடிதங்கள் ராஜவேணி மூலமா எனக்கு முறையா கிடைச்சுக்கிட்டு வருது.

அந்தக் கோயில் விஷயத்துல அறிவுக்கு எட்டாத விஷயங்கள்தான் நம் முன் இருக்கற பெரிய சவால்.

இவ்வளவு நாள் தங்கியிருந்த நீங்க, அங்க நடக்கறது பித்தலாட்டம்தாங்கறதை நிரூபிக்க சில ஆதாரங்களைச் சேகரிச்சிருக்கறதா எழுதியிருக்கீங்க. பாராட்டுக்கள்... அதான் பலன் தரும். அது என்ன, எப்படிங்கறதை அடுத்து எழுதுங்க. உங்க அறிவுப்பூர்வமான போராட்டம் வெற்றியடைய என் வாழ்த்துக்கள். நீங்க சின்னக் கோடு போட்டாலும் போதும்... நான் அதுல ரோடு போட்டு ரெண்டுல ஒண்ணு பார்த்துடுவேன்.

இனி ஒரு நாளைக்கு ஒருமுறை வந்து திரும்பின ராஜவேணி, இனி இரண்டுமுறை வந்து திரும்புவா! அந்த இரண்டு முறையும் உங்களால அவளை மீட் பண்ணித் தகவல் தர முடியலைன்னா, உங்களுக்கு ஆபத்துங்கறதைத் தீர்மானிச்சு எங்க போலீஸ் பட்டாளமே அங்கே ஏதாவது ஒரு சாக்கைச் சொல்லிக்கிட்டு நுழைஞ்சிடும். கவலைப்பட வேண்டாம்... எச்சரிக்கை! எச்சரிக்கை!

அன்புடன்
ருத்ராபதி'

கடிதத்தைப் படித்த மணிசுந்தரம் அநியாயத்துக்கு வியர்க்க ஆரம்பித்திருந்தான்.

'யார் இந்த ராஜவேணி? எங்கே, எப்படி வந்து இவரைச் சந்திக்கிறாள்?'

அவன் கேள்வியோடு குமையும்போது, அந்த மலையின் அடர்ந்த காட்டுப்பகுதியில் ஓர் அழுக்குச் சிறுமி சுள்ளி பொறுக்கியபடி நிதானமாய் ஆசிரமம் இருக்கும் சரிவில் ஊடுருவிக் கொண்டிருந்தாள்.

சித்தர் கலம்பகத்தின் சிந்தனைச் சிதறல் இது. கல்வெட்டுத் தமிழைக் கை தொட்டுப் புரிந்து சொல்கூட்டிப் பார்த்தபோது...

> 'நான் உண்டென்பார்க்கு உண்டு.
> இல்லையென்பார்க்கு இல்லை.
> நஞ்சுண்டன் எனைவணங்க
> கண்கூட வேண்டா!
> நன்னெஞ்சு ஒன்று போதும்!
> ஆகாதே நஞ்சுள்ளம் ஒருபோதும்.'

கிழிந்த மல்துணிப் பாவாடையும், தொளதொளவென்ற அழுக்கு சட்டையுமாய் சும்மாட்டுத் துணியைத் தலையில் வைத்து அதில் பொறுக்கிச் சேகரித்த சுள்ளிக்கட்டைச் சுமந்துகொண்டு அண்ணாந்து பார்க்க இயலாமல் மலைச்சரிவின் மேலேறும் அந்தச் சிறுமிக்குப் பத்து பன்னிரண்டு வயதிருக்கலாம்!

இடது தோளில் ஓர் அழுக்கு ஜோல்னாப்பை... அதில் ஜாதிக்காய், மாசிக்காய், அவுரிக்கொட்டை என்கிற நாட்டு மருந்துக்கானவைகள்... அதன் நடுவே ஒரு கடித கவர்.

இவள் மூலமாக இப்படித்தான் கடிதம் மேலே வந்து கீழே திரும்புகிறது என்பதை உணர முடியாத மணிசுந்தரம், கடிதம் கிளப்பிய ஆச்சரியத்திலிருந்து மீளாமலே நின்றான்.

"மணி... மணி... என்ன பேச்சு மூச்சையே காணோம். கடிதத்துல என்ன எழுதியிருக்கு?" அந்தோணிமுத்து கிண்டத் தொடங்க...

"ஒண்ணுமில்ல... ஒண்ணுமில்ல... அவ்வளவும் போலீஸ் சமாசாரம்... வாயைத் திறந்தா தொலைஞ்சோம்..."

"அப்ப இந்த ஆள் டாக்டர் இல்லியா? சி.ஐ.டி -யா?"

"மெள்ளப் பேசு. இவர் டாக்டர்தான். ஆனா, இவருக்குப் போலீஸ்லயும் தொடர்பு இருக்கு. அதான் ஒரு போலீஸ் அதிகாரி நலன் விசாரிச்சுக் கடிதம் எழுதியிருக்காரு."

"பாத்தியா... நீ எனக்கே காது குத்தறியே. நான் உன்னை எவ்வளவு நம்பியிருந்தா ஊமைச்சாமிக்கிட்ட கூடப் போகாம உன்கிட்ட வந்திருப்பேன்."

"வாஸ்தவம் அந்தோணி. ஆனா, இதுல நிஜமா 'நல்லா இருக்கீங்களா? உடம்பைப் பார்த்துக்குங்க. கோயில் விஷயத்துல தலையிடாதீங்க'ன்னு அட்வைஸ்தான் பண்ணியிருக்கார்... சொன்னா நம்பு."

"சரி நம்பறேன், அடுத்து என்ன பண்ணப்போறே?"

"பைத்தியம் இல்லேன்னு இப்ப தெரிஞ்சுபோச்சு. நீ இதைப்பத்தி மூச்சுக்கூட விடக்கூடாது..."

"நான் என் வாயைத் திறக்கப் போறேன்!"

இருவரும் பேசிக்கொண்டிருக்கும்போது பிரசாத் திரும்பி வந்து கொண்டிருந்தான்.

"என்ன மணி... அந்தோணி என்ன சொல்றான். அப்பா பாடாப்படுத்தினதைப் பத்தியா?"

"ஆமாம் பிரசாத்... அதுசரி, ஊமைச்சாமி என்ன சொன்னார்?"

"அவர் பேசிட்டாத்தான் பரவாயில்லியே. அவர் சைகைகள் எனக்குப் புரியலை. இதோ லலிதா வரா... அவளையே கேளு."

"என்ன லலி... சாமி என்ன சொன்னார்?"

"ஒரு வாரத்துல எல்லாம் சரியாயிடுமாம்."

"எல்லாம்னா...?"

"யாருக்குத் தெரியும்? சாமி அடிக்கடி ஆகாயத்தைக் காட்டித்து."

இதற்குள் அந்தோணிக்குச் சாமியிடமிருந்து அழைப்பு வந்தது.

"மணி, நான் வரேன். பார்த்து... எச்சரிக்கை" பேசிக்கொண்டே நகர்ந்தான் அவன்.

"உங்கப்பா இப்ப எப்படி இருக்கார் பிரசாத்?"

"நோ ப்ராப்ளம். கண் திறந்த உடனே அப்பாவைக் காய்ச்சு காய்ச்சுன்னு காய்ச்சப்போறேன். அவசியப்பட்டா சங்கிலியால கூடக் கட்டிப்போடச் சொல்லியிருக்கேன்."

மணிசுந்தரம் அதைக் கேட்டு மதர்ப்பாய்ச் சிரித்தான்.

"மணி, உன் சிரிப்போட அர்த்தம்?"

உடனே தன் வசமிருந்த கடிதத்தைப் பிரசாத் எதிரே நீட்டினான். லலிதாவும் கடிதத்தைச் சேர்ந்து வாசித்தாள்.

படித்த மறுநொடியில் இருவருமே ஆடிப் போனார்கள்.

"என்னது... அப்பா பைத்தியமில்லியா...? அவ்வளவும் நடிப்பா?"

பிரசாத்துக்கு இன்ப அதிர்வில் ஒரு விநாடி மூச்சே நின்றுபோனது.

"ஆனா, சித்தேஸ்வர சாமியோ ஸ்வர்ணாபிஷேகம் செய்தாதான் அப்பா குணமாவார்னு சொல்லியிருக்கார். இப்ப ஒப்புக்கறீங்களா நடக்கற அவ்வளவும் மோசடின்னு. நிஜ சாமிக்குப் பைத்தியம் யார், நடிக்கறவர் யாருன்னு கூடவா தெரியாம போகும்?"

"மணி, இந்த லெட்டர் எப்படி வந்தது... யார் இதுல குறிப்பிட்டிருக்கிற ராஜவேணி?"

"எல்லாத்தையும் இனிமேதான் கண்டுபிடிக்கணும். டாக்டர் கே.ஆர். நிஜமாகவே தான் ஒரு கிரேட் மேன்கறதை நிரூபிச்சுக்கிட்டே வர்றார் பிரசாத். ஒரு தனி மனுஷனா திட்டமிட்டு வந்து சாமர்த்தியமா இங்க செட்டில் ஆகி, போலிஸோடயும் தொடர்பு வெச்சுக்கிட்டு... வாவ்..."

மணிசுந்தரத்தின் சர்ட்டிஃபிகேட் அந்த நிமிஷம் அப்பாவை நினைத்துப் பிரசாத்தைக்கூடப் பெருமிதப்பட வைத்தாலும் கூடவே வயிற்றில் பயப் பள்ளத்தையும் விழ வைத்தது.

"இப்பதான் மணி பயமா இருக்கு... அப்பாவுக்குப் பைத்தியம் இல்லேங்கற சந்தோஷத்தை விட அப்பா இந்தக் கோயிலோட மோதிக்கிட்டு இருக்காரேங்கறதுதான் பயமாயிருக்கு."

"என்ன லலி... உன் ஸ்வாமி சாயம் வெளுக்க ஆரம்பிச்சுடுத்தா. அதை நினைச்சு உனக்கு கவலையா இருக்கா...?"

"அச்சுப்பிச்சுன்னு பேசாதே மணி... யாரோ எழுதின ஒரு லெட்டரை வெச்சுண்டு நீ இவ்வளவு தூரம் பேசறது தப்பு. உனக்கு இது இங்க எப்படி கிடைச்சது?"

"அந்தோணிமுத்து கொடுத்தான்..."

"அந்தக் குள்ளக் கறுப்பன் நம்மளைக் குழப்பறதுக்காக ஏன் இப்படி ஒரு செட்டப் பண்ணியிருக்கக் கூடாது?"

"நம்மளைக் குழப்பறதால அவனுக்கு என்ன ஆதாயம்?"

"எனக்குச் சொல்லத் தெரியலை. அதேசமயம் நான் இதை நம்பவும் தயாரில்லை."

"நம்பத்தான் போறே... டாக்டர் கண் திறக்கட்டும்... அவர் பைத்தியமா இல்லையாங்கறது தெரிஞ்சிடும். ராஜவேணியைப் பார்க்கப்போவார் இல்லியா - அப்ப தெரிஞ்சிடும்."

கண் விழித்த டாக்டர் கே.ஆருக்குத்தான் இருப்பது ஆசிரமம் என்பது தெரியவர, சில நொடிகள்தான் தேவைப்பட்டன.

சுற்றி ஒருவர்கூட இல்லை. மூங்கில் குடிசைக்குள் மரக்கட்டிலில் தான் மல்லாந்திருப்பது தெரிகிறது. மூலிகை வாசம் மூக்கை நிரடுகிறது.

பக்கத்தில் ஆட்டுரலில் அந்தோணிமுத்து மருந்து அரைக்கும் சத்தம். சாமி முன்பக்கமாய் நோயாளிகளைப் பார்த்துக் கொண்டிருக்கிறது.

மற்ற பைத்தியங்கள் ஆசிரமப் பின்பக்கச் சரிவில், பூட்டிய மூங்கில் கதவுக்கு உட்பட்ட டென்னிஸ் மைதானம் போன்ற இடத்தில் விதவிதமான சேஷ்டைகளுடன் கும்மாளத்தில் தெரிகிறார்கள்.

கண்விழித்த டாக்டரின் கவனத்தில் அத்தனையும் பதிவாக, பாக்கெட்டைத் தொட்டுப் பார்க்கிறார். அந்தக் கடிதம்.

மிகப் பத்திரமாக அந்தோணிமுத்து அவர் பாக்கெட்டில் திரும்பச் சேர்த்திருந்தான்.

மெல்ல எழுந்திருந்து அந்தக் குடிசையைச் சுற்றிசுற்றி வந்து ஒரு துவாரத்தில் சிரமப்பட்டு விரலை விட்டுப் பேனா ஒன்றை வெளியே எடுத்து, தனக்கு வந்த கடிதத்தின் பின்பக்கத்தில் கடிதத்துக்கான பதிலை வேகவேகமாக எழுத ஆரம்பிக்கிறார்.

கே.ஆர். சுற்றிச்சுற்றிப் பார்த்துக்கொண்டே நடக்க ஆரம்பித்தார்.

கை கால்களைப் பைத்தியக்கார அசைவுக்கு மாற்றுகிறார். 'தத்தக்கா... பித்தக்கா...' தொற்றிக்கொள்கிறது. திண்டுதிண்டாகப் பாறைகளில் ஏறி, பக்குவமாய்க் காலை ஊன்றி வேகவேகமாய் நடந்து அந்த வேங்கை மரத்தை அடைந்துவிட்டார்.

அங்கே அந்தச் சிறுமி உட்கார்ந்து கொண்டிருந்தாள்.

கே.ஆரைப் பார்த்ததும் எழுந்து நின்று ஏதோ விழுந்துகிடக்கும் கொட்டைகளைப் பொறுக்குவதுபோல் கொண்டுவந்த ஜோல்னாப்பையை மரத்தடியிலேயே விட்டுவிட்டு நகர்ந்துபோனாள்.

கே.ஆரும் எங்கெங்கோ சுற்றிப் பார்த்தபடியே ஏதோ நிழலுக்கு ஒதுங்குவதுபோல் வேங்கை மரத்தடியை அடைகிறார்.

யாரும் தன்னைக் கவனிக்கவில்லை என்று தெரிந்ததும், சட்டென்று அந்த ஜோல்னாப்பையை எடுத்து அதிலிருக்கும் கடிதத்தை எடுத்துக்கொண்டு தான் கொண்டுவந்த பதிலை அதில் வைத்துவிட்டு நகர்ந்தார். அப்போது அவர் செய்த சிறு சத்தத்தைச் சைகையாகப் புரிந்துகொண்டு சிறுமியும் திரும்பினாள்.

கையில் ஜோல்னாப்பையை எடுத்த சிறுமியின் முகம் மாறிப்போனது. மூக்கை சுழித்துப் பார்த்த சிறுமி, "சாமி... யாரோ சுத்தி நின்னு வேடிக்கை பாக்கற மாதிரி தெரியுது. சென்ட் வாடை வருது" என்று ரகசியமாகக் கூறிக்கொண்டே வேகமாக அங்கிருந்து நகர, "சபாஷ் டாடி... சபாஷ்..." என்றபடி புதர் மறைவிலிருந்து வெளிப்பட்டான் பிரசாத். அடுத்தடுத்து லலிதா, மணிசுந்தரம்!

ஒரு கணம் அவர்களைப் பார்த்து அதிர்ந்தாலும்,

"நீ போ ராஜவேணி..." என்று அவளைத் திருப்பி அனுப்பிவிட்டு மூவரையும் பார்த்தார் கே.ஆர்.

"என்ன டாட்... உங்க நடிப்பு எங்களுக்குத் தெரிஞ்சுபோச்சேங்கற திகைப்பா?"

"எதுவா இருந்தாலும் நாம வளவளன்னு பேச வேண்டாம். இன்னமும் நான் பைத்தியம். ஹண்ட்ரட் பர்சன்ட் க்ராக்! நீ சந்தோஷமா ஊருக்குக் கிளம்பு. நான் இந்தக் கோயில் மர்மத்தை ஒரு கை பார்க்காம வரமாட்டேன்."

"நோ... நான் அனுமதிக்க மாட்டேன். அதை நாங்க பாத்துக்கறோம்."

"என் பேச்சைத்தான் எப்பவும் மத்தவங்க கேட்டிருக்காங்க. நான் யார் பேச்சையும் கேட்டதா சரித்திரமே கிடையாது. தெரியும்தானே உனக்கு? என் வைத்தியம் தோத்ததைவிடப் பெரிய விஷயம் இங்க இருக்கற வைத்தியம் ஜெயிப்பது? அது என்னனும் எனக்குத் தெரிஞ்சாகணும்."

கே.ஆர். சுயநினைவோடு பேசப் பேச மணிசுந்தரம் வாய் பிளக்கிறான்.

என்ன ஒரு தீர்க்கமான மனிதர் இவர்! துளியும் தயக்கம், நடுக்கம், பதற்றம் இல்லாமல்...

லலிதாவைப் பார்த்து மெலிதாகச் சிரிக்கிறார் கே.ஆர்.

"யார்... என் மாட்டுப்பொண்ணா?" லலிதா வெட்கப்பட்டு தலைகுனிகிறாள்.

"ஓகே விஷயத்துக்கு வருவோம்... முதல்ல இங்க இருந்து கிளம்புங்கோ. நான் சொன்னது நினைவு இருக்கட்டும். நான் பைத்தியம்தான். ரொம்ப நேரமா இங்கேயே இருக்கோம். ஆசிரமத்துல என்னைத் தேடப்போறாங்க. கிளம்புங்க..."

நடந்தபடியே கேட்டான் மணிசுந்தரம்.

"சார்... ஏன் உங்களுக்குக் காயம் பட்டது? இந்த மர்மத்தைப் பத்தி உங்களுக்கு ஏதோ க்ளூ கெடச்சிருக்கறதா நினைக்கிறேன். அது என்ன?"

"என் கேள்விக்கு முதல்ல நீங்க பதில் சொல்லுங்க. நான் சிவாஜி கணக்கா நடிச்சும், எப்படிப் பைத்தியம் இல்லைன்னு கண்டுபிடிச்சீங்க? நான் இங்க ராஜவேணியைப் பார்க்க வரும் விஷயம் உங்களுக்கு எப்படித் தெரியும்?"

மணி அந்தோணிமுத்துவில் தொடங்கி ஸ்வர்ணாபிஷேகத்தைத் தொட்டு சகலத்தையும் சொல்லி நிறுத்தினான்.

"பரவாயில்லே... அந்த அந்தோணி கெட்டிக்காரன்தான். போகட்டும்... மற்ற விஷயங்களைப் பிறகு பேசிப்போம். உங்களுக்கெல்லாம் என்னோட வேண்டுகோள்... வேண்டுகோள்கூட தப்பு, என்னோட கட்டளை... நீங்க பழைய மாதிரியே பக்திப்பழமா மாறிடணும். இந்தச் சந்தேகம்... ஏன், எதுக்கு கேள்வி எல்லாத்தையும் விட்டுடனும். நடக்கறது அவ்வளவும் மனுஷச் செயல்தான். ஆனா யார் பண்றாங்க, எதுக்குப் பண்றாங்கறதெல்லாம் இன்னமும் புரியாத மர்மம்.

அந்த மர்மத்தைக்கூட இன்னிக்குக் கண்டுபிடிச்சிடுவேன்.

மணி... நீ இன்னிக்கு ஈவினிங் கோவிலுக்குப் பக்கமா உள்ள நாகலிங்கத் தோட்டத்துக்கு வா.மற்ற விஷயங்களை அங்க பேசிப்போம்..."

"அப்பா, நான்..."

"நீ போய் நான் குணமாக ஸ்வர்ணாபிஷேகம் பண்ணுடா. அந்தத் தங்கம் எங்க, எப்படிப் போகறதுன்னும் எனக்குத் தெரிஞ்சாகணும். அசல் தங்கத்துல பண்ணணுங்கற அவசியமில்ல... கவரிங் இருந்தாலும் போதும்...!"

"நாகலிங்கத் தோட்டத்துல என்ன சார் இருக்கு?"

"வா... காட்டறேன்!"

◇◇◇

காட்டிக் கொண்டிருந்தார் கே.ஆர். நாகலிங்க மரம் ஒன்றின் கிளைமேல் இருவரும் பதுங்கியபடி கீழே பார்த்துக்கொண்டிருக்கின்றனர். உடம்பு முழுவதும் ஒரு மூலிகைச் சாற்றைப் பூசிக்கொண்டிருந்தனர். நாயின் மோப்பச் சக்திக்குச் சவால்விடும் சாறு அது.

கீழேயோ மலைக்கூட்டத்தின் மினியேச்சர் செட்போல பாம்புப் புற்றுகள். அதன் துவார வாசல்களில் அங்கும் இங்குமாய்ப் படம் விரித்த நிலையில் சில பாம்புகள்கூடத் தெரிகின்றன. அதற்கப்பால் அடர்ந்த புதர். தொட்டாலே உடம்பை அரிக்கும் ஒருவிதமான செடிக்கூட்டப் புதர் அது.

மேற்கில் சூரியன் சரிந்து கொண்டிருக்கிறான். "சூரிய அஸ்தமனம் ஆகட்டும்... அப்புறம் பார் இங்க என்ன நடக்கறதுங்கறதை" - கே.ஆர். சொல்லிக் கொண்டிருக்கிறார்.

அதேபோல் நடக்க ஆரம்பிக்கிறது.

இருளில் பிடிக்குள் அந்த வனம் மூழ்கத் தொடங்கும்போது எங்கிருந்தோ வந்த இரண்டு கரடிகள் அந்த அடர்ந்த புதருக்குள் நுழைந்து காணாமல் போயின.

"மணி, உள்ளே நுழைஞ்சு காணாமல் போனது கரடிங்க கிடையாது... மனுஷங்க!"

கே.ஆரின் பதிலால் உறைந்துபோனான் மணிசுந்தரம்.

"இன்னும் இருக்கு கவனி..." என்றார் கே.ஆர்.

"இன்னுமா... என்ன? மணிசுந்தரம் பார்வையாலேயே கேட்டபோது விடையாகக் கீழே விடைத்துக்கொண்ட நிலையில் ஒன்றுக்கு இரண்டாக அந்தக் கறுப்பு நாய்கள்! அவையும் புதருக்குள் நுழைந்து மாயமாய் மறைந்துபோயின."

20

ஒரு ஓரமாக விபூதிக் குழி அருகே பார்க்கும்படி தெரிந்தது அந்தக் கல்வெட்டு... அதில் சுனை நீரின் சிறப்பு சுருக்கமாகச் சொல்லப்பட்டிருந்தது.

'கங்க ஜலம், கும்ப ஜலம் என்
அங்கம்படும் அத்தனை ஜலங்களிலும்
பங்கம் வந்தாலும் வருமே!
சித்த சுனை ஜலமோ பங்கத்தைத்
தங்கமாக்குமே – எத்தாலும்
தீரா கருமவினை தீர்க்குமே...!'

மரத்தின் மேலிருந்து பார்த்த இந்தக் காட்சிகளால் உறைந்துபோய் அந்த நிலையில் இருந்து மீளவே வெகு நேரமாயிற்று மணிசுந்தரத்துக்கு!

இரண்டு நாயோடும் புதருக்குள் இரண்டு கரடிகளும் மறைந்த பிறகு கீழே எந்தச் சலனமும் இல்லை.

"என்ன மணி... கரடிகளை மனுஷன்னு சொல்லி, நான் கரடிவிடறதா நீ நினைக்கிறியா?"

"நோ... அப்படியெல்லாம் இல்லை. அந்தக் கரடிகளைப் பார்த்தா வேஷக் கரடிகள் மாதிரியே தெரியலை. நீங்க மட்டும் எப்படிக் கண்டுபிடிச்சீங்கங்கற பிரமிப்பு எனக்கு..."

"மரத்து மேல நான் இருப்பது தெரியாம இந்தக் கரடில ஒரு கரடி ஒருநாள் வயர்லெஸ் மைக் எடுத்துப் பேசினதாலதான் எனக்கே உண்மை தெரிஞ்சுது!"

"அந்தக் கரடி மனிதர்கள் யார்? எங்க போறாங்க... எப்ப திரும்ப வருவாங்க?"

"விடியற்காலைல மறுபடியும் வருவோம். அப்ப அவங்க வெளிய வருவாங்க. அப்போ பார்க்கலாம்."

"இப்பவே இந்தப் புதருக்குள்ள நுழைஞ்சு பார்த்தா?"

"எதிரிக்கு உன்னையும், என்னையும் திட்டுமிட்டுக் கொல்ற வேலை மிச்சமாயிடும். இங்க வேகம் கூடாது... விவேகம்தான் ரொம்ப முக்கியம். நான் கொஞ்சம் விவேகமா நடந்துக்காம போனதாலதான் எனக்கு இவ்வளவு காயம்" பார்த்துப் பார்த்து இறங்கியபடியே பேசினார் கே.ஆர்.

"என்ன சொல்றீங்க டாக்டர்?" பின்தொடரும் மணிசுந்தரத்திடம் திகைப்பின் தொடர்ச்சி.

"ஆர்வத்துல நானும் நுழைஞ்சு பார்க்க முயற்சி செய்தேன்! அந்தப் புதர்ச்செடிக்குப் பேர் செந்தட்டி. அதுமேல பட்டா சொறிஞ்சே நாம ரணமாப் போயிடுவோம். அதோட, புதருக்கு அந்தப்பக்கம் நீ நினைக்கற மாதிரி சமநிலை கிடையாது. ஒரு நிலச்சரிவிருக்கு. சர்வ ஜாக்கிரதையா இறங்கணும். சரிவில நான் விழுந்து எழுந்து செந்தட்டிச்செடிப் புதரைக் குடைஞ்சு வெளியே வரப் பட்டபாடு பெரும்பாடு."

இருவரும் பார்த்துப் பார்த்து நடந்தபடி அந்த நாகலிங்க மரத்தோட்டத்தை விட்டு வெளியே வந்தார்கள். சுருட்டிக்கொண்டு வரும் இருட்டுக்கு நடுவில் வேகவேகமாய் நடக்க ஆரம்பித்தார்கள்.

மணிசுந்தரம் மௌனசுந்தரம் ஆகியிருந்தான்.

"என்ன மணி, பேச்சு மூச்சையே காணோம்?"

"என்னத்த டாக்டர் பேச… மர்மமான இந்தச் செயல்களுக்குக் காரணத்தைத் தெரிஞ்சுக்கற அரிப்பு எனக்குள்ள! இதே ஊர்ல இருக்கற என்னாலகூட இந்தக் கரடிக்கூட்டம் பற்றித் தெரிஞ்சுக்க முடியாமப்போச்சு. ஆனா, உங்களால முடிஞ்சிருக்கு... ரியலி யூ ஆர் கிரேட் டாக்டர்!"

"புகழ்ச்சி அப்புறம்… நான் அரைக்கிணறுதான் தாண்டியிருக்கேன். சொச்சத்தை விடியற்காலைல சேர்ந்தே தாண்டுவோம்…" - என்று சொன்ன மறுவிநாடி பைத்தியக்காரச் சேட்டைக்குத் தாவினார் கே.ஆர்.

மணிசுந்தரம் புரிந்துகொண்டு சிரித்தான்.

ஊரின் எல்லையில் இருவரும் நின்றுகொண்டிருந்தார்கள்.

ஓர் அற்புதமான நடிப்பின் தொடர்ச்சியில் கே.ஆர். மூழ்கிப்போன அதேசமயம்…

நெற்றியில் பட்டை குங்குமத்துடன் படுபவ்யமாக சித்தேஸ்வர ஸ்வாமி படத்தின் முன் உருகி வழிந்து கொண்டிருந்தான் பிரசாத்.

சுற்றிலும் மலை ஜனங்களின் சங்கமம். கோயிலைப் பூட்டிக்கொண்டு வீடு வந்து சேர்ந்திருந்த பட்டரும் பிரசாத்தின் அந்தத் திடீர் பூஜையில் கலந்துகொண்டு மெய் உருக ஆரம்பித்திருந்தார்.

லலிதா நெய்மணக்கும் சர்க்கரைப் பொங்கலைக் கிண்டிக்கொண்டிருந்தாள். பிரசாதம்! அதன் வாசம் அந்த வீட்டைத் தாண்டி மலை முழுக்கப் பரவும்போல் இருந்தது.

"நடந்த ஒவ்வொரு நிகழ்ச்சியையும் பார்த்து இந்த அமெரிக்காக்காரத் தம்பி ஆடிப்போயிடுச்சு. நம்ம சாமிக்குத் தங்கத்தாலேயே அபிஷேகம் செய்யப் போகுதாம்ல…?!"

கூட்டத்தின் பேச்சு காது காதாய் நுழைந்து கொண்டிருந்தது.

அதிசயமாய் அக்னிராசும் அங்கு ஆஜர்.

ஸ்வர்ணாபிஷேகத் தகவல் அவன் வரையில் போய் அவனைக் குடைந்து கொண்டேயிருந்தது.

"சாமி, கொஞ்சம் இப்படி வர்றீங்களா?" கட்சிக் கரைத்துண்டை இறுகப் பற்றியபடி அழைத்தான். பட்டரும் அவனை நோக்கிப் போனார். இருவரும் வாசல் மல்லிகைக்கொடியை ஒட்டிப் புதிதாய் எரிந்து கொண்டிருக்கும் ட்யூப்லைட்டின் ஒளியில் பார்ப்பவர்களுக்குத் தெரியும்படியாகவே நின்று பேச ஆரம்பித்தனர்.

"என்ன இது பஜனையெல்லாம் பலம்மா...?"

"எல்லாம் பிரசாத்தோட விருப்பம். அவர் அப்பா நிலைதான் தெரியுமே?"

"ஏதோ ஸ்வர்ணபிஷேகமோ, வைராபிஷேகமோ பண்ணணும்னு சாமி சொன்னதா... பண்ணும்தானே இந்தத் தம்பி!"

"ஆமாமா... நம்ம ஸ்வாமி ஓலைல சொன்ன பரிகாரமாச்சே அது. செய்யாம இருப்பாரா பிரசாத்!"

"எப்படிச் செய்ய போகுது தம்பி..." - அக்னி ராசுவிடம் ஆர்வத்துள்ளல்.

"தங்கத்தால பூ செஞ்சு அதை அபிஷேகம் பண்ற மாதிரி ஸ்வாமி தலையில கொட்டுவாங்க."

"அப்பால அந்தப் பூ...?"

"அது ஸ்வாமி சொத்து. கோயிலுக்குன்னு வெச்சுக்க வேண்டியதுதான். ஆனா, ஸ்வாமி சுனைல போடச் சொல்லிட்டாரே..."

அதைக் கேட்ட அக்னிராசு ஆழமாய்ப் பெருமூச்சு விட்டான். பலவித அர்த்தம் அதில் ஓடியது.

"நம்ம சாமிய புரிஞ்சுக்கவே முடியலை சாமி. தங்கத்தைப் போய் தண்ணிக்குள்ள போடச் சொல்லுதே. நீங்க என்ன நினைக்கறீங்க அதைப்பத்தி?"

"நான் ஸ்வாமி தொடர்பா எதையுமே ஆராயத் தயாரில்லை. நாளைக்கே என்னைச் சுனைக்குள்ள குதின்னாலும் குதிச்சுடுவேன். அடிமுடி காணமாட்டாத அந்த ஈஸ்வர சித்தம் என்னன்னு யாரால சொல்ல முடியும்? சொல்லுங்கோ பார்ப்போம்."

இருவரும் பேசிக் கொண்டிருக்கும்போதே வைத்தியர் ராமரத்னம் வேறு உள்ளே நுழைய ஆயத்தமாயிருந்தார்.

"வாங்கோ வைத்தியர்... வரணும் வரணும்."

"என்ன சாமி இது... அதிசயமா பஜனை பூஜைன்னு. தங்கத்தாலேயே அபிஷேகமெல்லாம் செய்யப்போறாராமே பிரசாத்?" என்று வெற்றிலை வாயைத் திறந்தார்.

"எல்லாம் ஸ்வாமியோட திருவுள்ளம்."

"நம்ம சாமி கொடுத்துவெச்ச சாமிதான். ஆனா, சாமிக்கு எதுக்குத் தங்கம்கறதுதான் புரியலை."

வைத்தியரின் இரண்டும்கெட்ட பேச்சைப் பட்டர் ரசித்த மாதிரி தெரியவில்லை. அக்னிராசு மட்டும் சற்றுக் கோபித்துக்கொண்டான்.

"உன்னை அந்த சாமி எப்படி இன்னும் விட்டு வெச்சிருக்குன்னுதான் தெரியலை. இப்படியே பேசிக்கிட்டிரு. கூடிய சீக்கிரம் நீயும் மேல போயிடுவே" என்றான்.

வைத்தியருக்கு முகத்தில் குத்துப்பட்ட மாதிரி ஆனபோது, வேட்டி சரசரக்க மணிசுந்தரமும் வந்துவிட்டான். அதிசயமாய் அவன் நெற்றியில் திருநீற்றுப்பட்டை! வைத்தியர் திக்குமுக்காடிப் போனார்.

அவன் அவரைப் பார்த்துக் கண்ணடித்தான். ஓரமாய் ஒதுக்கி நிறுத்திக்கொண்டு காதைக் கடிக்க ஆரம்பித்தான்.

"வைத்தியரே... எல்லாம் ஒரு செட்டப்புக்காக" என்றான் மெலிதாய்.

"செட்டப்பா...?"

"ஆமாம்... கூடிய சீக்கிரம் பாருங்க. நம்ம ஊர் சாமியோட டப்பா டான்ஸ் ஆடப்போறதை."

"என்ன மணி சொல்றே நீ?"

"இப்போதைக்கு இவ்வளவுதான் சொல்வேன். எப்பவுமே நீங்க என் கட்சிங்கறதாலதான் இவ்வளவுகூடச் சொன்னேன். மத்ததையெல்லாம் கூடிய சீக்கிரம் தெரிஞ்சுப்பீங்க!"

"மணி... நீ சஸ்பென்ஸ்லேயே பேசறியே. எனக்குத் தாங்காது... விவரமா சொல்லேன்."

"ஸாரி வைத்தியரே... ஆடற மாட்டை ஆடிக் கறக்கணும்பாங்க. அதைத்தான் பண்ண ஆரம்பிச்சிருக்கோம். அவ்வளவும் அந்தக் கோயில் ரகசியத்தைத் தெரிஞ்சுக்கவும், எல்லார்க்கும் தெரிவிக்கவும்தான்!"

"அது என்ன ரகசியம்?"

"அது ஒரு ரகசியமான ரகசியம். அதுக்கு மேல எல்லாம் தானாத் தெரியவரும்."

விடியற்காலை!

கீழ்வானம் சிவக்க இன்னமும் நேரமிருக்காது. மாவுத்தூள் போலப் பனிக்கூட்டத்தின் பொலபொலப்பில் மலை மரங்களே தெரியாதபடி பனிமூட்டம்!

உள்ளான் பறவைக்கூட்டம் 'கீச்சு கீச்சு' என்று அந்த விடியலின் உற்சாகத்தில் சப்தம்போட, துணைக்கு 'அக்கூவ்...' எனும் குயிலின் கூர்த்த குரலொலி வேறு.

புல் கூட்டத்தின் நுனியிலெல்லாம் வைர உருண்டையாய்ப் பனிப்புள்ளிகள். அங்கங்கே சிதைந்த கூழைப் பலாக்கள் பனியில் கவிழ்ந்த பழக்கூடை போல உடைந்து வாச வீச்சோடு ஒழுகிக்கிடக்க, இத்தனைக்கும் நடுவில் ஸ்வெட்டர் மஃப்ளர் என்று உடம்பை மூடிய நிலையில் நாகலிங்க மரக்காட்டில் டாக்டர் கே.ஆர், புதருக்கு மேலான மரக்கிளை மேல் எப்போதோ வந்து பதுங்கியிருந்தார். அப்போதுதான் குட்டி

டார்ச் ஒளியோடு அங்கு வந்த மணிசுந்தரம் தனக்கு முன்பாகத் தெரிந்த அவரைப் பார்த்து ஆச்சரியத்தோடு மரம் ஏறி அவர் அருகில் பதுங்கிக்கொண்டான்.

கம்பளியால் உடம்பை மொத்தமாய் மலை ஜாதிக்காரன் மாதிரி மூடியிருந்தான். தலையிலும் கூட உருமா! கையில் பெட்ரோல் வாசத்தோடு எரியத் தயாராகத் தீப்பந்தம்!

"ஜாக்கிரதையா யாரும் பார்க்காதபடி வந்தியா?"

"கவலையே படவேண்டாம். சர்வ ஜாக்கிரதையா மலைக்காட்டான் மாதிரியே வந்திருக்கேன். உடம்பு முழுக்க மூலிகைச் சாற்றையும் பூசியிருக்கேன். பிரசாத்தும் பிரமாதமா பக்திமான் வேஷத்துல ஊரையே கவுக்கத் தயாராயிட்டான்."

"சரி... இப்ப எதுவும் பேசாம கீழ பாரு. அந்த நாய்கள் பயங்கரமான நாய்கள். சின்ன சத்தம் கேட்டாக்கூடக் கண்டுபிடிச்சிடும். நம்ம வியர்வை நாத்தம் அதுக்கு அவ்வளவு துல்லியமாக தெரியும். அதைப் போக்கதான் மூலிகைச்சாறு."

கே.ஆரின் எச்சரிக்கையோடு குட்டி டார்ச்சை மார்பு பனியனுக்குள் பதுக்கிவிட்டு, தீப்பந்தத்தையும் கிளையில் சாய்வாக வைத்துவிட்டு ஆடாமல், அசையாமல் இலைகள் மறைக்கப் பருத்த மரத்தண்டின் மேல் பாம்புபோல் பரவி நீண்டு கீழே பார்க்கத் தொடங்குகிறான் மணிசுந்தரம்.

நீவிக் கொடுப்பதுபோல் மலைக்காற்று... பறவைகளின் அலகு பிளந்த ஒலிகள்...

ஊடே கீழ்வானத்தில் வட்டச் சூரியனின் விட்டப்பகுதி வேகமாய் மேலேறும்போது, கறுப்பு இரவு ஸ்ட்ரா போட்டு உறிஞ்சப்பட்ட மாதிரி காணாமல் போகத் தொடங்குகிறது.

பொலபொல வெளிச்சம் சலசலவெனப் பாயும்போது செந்தட்டிப் புதர்ச்செடிகளிடமும் பலமான சலசலப்பு.

முந்தின இரவில் உள் நுழைந்த கரடி மனிதர்கள் இருவரும் இப்போது, அச்சு அசல் கரடியாகவே நடந்து வெளியே

வந்தார்கள். சுற்றிச்சுற்றிப் பார்த்தபடி கோணல் நடை நடந்து காணாமலும் போனார்கள். கூடவே பாய்ச்சலோடு கறுப்பு நாய்களும் ஓடிப்போயின. ஒன்று மட்டும் சற்று தூரச் சென்று நின்று நெடுநேரம் திரும்பிப் பார்த்துக்கொண்டே இருந்தது. அதுவும் பிறகு பாய்ந்து ஓடியது.

கே.ஆரின் பார்வை மணிசுந்தரத்தைப் பார்க்க, அவன் புரிந்த மாதிரி வேகமாய்க் கீழிறங்கினான். வெகுவேகமாய் கம்பளியால் உடம்பை மூடிக்கொண்டு செந்தட்டிப் புதரைக் குடைந்து மறுபக்கம் வெளிப்பட்டான்.

மறுபக்கம் கே.ஆர். வர்ணித்த அந்த நிலச்சரிவு. தீப்பந்தத்தை ஏந்திப்பிடித்து லைட்டரைச் சிமிட்டினான்.

'ஸ்ருட்...' தீப்பந்தம் திகுதிகுக்கத் தொடங்கியது.

சரிவில் கரடி மனிதர்கள் சறுக்கிய சறுக்கல் அடையாளம், மணிசுந்தரத்தையும் அழைக்க, வேட்டியை மடித்துக் கட்டிக்கொண்டு அதில் சறுக்கினான்.

சறுக்கி முடிந்த இடத்தில் தீப்பந்தம் ஏந்தியபடியே சுற்றிச்சுற்றிப் பார்த்தான். சுற்றிலும் செந்தட்டிப் புதர்க்காடு. இதில் எந்த இடத்தில் நுழைய? பார்வையைச் சுழற்றி விரட்டி மனத்தை ஆராய்ச்சிக்குள் புதைத்தபோது அகப்பட்டது பாதை.

குறிப்பிட்ட ஓர் இடத்தில் புதரின் செடிகள் ஒடிந்து மசிந்து கிடந்தன.

அதனுள் நுழைந்து பார்த்தபோது சிதைந்த கல்மேடை ஒன்று தெரிந்தது. எப்போதோ, எதற்கோ அது பீடமாய் இருந்திருக்க வேண்டும் என்கிற மாதிரி தெரிந்தது. மேடை அருகே சென்று நிமிர்ந்தபோது மேடையின் மையத்தில் இடுப்பில் எடுத்து வைத்துக்கொள்ளும் அளவில் பூஜையற்ற சிவலிங்கம் ஒன்று. தூர இருந்து பார்க்கும்போது தெரியாமல் எட்டிப் பார்த்தால் மட்டுமே தெரியும் பாங்கில்... தீப்பந்தத்தை ஓர் ஓரமாக நட்டு

வைத்துவிட்டு லிங்கத்தைத் தொட்டுப் பார்த்தபோது, அளவுக்கு அதிகமான ஜில்லிப்பு கைகளைக் கவ்வியது.

'இந்தச் சிவலிங்கத்திடம்தான் ஏதோ சங்கதி இருக்க வேண்டும்?' நினைப்போடு லிங்கத்தை அழுந்தப் பிடித்து தூக்கப் பார்த்தான் மணிசுந்தரம். தூக்கியும் விட்டான்!

அந்த விநாடியில் லிங்கம் மேலெழும்பியதால் உண்டான அடிப்பாக இடைவெளியில் இருந்து ஒருவகை வாசக்காற்று அவன் மூக்கில் ஏறியது. கிட்டத்தட்டக் கோயில் சுனை அருகில் மட்டுமே உணரமுடிந்த வாசம்!

ஒருவழியாக லிங்கத்தைப் பற்றித் தூக்கிப் பக்கமாய்க் கிடத்திவிட்டுப் பார்த்தபோது ஒரு ஆள் நுழைய முடிந்த அளவில் சதுரத் துவாரம். அவனை வா வா என்றது அது!

எரியும் தீப்பந்தத்தைப் பிடித்துக்கொண்டு உள்ளே கால், இடுப்பு, வயிறு என்று பாகம் பாகமாக மணிசுந்தரம் இறங்கிய அதேவேளையில் காட்டுக்குள் மறைந்து மறைந்து அந்தக் கரடி மனிதர்களைப் பின்தொடர்ந்து கொண்டிருந்தார் டாக்டர் கே.ஆர்!

இவர்களின் சுயரூபத்தை பார்த்தே தீருவது என்கிற வெறியில் எச்சரிக்கையாகப் பின்தொடரும் அவரை அந்தக் கரடி மனிதர்கள் பார்த்த மாதிரி தெரியவில்லை. அவர்கள் இடைப்பட்ட ஒரு புதரில் புகுந்து கே.ஆரின் பார்வையில் இருந்து விலகினார்கள். கூடவே கறுப்பு நாய்களும் ஓடி மறைந்தன. கே.ஆரும் புதருக்குள் படுவேகமாக நுழைந்து மறுபக்கம் எழுந்து நிற்கிறார். அது அண்ணாமலை அண்ணனின் செவ்வந்திப் பூந்தோட்டம்!

அதிசயமாக அண்ணாமலை அண்ணனே தோட்டத்தில் பூக்களைப் பறித்துக் கொண்டிருந்தார்.

சூட்சுமமான பொருள் விளக்கத்தோடு கல்தூணில் உள்ள போகர் சிலைக்குக் கீழே காணப்படும் பாடல் இது:

> 'ஒன்றல்ல ஒன்பது உள்ளிருக்கும் போது
> இன்றல்ல எப்போதும் திருவருள் வற்றாது.'

பூப்பறித்துக் கொண்டிருந்த அண்ணாமலைக்கு டாக்டர் கே.ஆரைப் பார்க்கவும் ஆச்சரியமாய்ப் போனது.

"வாங்க டாக்டர் சார்! இப்பல்லாம் விடியும்போதே ஆசிரமத்தைவிட்டு ஓடி வந்துடறிங்க போலத் தெரியுதே..." என்றபடி பூக்குடலையைக் கீழே வைத்துவிட்டு டாக்டரை நெருங்க ஆரம்பித்தார்.

கே.ஆரின் மூளை வேகமாய்ச் செயல்பட ஆரம்பித்தது.

நெருங்கிய அண்ணாமலையை ஒண்ணரைக் கண்ணால் பார்க்க ஆரம்பித்தார்.

ஜொள்ளு வழிய பசுபசுவென்று சிரித்தார்.

"ஹ"ம்! யார் யாரோ தேறிட்ட இந்த இடத்துல, தேறாத ஒரே கேஸ் நீங்கதான். அவ்வளவு பாவம் பண்ணியிருக்கீங்க. டேய் கல்ராயா... காத்தமுத்து..."

அண்ணாமலையார் அலறினார். ஓடிவந்தார்கள் அந்தப் பேர்கொண்ட எடுபிடிகள்.

"இந்த ஆளை ஆசிரமத்துல விட்டுட்டு வாங்க. அந்தோணி முத்துகிட்ட நான் பாக்கணும்னும் சொல்லுங்க."

"சரிங்க எஜமான்."

இருவரும் கே.ஆரை நெருங்கத் தொடங்கவும், கே.ஆர். ஓட ஆரம்பித்தார்.

"விடாதீங்கடா... சரியான முத்தல் கேஸ்!" - அண்ணாமலையாரின் உரத்த அபிப்பிராயம் வேறு.

கே.ஆர். இப்போது ஜீப் டிரைவராகியிருந்தார். அண்ணாமலையாரின் தோப்புப் பாதையில் சின்ன வாண்டுபோல் சீறிக்கொண்டிருந்தார்.

பின்தொடர்ந்த இரண்டுபேருக்கும் இளைப்பெடுத்தது.

"ஏய் பைத்தியம்... நிக்கப்போறியா இல்லியா?"

கல்ராயன் கத்திக்கொண்டே பாய்ந்தான். டாக்டரின் கோட்டுதான் அவனுக்கு அகப்பட்டது. உடம்பு நழுவி திரும்பவும், 'பிர்ர்ர்...' என்று எச்சில் பிசிறடிக்க ஜீப் ஓட்டியது.

ஓட்டத்தின் வேகத்தை அதிகப்படுத்த முயன்ற கே.ஆர்., திடீரென்று பாலன்ஸ் தவறிக் கீழே விழுந்தார். இடது காலில் பலமாக அடிபட, வலி தாங்கமுடியாமல் அலறத் தொடங்கினார்.

அந்தக் குகைப்பாதைக்குள் தீப்பந்தம் சகிதமாக முன்னேறிக் கொண்டிருந்தான் மணிசுந்தரம்.

ஒரு நபர் சற்றே தலையைத் தாழ்த்தியபடி விறுவிறுவென்று நடக்க முடிந்த தினுசில் உள்பாதை இருந்தது.

சிலுசிலுவென்ற காற்றோட்டம், புழுக்கமில்லாதபடி பார்த்துக்கொண்டது.

'எப்படி இந்த சிலுசிலுப்பு சாத்தியம்?'

மணிசுந்தரம் அந்தக் கேள்வியின் ஆச்சரியப் பளுவோடு தீப்பந்த ஒளியில் அந்தக் குகைப்பாதையை ஊன்றி ஊன்றிப் பார்த்தான்.

அங்கங்கே உள் குடைவாய் அறைகள்... அதிலெல்லாம் ஆட்டுக்கல்லுரல்கள், உடைந்த குரலிகள், சுட்டபானை ஓடுகள், பனை ஓலைகள் என்று மருத்துவத் தொடர்பான விஷயங்கள்!

'நிஜமாலுமே சித்தர்கள் இதனுள் அமர்ந்து பொழுதைக் கழித்திருக்கலாமோ?'

ஆமோதிப்பாய் மூக்கை நிரடும் மூலிகை வாசம்... காலை இடறும் காய்ந்த சருகுகளின் சத்தம்.

பாதை நீண்டு கொண்டேயிருந்தது.

அப்போது காலைத் தட்டியது கனமான பொருள் ஒன்று. குனிந்து பார்த்தபோது பெட்ரோல் கேன்!

அடுத்து நிறைய ஆக்ஸாபிளேடுகளின் உடைந்த துண்டுகள் கண்ணில் பட்டன.

அதையும் தாண்டியபோது சரமாய்ச் சுருட்டப்பட்டு குகைச் சுவரில் தொங்கிக்கொண்டிருந்தது நைலான் கயிறு. தொட்டபோது அதில் ஈரம் இருந்தது.

கூடவே பலாக்காய்களின் பால்வாசம் மிதந்து வந்தது. அதற்கேற்ப குகைப்பாதை ஓரமாகவே நிறைய பலாக்காய்களின் வரிசை. அவற்றை அரிவதற்குத் தோதாக அரிவாள், பிசுக்கை அகற்ற நல்லெண்ணைக் குப்பி என்று தொடர்பான பொருட்கள்!

தாண்டி நடந்தபோது ஸ்லிம்சூட், ஆக்ஸிஜன் சிலிண்டர் என்கிற நவீன விஞ்ஞான சாதனங்கள் வேறு!

மணிசுந்தரம் மலைத்துக்கொண்டே வந்தான்.

ஒரிடத்தில் போர்ட்டபிள் ஜெனரேட்டர் ஒன்றும், அது ஒரு பவர் ஆக்ஷா மெஷின் வரை தன் மின்சக்திப் தொடர்போடும் தெரிந்தது. குனிந்து ஜெனரேட்டரின் ஸ்டார்ட்டர் கயிற்றுப் பிடியைப் பிடித்து மார்புவரை ஒரு இழு இழுத்தான் மணி.

ஒன்று...

இரண்டு...

மூன்றாவது இழுப்பில் அந்தக் குட்டி ஜெனரேட்டர் அந்தக் குகையையே வெளிச்சத்தில் மூழ்க வைத்தபடி ஓடத் தொடங்கியது.

அங்கங்கே பல்ப் ஃபிட்டிங்க்ஸ்!

ஒரு நீண்டகால செயல்பாட்டுக்கான ஆதாரமாய்க் குகையே சர்வ வசதியோடு இப்போது தெரிந்தது.

பிஸ்கட் பாக்கெட் உறை, டிஸ்டில்டு வாட்டர் பாட்டில்கள், சிகரெட் துண்டுகள் என்று சுற்றிலும் எச்சமிச்சங்கள்!

இவை அத்தனையிலும் பதியாத ஆழ்ந்த பார்வை அங்கே ஓர் ஓரமாக வைக்கப்பட்டிருந்த சூட்கேஸ் மேல் பதியவும், அதைத் திறக்க முயன்றான் மணிசுந்தரம். பூட்டியிருந்தது.

விடாமல் குடைய ஆரம்பித்தான்.

அவனது வெறித்தனமான முயற்சியில் ஒருவழியாகத் திறந்துகொண்டது அது.

உள்ளே விதவிதமான ஆயுதங்கள்.

நாட்டு வெடிகுண்டிலிருந்து நவீன துப்பாக்கி வரை!

மேல்பக்க ஃபோல்டரில் துருத்திக்கொண்டு ஒரு கடிதம்.

கடிதம் ஆங்கிலத்தில் எழுதப்பட்டிருந்தது.

வாசித்தபோது இதயம் வாய் வழியாக வெளியே வரப் பார்த்தது.

'டியர் மிஸ்டர் எக்ஸ்!

ஒன்பது கோடியில் அட்வான்ஸ் போக எட்டுக் கோடி, இந்திய ரூபாயாகத் தயாராக இருக்கிறது.

ஒரே வாரத்துக்குள் வேலையை முடித்துக் கொடுத்துவிட்டு, அந்தத் தொகையைப் பெற்றுக்கொள்ள வேண்டுகிறோம்.

சேலம் போலீஸின் நம்பகமான ஒரு நபர் மலைமேல் அருகேயே இருந்துகொண்டு உங்களை உளவு பார்த்துக்கொண்டிருக்கிறான் என்றும் தகவல். அவன் உங்களை நெருங்கும் முன் நீங்கள் காரியத்தை முடித்துவிட வேண்டும். எந்தக் காரணம் கொண்டும் காரியம் கெட்டு விடக்கூடாது.

நீங்கள் அனுப்பிய அந்த மூன்றும் வந்து சேர்ந்தன.

அதைக்கொண்டு அமெரிக்க மருத்துவ உலகையே ஒரு கலக்கு கலக்கத் தயாராகிவிட்டார் டாக்டர் எர்னால்ட்.

உங்கள் சித்த புருஷர்களுக்கு எங்கள் எர்னால்டின் ஆயிரம் கோடி வணக்கங்கள்.'

கடிதம் முடிந்து விட்டிருந்தது. எழுதிய அந்த நபரின் கையெழுத்து மட்டும் புரியாத கோணலாக இருந்தது.

கடிதத்தைச் சுருட்டி உடனேயே ஷர்ட் பாக்கெட்டில் வைத்துக்கொண்டான் மணிசுந்தரம்.

முகம் முழுக்க வியர்த்து மழையில் நனைந்த மாதிரி தெரிந்தான்.

வேஷ்டி தலைப்பால் துடைத்துக்கொண்டு பாதை எங்கு போய் முடிகிறது என்று பார்க்கத் தொடர்ந்து நடந்தான்.

நடக்க நடக்க ஜில்லுஜிலுப்பு கூடிக்கொண்டே வந்தது. ஒரு கட்டத்தில் மனிதக்குரல்களின் பேச்சு சத்தம் மென்மையாகக் காதில் வந்து மோதியது.

மேலும் நடக்க, அந்தப் பாதை முடிந்து கோயில் சுனைநீர் கண்ணில் பட்டது.

அங்கிருந்து அப்படியே குனிந்து கையால் நீரை அள்ளலாம்.

கீழிருந்து குனிந்து வளைந்து பார்த்தபோது மேலே இருப்பவர்கள் தெரிந்தார்கள்.

ஆனால், மேலிருந்து பார்த்தால் அந்தக் குகைப்பாதை முடிவு சுனையின் சுவர்பரப்பில் ஒரு துவாரமாய் முடிந்திருப்பதை யாராலும் ஊகிக்கக்கூட முடியாது.

முயன்றால் நீரில் படாமல் சுனையின் திண்டுதிண்டான சுவர்பரப்பில் அங்கும் இங்குமாகக் காலை வைத்து சுனையின் கைப்பிடிச் சுவரை எட்டிப்பிடித்து மேலே வந்து கோயிலுக்குள் நுழைந்துவிடும் சாத்தியமும் பளிச்சென்று தெரிந்தது!

சித்தர்கள் ஒரு காலத்தில் நிஜமாகவே இப்படி வந்து சென்றிருக்க வேண்டும்.

இந்தப் பாதை இங்கிருப்பதைத் தெரிந்துகொண்டு யாரோ இப்போது ஒரு தப்புக்காரியத்தை இங்கு செய்து கொண்டிருக்கிறார்கள்.

அந்தத் தப்புக்கு விலை ஒன்பது கோடி ரூபாய்.

அது என்ன தப்பு?

மோவாயை வருடி யோசித்தபடியே திரும்பி நடக்கத் தொடங்கினான் மணிசுந்தரம்.

ஞாபகமாய் ஜெனரேட்டரை அணைத்தான்.

சத்தம் வெளியேறாமல் உள்ளேயே அடங்கிப்போன அதிசயத்தையும் மனதில் துல்லியமாய் உணர்ந்துகொண்டான்.

வேகவேகமாய் நடந்தான். தீப்பந்தம் திரும்ப கையில் எரிய ஆரம்பித்தது.

❖ ❖ ❖

இடது காலில் பெரிய கட்டுடன் மூங்கில் கட்டிலில் கிடந்தார் டாக்டர் கே.ஆர்!

அந்தோணிமுத்துவை ஒருவிதப் பயத்துடன் பார்த்து மருகிக் கொண்டிருந்தார்.

"உங்களுக்கு எதுக்கு டாக்டர் இந்த வேண்டாத வேலையெல்லாம்... பெரிய சி.ஐ.டி. மாதிரி எங்கேயோ போய் இப்படியா கால்லே அடிபட்டுக்கிட்டு வருவீங்க!

வரட்டும்... உங்க மகன் வரட்டும்...

இன்னிக்கே இந்த மலையை விட்டு நான் உங்களைக் கிளப்பலைன்னா நான் அம்புரோஸ் மகன் அந்தோணிமுத்து கிடையாது..."

முனகியபடியே அவர் கட்டில் கிடந்த இடத்தைக் கூட்டிக் கொண்டிருந்தான்.

திடும்மென்று ஊமைச்சாமி இடுப்புத் துண்டோடு அங்கே பிரசன்னமாகி கே.ஆரின் அடிபட்ட காலைத் தொட்டுப் பார்த்தது. போகும்போது அருளாசி வழங்குகிற மாதிரி வலது கையைக் காட்டிச் சென்றது. அந்தோணிமுத்து அதைப் பார்த்து ஆச்சரியப்பட்டுப் போனான்.

"சாமி இந்த மாதிரி இதுவரையில் யாரைப் பார்த்தும் கையைக் காட்டினதில்லை. டாக்டர் சார், நீங்க கொடுத்து வெச்சவர்..." என்றபடி பாய்ந்து அவர் அருகில் வந்தான் அந்தோணி. அதற்குள் மணிசுந்தரம் அங்கு வருவதைப் பார்த்த கே.ஆர். "வா மணி!" என்றார். உடனே அந்தோணியைப் பார்த்து, "நீ போய் பிரசாத் எங்கிருக்கான்னு பார்த்துட்டு வாயேன்..." என்று அவனைச் சாமர்த்தியமாய்க் கத்தரித்து அனுப்பிவிட்டு மணிசுந்தரத்தை அருகில் அமரச் சொன்னார்.

"என்ன ஆச்சு?" கே.ஆரிடம் கொப்பளிக்கும் எதிர்பார்ப்பு.

"சொல்றேன்... சொல்றேன்" என்று சகலத்தையும் சொல்லி முடித்துவிட்டு அந்தக் கடிதத்தை எடுத்து கே.ஆர். எதிரே நீட்டினான்.

வேகமாக அதைப் படித்த கே.ஆர். அந்தக் கடிதத்தில் உணர்த்தப்பட்ட டாக்டர் எர்னால்ட் பற்றி நெற்றிதேய யோசித்தவர், "ஐ நோ ஹிம்... ஐ நோ எர்னால்ட்" என்று கூறினார்.

"டாக்டர் யார் அவர்?"

"எய்ட்ஸு"க்கு மருந்து இந்தியாவுல மட்டும்தான் இருக்குன்னு நியூயார்க்ல நடந்த உலக டாக்டர்கள் மகாநாட்டுல உரத்த குரல்ல சொன்னவர் இந்த எர்னால்ட்! எப்பவும் ரொம்பவும் சர்ச்சைக்குரிய நபர். விதவிதமான ஆராய்ச்சிகள்ல ஈடுபட்டவர். அதன் காரணமா பல மனித உயிர்களைக் கொன்றவர். இவர் பேர்ல நிறைய கேஸ் இருக்கு... அமெரிக்கன் டாக்டர்ஸ் அசோசியேஷன் இவரை ஒதுக்கி வெச்சிருக்கு!

"எய்ட்ஸுக்கு மருந்து கண்டுபிடிச்சும், கேன்சர் பேஷண்டைக் காப்பாற்றியும் நான் உலக மகா டாக்டரா ஆகியே தீருவேன். அப்ப என் நாடு என்னை ஒதுக்கி வெச்சதுக்காக வெட்கப்பட்டு வேதனைப்படும். இது நடக்கத்தான் போகுதுன்னு ஒரு பேட்டியிலகூட சொல்லியிருக்கார்."

மணிசுந்தரம் அதைக் கேட்டு பளபள விழியோடு கே.ஆரை கூர்ந்து பார்த்துக் கேட்டான்:

"அப்ப இந்தக் கோயில்ல ஏதோ விஷயம் இருக்கு இல்லியா?"

"பின்ன இல்லாமலா..."

"அந்த விஷயத்தோட மதிப்பு ஒன்பது கோடியா?"

"ஒன்பது கோடியெல்லாம் சாதாரணம் மணி... விலைமதிப்பே இல்லாத ஏதோ ஒண்ணு இங்க இருக்கு! அது எப்படியோ அந்தக் கரடி குருப்புக்கு தெரிஞ்சிருக்கு... இனியும் அந்த குருப்பை விடக்கூடாது!"

"ஒரு நபர் உளவு பார்க்கறதா எச்சரிக்கை வந்துருக்கே கவனிச்சீங்களா? நீங்கதான் அந்த நபர்ங்கறது தெரிஞ்ச போயிட்டா...?"

"அதுக்குள்ள நாம முந்திக்கணும். விலைமதிப்பே இல்லாத அந்த விஷயம் எந்தக் காரணம் கொண்டும் அமெரிக்கா போய்விடக்கூடாது. உயிரைக் கொடுத்தாவது தடுக்கணும்."

"என்ன பண்ணலாம்? நான் எதுக்கும் தயார் டாக்டர்!"

"பிரசாத் வரட்டும்... கலந்து பேசுவோம்..."

"வேண்டாம் டாக்டர்... பிரசாத் வேண்டாம்."

"ஏன் வேண்டாம்?"

மணிசுந்தரம் நெடுநேரம் அந்தக் கேள்வி முன் மௌனமாய் நின்றான்.

"சொல்லு மணி... ஏன் வேண்டாம்..." கே. ஆர் நிமிண்டினார்.

"ரொம்ப ஆபத்தான இந்தக் காரியத்துல எது வேணும்ன்னாலும் நடக்கலாம். பிரசாத்துக்கு எதாவது ஆனா, என் தங்கை துடிச்சுப் போயிடுவா. பிரசாத்தோட அவ சந்தோஷமா வாழணும்னு நான் மனசார ஆசைப்படறேன். என்னால சீர் கொடுக்க முடியாது... ஆனா, உயிர் கொடுக்க முடியும். அதனால..." அதற்குமேல் பேச முடியாமல் நா தழுதழுத்துப் போனான் மணிசுந்தரம்.

"தங்கை பேர்ல அவ்வளவு பாசமா உனக்கு?"

"ஆமாம் டாக்டர். அவ எதுக்குமே ஆசைப்பட்டு நான் பார்த்தது கிடையாது. அவ வாழ்க்கைல முதல்முதலா ஆசைப்பட்டதே பிரசாத் மேலதான். அந்தக் காதல் கைகூடணும். அதுக்கு இடைஞ்சலா எந்த விஷயம் வந்தாலும் நான் தாங்கமாட்டேன்..."

கண்களில் நீரின் தளும்பலோடு மணிசுந்தரம் பேசப் பேச, கே. ஆருக்கே நெகிழ்ந்துபோனது மனது.

"ஓகே, ஓகே... முதல்ல இந்த லெட்டரை நம்ம க்ரைம் பிராஞ்ச் ருத்ராபதிக்கு அனுப்பணும். அப்படியே எப்படியாவது கோயிலுக்குள்ளே ஒளிஞ்சு நடக்கப்போறதை நேரடியா கவனிக்கணும்."

"அப்ப இன்னிக்கே கோயில்ல பதுங்கிடவா?"

"பதுங்கித்தான் தீரணும் மணி! வெறும் கையோட பதுங்காதே. ராஜவேணி மூலமா நான் ஆயுதங்களைத் தருவிச்சுத் தரேன்...! அதோட பதுங்கு. இன்னிக்கு ராத்திரி உனக்குக் கண்ணுக்கும்,

காதுக்கும்தான் வேலை. அவர்கள் கண்ணுல படாம நடக்கறதைக் கவனிச்சு வந்து சொல்லு. நாளைக்கு ராத்திரியே அவங்க கதையை முடிச்சிடலாம்..."

"அதை இன்னிக்கே பண்ணினா என்ன?"

"முட்டாள்! வைரத்தை வைரத்தால அறுக்கற மாதிரிதான் நடந்துக்கணும். நீ பதுங்கி இருந்து விடியும்போது உயிரோட வந்தாலே பெரிசுன்னு நான் நினைக்கறேன். அதுதான் நம்ம முதல் வெற்றி. அப்புறம் பார்... இந்த கே.ஆர். சாமர்த்தியத்தை."

"உன்னோட நான் சேர ஆசைதான். ஆனா, இப்படியா சமயம் பார்த்து என் கால்லே அடிபடணும்? இன்னும் ஒருநாள் ஆகும் நான் எழுந்து நடக்க..."

"அடிபட்டதுக்காக நான் சந்தோஷப்படறேன் டாக்டர். இந்தப் போராட்டத்துல எது நடந்தாலும் அது என்னோட மட்டும் போகணும்னு நினைக்கறேன்... ஒண்ணு மட்டும் உறுதி... அப்படி உயிர்போற நிலை வந்தாலும் எப்படியாவது அந்த ரகசியத்தைக் கண்டுபிடிச்சுத் தெரிவிக்காம மட்டும் நான் சாகவே மாட்டேன் டாக்டர்... சாகவே மாட்டேன்!"

கே.ஆர். மிகுந்த உணர்ச்சிவயப்பட்டு, அமர்ந்த அந்த நிலையிலேயே அவனை ஆரத் தழுவிக்கொண்டார்.

◇◇◇

அந்த மாலைப்பொழுதில் கோயிலில் பட்டர் கதவை இழுத்து மூடத் தயாராகியிருந்தார்.

இளைஞர் கூட்டம் ஒன்று முன்னதாக உள்ளே பிரகாரத்தைச் சுற்றிவரத் தொடங்கியது. தூண் தூணாகப் பார்த்துவிட்டு யாருமில்லை என்கிற உத்தரவாதத்துடன் வெளியே வந்தது.

நிம்மதியாய்ப் பட்டரும் கதவைப் பூட்டி கற்பூர ஆரத்தி காட்டி முடித்தார்.

உள்ளே சுனைக்குள் மறைந்திருந்து பாறைத் திண்டுகளைப் பற்றிய நிலையில் மேலே ஏறிக்கொண்டிருந்தான் மணிசுந்தரம்!

ஆலயம் முழுக்க எவ்வளவோ கல்வெட்டுச் செய்திகள். ஆனால், போகர் சிற்பம் தாங்கிய தூணில் காணப்படும் இந்தச் செய்தியில்தான் என்னவொரு தீர்க்கம்...

கடினமான அந்தத் தமிழைச் சற்று லேசாக்கிப் பார்த்தபோது...

'யாகம் தரும் வரமும்
யோகம் தரும் திறமும்
போகன் தரும் பாஷாணம் போலாகுமோ?
நவ பாஷாணம் போலாகுமோ?'

சுனைக் கிணற்றின் உள்ளிருந்து வெளிப்படத் தொடங்கினான் மணிசுந்தரம். வாயில் கவ்விய நிலையில் பளிச்சிடும் டார்ச் லைட். அதன் ஒளியில் சுனைக் கிணற்றின் பாறைத் திண்டுகள் ஈரப்பசை காட்டி மின்னின.

ரோந்து வருபவர்கள் எட்டிப் பார்த்தாலும் வெளித் தெரியாதபடி பாதுகாப்பாகப் பதுங்க ஏற்ற இடம் சுனைக் கிணற்றின் பக்கவாட்டுச் சுவர்ப்பரப்பில் உள்ள அந்தக் குகை வாய்தான்...

அப்படிப் பதுங்கிய நிலையில் இருந்து பாறை முனைகளைப் பற்றி மேலேறி வருகிறான்.

கறுப்பு வேட்டியையும், சட்டையையும் அணிந்திருக்கிறான். இருட்டில் போய் நின்றால் இருளோடு கரைந்துவிட்ட மாதிரியே தெரியும். இடுப்பில் தோல்பெல்ட்டும், அதன் உறையில் விஷக் கத்தியும், ஒரு பிஸ்டலும்கூடத் துருத்திக்கொண்டு இருக்கின்றன!

"அந்த நாய்ச் சனியனை நீ எதிர்கொள்ளும்படி ஒரு நிலை வந்தா இந்த விஷக் கத்தியைக் கையில எடுத்துக்கோ. இதால லேசா குத்தினாலும் போதும். நாய் அதிகபட்சம் பத்து நொடில சுருண்டு விழுந்து செத்துடும்; அவ்வளவு கடுமையான விஷம் இது" கே.ஆர். வர்ணித்தபடி அளித்த விஷக் கத்தியையும், பிஸ்டலையும் ஒருமுறை தொட்டுப்பார்த்துக் கொண்டான் மணிசுந்தரம்.

மனம் ஒரு லட்சிய வெறியொடு இருண்ட பிரகாரத்தில் டார்ச் ஒளியை அடித்துப் பார்த்தது.

வெளிச்சத்தில் அகப்படுகிறது அந்த மாலைச் சருகுக் குவியல்! பகலில் சித்தேஸ்வரர் சந்நிதிக்கு வெளியே அம்பாரமாய்க் குவிக்கப்பட்டிருந்தது.

வைரவன் செட்டியார் ஒருமுறை பூப்பல்லக்கெல்லாம் செய்து அதில் சுவாமியை உட்கார்த்தி ஊருக்குள் அழைத்து வந்திருந்தார். அந்தப் பல்லக்கு இப்போது வாடி வதங்கி, சாரங்கள் உடைந்த நிலையில் ஓர் ஓரமாகக் கிடந்தது.

அதையெல்லாம் ஒன்றுகூட்டித் துப்புரவு செய்கிறேன் என்று கூறிக்கொண்டு சுனைக்கிணறு ஓரமாகக் கொண்டுவந்து குவித்திருந்தான் மணி. பட்டர்கூடப் பரவசப்பட்டுப் போனார். இப்போது அதனுள் நுழைந்து பதுங்கிக்கொள்ளலாம். யாருக்கும் துளியும் சந்தேகம் வராது.

ஓர் எலியைப்போல குடைந்துகொண்டு அதனுள் நுழைந்து தன்னை மறைந்துக்கொள்ளும் முன் கைக்கடிகாரத்தைப் பார்த்தான்.

ரேடிய முட்களில் மணி ஆறே முக்கால்! அந்தக் கரடி மனிதர்கள் இதோ வந்துவிடலாம். கூடவே அந்த எம நாய்கள்

இரண்டும் கூட வரும். ஆனால் அவற்றின் மோப்பசக்திக்கு எந்தவிதப் பயனுமிருக்காது.

மண்ணை முகர்ந்தால் எப்படி ஒரு மட்டி வாடை வருமோ, அந்த வாடைக்கு இசைவான பாதாளப் பிச்சிச்செடியின் வேரை அரைத்து உடம்பு முழுக்கப் பூசிக் கொண்டிருக்கிறான்.

ஆசிரமத்திலேயே இருப்பதால் டாக்டர் கே.ஆர். கண்டுபிடித்து வைத்திருக்கும் எவ்வளவோ விஷயங்களில் ஒன்று இந்தப் பாதாளப் பிச்சி.

"பார்த்து மணிசுந்தரம்! அவர்கள் தங்களோட வேலைய தடங்கல் உணர்வே இல்லாமச் செய்யணும். அப்பத்தான் அவங்களைக் கையும்களவுமா பிடிக்க முடியும்!

அவர்கள் இதுவரை ஒரு பாதி வெற்றிதான் அடைஞ்சிருக்காங்க. மறுபாதிக்கு இன்னும் நாட்கள் இருக்கு. அந்த நாட்கள்தான் நம் கையில் உள்ள பலம்!

ஸ்வர்ணாபிஷேகத் தங்கத்துக்கு வேற குறிவெச்சு அவர்கள் நம் பேர்ல சந்தேகமில்லாம ரொம்ப ஆவலா தினம் தினம் வந்து போயிட்டிருக்கற காலம் இது.

போலீஸோட ஆளு நான்தான்னு ஒருக்கால் நினைச்சிருந்தாலும் நான் இப்படிக் கால்ல அடிபட்டுக்கிடக்கறதால கொஞ்சம் நிம்மதியாவே இருப்பாங்க.

அவர்கள் யார், எதுக்காக இந்தச் செயல்கள்னு கண்டுபிடிக்கணும். அதுதான் முக்கியம்.

இந்தக் கத்தி, துப்பாக்கிக்கு எல்லாம் வேலை வெச்சுடாதே. உன் உயிருக்கு ஆபத்துன்னா மட்டும்தான் இவற்றைப் பயன்படுத்தனும்.

நீ உள்ள பதுங்கியிருக்கற அந்த நிமிஷங்கள்ல வெளிய பிரசாத் உன் வீட்ல பஜனை, பாட்டுன்னு அமர்க்களப்படுத்தும்படி பண்ணிடறேன். நீ கூட ஸ்வர்ணபிஷேகத் தங்கம் சம்பந்தமா சேலம் போயிருக்கறதா சொல்லிடறேன்."

தன்னை வழியனுப்பும் முன் டாக்டர் கே.ஆர். பேசிய அந்த நீண்ட பேச்சு அவனுக்குள் வேகமாக ஓடியது.

இரவு ஒன்பது மணியைத் தாண்டிவிட்ட அந்தப் பொழுதில் திடுமென்று சுனைக்கிணறே ஒளிமயமாகிப்போனது. சலசலவென்று நீர்ப்பரப்பில் இருந்து சத்தம் வெளியே மெலிதாகக் கேட்கத் தொடங்கியது.

சத்தத்தைத் தொடர்ந்து கிணற்றுத் திட்டின் மேல் கறுப்பு நாய்களின் பிரவேசம். பின்னாலேயே தலையில் ஹெட் டார்ச் ஒளியோடு இரண்டு பேர்!

கரடி உடுப்பெல்லாம் இல்லாமல் அரை டிராயர், கை பனியன் என்று ஸ்போர்ட்ஸ்மேனைப் போல் வசதியாகத் தெரிந்தார்கள். எரியும் ஹெட் லைட்டைக் கழற்றித் திட்டின் மேல் வைத்தார்கள், பிரகாரவெளியில் குதித்து இறங்கிய நாய்கள் இரண்டும் முதல்காரியமாக முகர்ந்து முகர்ந்து பார்த்தபடி மொத்தக் கோயிலையும் ஒரு ரவுண்ட் அடித்துவிட்டு இளைக்க இளைக்கத் திரும்ப ஓடிவந்தன.

அவை சத்தமின்றித் திரும்ப வந்த பிறகுதான் இருவருக்கும் இயல்புநிலை ஏற்பட்ட மாதிரி தெரிந்தது. ஒருவன் ஒரு சிகரெட்டை எடுத்துப் பற்ற வைத்துக் கொண்டபடி சுனைக் கிணற்றின் கைப்பிடி சுவர்மேல் அமர்ந்தான்.

"அப்பாடா!"

"பார்த்து தனபால்... சிகரெட் துண்டைக் கீழே போட்றாதே!" என்றான் அடுத்தவன்.

"தெரியும் மாணிக்கம்! போகட்டும், நாமளும் ஒரு சுத்து வளைய வந்துடுவோமா?"

"கட்டாயமா... ரவுண்ட் வந்த கையோட வேகவேகமா காயத்தைப் பார்க்கணும். ஆமா, இன்னிக்கு அந்த லிங்கத்தைப் பீடத்தை விட்டுக் கழற்றிட முடியுமா?"

'எந்த லிங்கத்தை... எந்தப் பீடத்தை விட்டு...?' குப்பைக் கூளத்துக்குள் மணிசுந்தரம் தனக்குள் கேள்விக்குள் திக்குமுக்காடிப் போனான். பதில் வெளியிலிருந்து அவனுக்குள் நுழைந்தது.

அந்தக் குரலையும்கூட இதற்குமுன் எங்கேயோ கேட்டதுபோல தோன்றியது.

"இதோ பாரு தனபால்... தலைவர் அவசரத்துக்கெல்லாம் காரியம் நடக்காது. இது என்ன வெட்ட வெளில கிடக்கற கடப்பக்கல்லா, சர்ருன்னு பவர் ஆக்ஸாவால வெட்டி எடுக்க? இது சுனை தண்ணிக்குள்ள மூழ்கியிருக்கற விஷயம். விலைமதிப்பே இல்லாத நவபாஷாணம்! பெயர்த்தும், அறுத்தும் எடுக்கறதுக்குள்ள உயிரை போயிடுது. அதுல துளிகூட சேதமும் ஆயிடக்கூடாதுங்கற கண்டிஷன் வேற!"

"அலுத்துக்காதே மாணிக்கம். இன்னும் கொஞ்ச நாள் அப்புறமா நம்ப பங்கோட நாம் அமெரிக்கா போய் செட்டிலாயிடுவோம். டாக்டர் எர்னால்ட் அதுக்குத் தேவையான எல்லாத்தையும்தான் செய்து தரத் தயாரா இருக்காருல்லே...?"

"சில நாள்ல எல்லாம் நவபாஷாண நீர் லிங்கங்களையும் வெளிய எடுக்க முடியுமாங்கறது சந்தேகம்தான் தனபால். மாசக்கணக்குல முயற்சி செஞ்சே மூணு லிங்கத்தைத்தானே எடுக்க முடிஞ்சது?"

"கவலைப்படாதே... எர்னால்டுக்கு தலைவர் எழுதி ஏதாவது ஏற்பாடு பண்ணி சமாளிச்சுடுவாரு."

"அதுவா பிரச்னை... சேலம் போலிஸோட ஸ்பைதான பைத்தியக்காரனா வந்திருக்காங்கற எச்சரிக்கை வேற நமக்கு. அவன் பிடில எங்க கையும்களவுமா மாட்டிக்குவோமோன்னு பக்குபக்குன்னு இருக்கு. நெஞ்சு வேற அடிச்சுக்குது. டோனியையும், ரீட்டாவையும் வெச்சுக்கிட்டு எவ்வளவு நாளைக்குத்தான் ஊரை ஏமாத்தறதோ எனக்கே தெரியலை!"

அவர்கள் பேச்சில் அதிசயமாக அலுப்பும், சலிப்பும்கூட எட்டிப்பார்த்தன. காதில் விழுந்த அந்த விஷயங்களால் ஏறத்தாழ, இமாசலத்துப் பனிபோல உறைநிலையையெல்லாம் தாண்டிவிட்டிருந்தான் மணிசுந்தரம்.

சிகரெட்டை ஊதிக்கொண்டிருந்த தனபால் என்பவன் அதைக் கைப்பிடி சுவரில் வைத்துத் தேய்த்து அணைத்துவிட்டு சிகரெட் துண்டை ஞாபகமாக டிராயர் பாக்கெட்டில் போட்டுக்கொண்டான். நாய்கள் இரண்டும் அவர்கள் முன் அடுத்த கட்டளைக்கு காத்திருக்கும் சேவகன்போல் மண்டியிட்டிருந்தன.

மாணிக்கம் என்று அழைக்கப்பட்டவன் முறுக்காகச் சிரிக்கிறான்.

"திரும்பவும் சொல்றேன் தனபால், தலைவர் புள்ளிவெச்சா அது துளிகூடப் பிசகாது. விஷ்வராம் டாக்டரோட கதையை எப்படி முடிச்சாருன்னுதான் உனக்கே நல்லா தெரியுமே...? அந்த ஆள் ஒளியப்போறான்... போட்டோ பிடிக்கப்போறான், டேப்ல பதியப் போறாங்கறதையெல்லாம் முன்னாலேயே தெரிஞ்சுக்கிட்டு பதிலுக்குப் பண்ணின செட்டப்பை மறந்துட்டியா? டேப்பை மாத்தி... ஃபிலிம் ரோலை மாத்தி... நம்ம தலைவரோட மூளை மியூஸியத்துல வைக்க வேண்டிய ஒண்ணு தனபால். கவலையை விடு. தைரியமாகவும், நம்பிக்கையாகவும் செயல்படுவோம். காலம்பூரா கொத்தனாரா இருந்து சாகாம, எல்லா கஷ்டத்தையும் இப்பவே பட்டுட்டு அமெரிக்கா பக்கம் ஓடிடுவோம்..."

"ஆமாம்... இந்த ஸ்வர்ணாபிஷேகம் நடக்கும்னு நினைக்கறே...?"

"நம்ம தலைவர் அந்தப் பைத்தியக்கார டாக்டருக்கு வெச்சிருக்கற பரீட்சை இது. அந்த லலிதா பொண்ணு ஓலை எழுதிக் கேட்டதைத் தலைவர் சாமர்த்தியமா இப்படிப் பயன்படுத்திக்கிட்டிருக்காரு. அவர் நிஜப் பைத்தியமா இல்லாம நடிக்கறாருன்னா, மகன் ஸ்வர்ணாபிஷேகம்னு லட்சக்கணக்குல செலவழிக்கறதை வேடிக்கை பார்த்துக்கிட்டு சும்மா இருக்க

மாட்டாரு. எதையாவது செஞ்சு தடுக்கப் பார்ப்பாரு. அவர் அப்படி தடுத்துட்டா, சந்தேகமே இல்லாம டாக்டர் கே.ஆர். போலிஸ் ஸ்பை தான்."

"எனக்கென்னவோ நடக்கற பஜனையையும், கேள்விப்படற விஷயங்களையும் வெச்சுப் பார்த்தா ஸ்வர்ணாபிஷேகம் நடக்கும்னுதான் தோணுது. தங்கத்துல எனக்கும் பங்கு உண்டுதானே?"

"நிச்சயமா? வா... வா... நாமளும் ஒரு ரவுண்ட் போய் வந்துட்டு வேலையை ஆரம்பிப்போம்."

இருவரும் ஹெட்லைட் வழிகாட்ட நடக்க ஆரம்பித்தார்கள். நாய் இரண்டும் கூடக் கால்களை வளைய வந்தபடி அவர்களோடு சேர்ந்து நடக்க ஆரம்பித்தன.

மணிசுந்தரம் மட்டும் உறைந்த நிலையில் மேலும் உறைந்து கொண்டிருந்தான். குரலுக்குரியவர்களில் ஒருவன் அவனுக்குள் இப்போது முழுவதுமாகப் பிடிபட்டிருந்தான். அவன் கொத்தனார் தனபால்! இனியும் தாமதிக்கக் கூடாது. இவர்களுக்கே தெரியாமல் இவர்களைப் பின்தொடர முடிவெடுத்தான்.

அந்த சருகு குப்பைக்கூளத்தை விட்டு வெளியே வந்த மணிசுந்தரம் அவர்களைப் பின்தொடர ஆரம்பித்தான். சர்வஜாக்கிரதையாகப் பதுங்கிப் பதுங்கி முன்னேறும்போது அவர்கள் பேச்சில் மேலும் பல விஷயங்கள்... திறந்தே இருக்கும் மடப்பள்ளி அறையை எட்டிப் பார்த்துவிட்டு, அதன் வாசல் அருகில் நின்றபடி பேசிக்கொண்டிருந்தனர்.

"அநேகமா பழனி முருகன் சிலைக்குப் பிறகு இந்த நீர் லிங்கங்கள் மட்டும்தான் நவபாஷாணமா இருக்கணும். இது வெளிய இருக்கறதைவிடத் தண்ணிக்குள்ள இருந்தா இந்தத் தண்ணியைப் பயன்படுத்தறவர்களுக்கு எல்லாம் நல்லது நடக்கணும்னு நினைச்சுதான் தண்ணிக்குள்ளேயே பீடம் எழுப்பி, நீர் லிங்கமா இவற்றைப் போகசித்தர் பிரதிஷ்டை பண்ணியிருக்கணும்ங்கறது

நம்ம தலைவரோட அபிப்ராயம். வெளிய வெச்சா யாராவது சுரண்டிடலாம்கற பயம்கூட சுனைக்குள்ள இவற்றை வைக்கக் காரணமாயிருந்திருக்கலாம்."

"டாக்டர் எர்னால்டே வாயைப் பிளந்துட்ட உலக அதிசயமாச்சே இது..."

பேசிய ஜோரில் நடந்து சித்தேஸ்வரசாமி சந்நிதியின் வாசலுக்கு வந்தார்கள். சந்நிதியை நன்றாகவே இழுத்து மூடிப் பூட்டியிருந்தார் பட்டர். அந்தப் பூட்டைத் தனபால் என்பவன் இப்போது திறந்து கொண்டிருந்தான்.

'பட்டரிடம் மட்டுமே உள்ள சாவி இவனுக்கு எப்படிக் கிடைத்தது... டூப்ளிகேட்டா?'

கதவைத் திறந்தவன் உள்ளே நுழைந்து பார்த்துவிட்டு வெளியே வந்து திரும்பவும் கதவைப் பூட்டினான்.

"ஓலை எதுவும் யாரும் வைக்கவில்லை..." என்றபடி பிரகாரத்தில் நடையிடத் தொடங்கினார்கள். திரும்பவும் நாய் இரண்டும் உரசிக்கொண்டும், துள்ளிக்கொண்டும் முன் ஓடின.

மணிசுந்தரம் ஒரு பருத்த தூணின் பின்னால் ஒளிந்திருந்தான். 'இவர்கள் தங்கள் பேச்சில் மிகப்பெரிய மூளை உள்ளவராக வர்ணிக்கும் அந்தத் தலைவர் யாராக இருக்கும்?' கேள்வியின் பிறாண்டலில் நெளிந்து கொண்டிருந்தது மனம்!

இந்தத் தனபால் எல்லோருடனும் சமதையாக இழைபவன். செட்டியாருடன் காரில் வந்திறங்கினாலும் அண்ணாமலை அண்ணனிடமும் நெருக்கம் உள்ளவன். அக்னிராசுவிடமும் ஆழ்ந்த நட்புடன் சிகரெட் வாங்கிப் பற்றவைப்பான்.

ஊமைச்சாமியைப் பார்த்தாலோ காலிலேயே விழுந்து எழுந்திருப்பான்... இவர்களில் இவனை ஆட்டுவிப்பவர் யார்?

அவர்கள் பிரகார வளைவில் திரும்பி விட்டிருந்தார்கள்.

வெளிச்சம் விலகிக் கும்மிருட்டின் கூடாய்ப் பிரகாரம் நிசப்தத்துடன் காதை பம் என்று அழுக்கியது.

அவர்கள் பேச்சுக்குரல் திரும்பவும் காதில் விழும் அளவு சமீபித்துவிட்டான் மணிசுந்தரம்.

அவர்கள் இயல்பாக ஒருமுறை பின்னால் திரும்பினார்கள்.

ஹெட்லைட் வெளிச்சம் வெள்ளமாகப் பின்னால் பாய்ந்தது. அந்த வேக விநாடியில் சட்டென்று ஒளிவதற்காக முனைந்தபோது கல்தூணின் மேல் தலைமோதித் தடுமாறியதில் இடுப்பிலிருந்த பிஸ்டல் கீழே விழுந்து 'ணங்' என்ற சத்தம் எழுப்பியது!

"தனபால்... பின்னால் யாரோ?" உயிர்நிலை அதிரக் கத்த ஆரம்பித்தான் மாணிக்கம்.

"டோனி, ரீட்டா ஓடுங்க..." தனபால் பதிலுக்கு அலறினான்.

டோனியும், ரீட்டாவும் புயலாகிவிட்டிருந்தன.

ரீட்டா துல்லியமாக மணிசுந்தரத்தைக் கண்டறிந்து கொலை வெறியோடு அவனைப் பார்த்துத் தரையை விட்டு ஓர் எகிறு எகிறியது!

"ஹக்க்க்...!"

நவபாஷாணம் பற்றி கல்வெட்டுச் செய்தி ஒன்று கூறும் நுட்பமான உண்மை இது...

> 'அற்புதத்தின் பொற்பதத்தில்
> கற்பகமாய் வந்துதித்த
> நற்பெருமை வாய்ந்த
> ஒரு பூஷணம்;
> தேவசக்தி சேர்ந்த
> அமிர்தமிகு சாசனம்.
> மாயவினை உய்த்த
> காய நோய்க்குணம்,
> தேகம் சாய்க்க வந்த
> சர்வரோக நிவாரணம்;
> போக சக்தியாலே
> காய்ந்த நவபாஷாணம்!'

மணிசுந்தரத்தின் மீது ரீட்டா பாய்ந்த அடுத்த விநாடி டோனியும் அவன் மீது பாய்ந்தது.

விஷக்கத்தியை ஒரு கையிலும், டார்ச்சை மறு கையிலுமாய்ப் பிடித்தபடி அவ்விரண்டு நாய்களைக் குத்திக் கிழிக்கப்

பார்த்தான் மணி. ரீட்டாவும், டோனியும் அவனைப் புரட்டி எடுத்துக் கொண்டிருந்தன. வேஷ்டி அவிழ்ந்துகொண்டது. பட்டி டிராயருடன் எழுந்து ஓடவேண்டி வந்தது. அந்த நிலையிலும் டார்ச்சை விடாமல் பிடித்திருந்தான். அதையே ஓர் ஆயுதம் போல பயன்படுத்தி டோனி, ரீட்டாவை தாக்கப் பார்த்தான்.

எவ்வளவோ ஜாக்கிரதையாக இருந்தும் இப்படி துரதிர்ஷ்டவசமாகச் சிக்க நேர்ந்த பதட்டத்தில் திட்பமாகச் செயல்பட முடியாதபடி மனதில் நடுக்கம் வேறு.

மறைந்தும், வளைந்தும் ஓட கோயில் தூண்கள் இடம் கொடுத்தன.

உடம்பில் பிச்சி சாறு பூசியிருந்ததால் மனிதவாடை கிடைக்காமல் அந்த நாய்கள் தங்கள் கண்களை நம்பி அந்த இருட்டில் மணியைத் தேட வேண்டியதாயிற்று. அப்படியும் நாய்களிடம் விடாத துரத்தல். ஹெட்லைட் கட்டிக்கொண்டு தனபாலும், மாணிக்கமும் பின்னாலேயே விரட்டினர்.

"டோனி, ரீட்டா! விடாதீங்க... அதோ அந்தத் தூண் பின்னால அங்க... அங்க..."

அவர்களின் குரலுக்கு அந்த நாய்கள் இரண்டும் அலைக்கழிந்தன.

'எப்படியாவது தப்பித்துவிட வேண்டும்' மணிசுந்தரம் மனதில் வைராக்கியம் உருத்திரளும்போது கழுத்துப் பக்கமாய் நசநசவென்று குருதி பெருகி வழியத் தொடங்கியது.

ரீட்டா பாய்ந்த வேகத்தில் கழுத்துப் பக்கம்தான் கவ்வியிருந்தது. கூடவே இடுப்பு, அடிவயிறு என்று அங்கங்கே இலீரிட்டது. எல்லா இடங்களிலும் அந்த இரட்டை நாய்களின் பற்தடங்களின் விளையாட்டு.

மணிசுந்தரம் எதிரே தெரிந்த மடப்பள்ளி அறையை நோக்கி ஒரே ஓட்டமாக ஓடி கதவைத் தாழிட்டுக்கொண்டான். பதட்டத்தில் டார்ச் எங்கோ போய் விழுந்தது!

வெளியில் நாய்கள் இரண்டும் தாழிட்ட கதவை நறநறவென்று பிறாண்ட ஆரம்பித்தன.

நாய்களின் பிறாண்டலோடு தனபால், மாணிக்கத்தின் தாக்கத்தில் மடப்பள்ளி கதவு, பாளம் பாளமாகப் பிளந்து கொள்ளும்போல் தோன்றியது. "தம்...தம்...தம்..." என்கிற சத்தம்.

பாரம் நெஞ்சை அழுத்தியது. அதிகமாக வெளியேறும் ரத்தம் மணிசுந்தரத்தை மயக்கத்தில் பிடித்து இழுத்துக் கொண்டிருந்தது.

எப்படியாவது காதில் விழுந்த விஷயத்தை டாக்டர் அறியும்படி செய்ய வேண்டும். மற்றவர்களைப்போல மரணித்துவிடக்கூடாது... வைராக்கியம் கொழுந்துவிடத் தொடங்கியது. கறுப்பாய்த் தெரிந்த கரி அடுப்புச்சுவர் ஒரு கரும்பலகையாய் அவன் கண்முன் தெரிய, ஆள்காட்டி விரலே சாக்பீஸாகியது.

'ஒன்பது கோடிக்கு காரணம் சுனைக்குள் உள்ள நவபாஷாண நீர் லிங்கங்கள்! கொத்தனார் தனபால் கரடி... அடுத்த' அதற்குமேல் தொடர முடியாமல் தடுமாறியபடி கதவை ஒட்டி அப்படியே சரிந்து விழுந்தான்.

அவன் விழுந்த மறுவிநாடியே கதவும் ஒடித்துத் திறக்கப்பட, டார்ச்சின் ஒளி கொத்தாய் அவன்மேல் பாய்ந்தது.

ஒளிக்குப் போட்டியாக திரும்பவும் நாய்கள்!

"இனி இவனை ஆண்டவன் வந்தாலும் காப்பாற்ற முடியாது. டோனியும், ரீட்டாவும் விளையாடட்டும்... நீ வா. திரும்ப ஒரு ரவுண்டு வருவோம். இவன் மட்டும்தான் பதுங்கினானா, இல்லை இன்னும் யாராவது பதுங்கி இருக்காங்களான்னு பார்த்துடுவோம்."

இருவரும் அங்கிருந்து நகர, அசைவற்றுக்கிடந்த மணியின் அருகில் டோனி நிதானமாக வர, இன்னமும் கொஞ்சம் நினைவிருந்த மணி தன் கையிலிருந்த விஷக்கத்தியால் அதை குத்தினான். 'வள்' என்று கத்தியபடி அது பின்வாங்க ரீட்டா மணியைக் கடிக்க அருகே வர, அதன் மார்பிலும் அந்தக் கத்தியால் கீறிவிட்டு மயங்கிச் சாய்ந்தான் மணிசுந்தரம்!

அந்த இருளில் மணிசுந்தரத்துக்கு மிக அருகிலேயே தூண் ஒன்றின் பின்னால் இருந்து ஓர் உருவம் மெல்ல வெளிப்பட்டது. மணியின் உதட்டைப் பிளந்து அவன் வாயில் அது எதையோ ஊற்றி மூக்கைப் பிடித்தது.

பிரகாரங்களை டார்ச் ஒளியில் தனபாலும், மாணிக்கமும் அலச ஆரம்பித்த சில நொடியில் ஊளைச் சத்தத்துடன் டோனி ஓடிவந்து அவர்கள் காலடியில் சுருண்டு விழுந்தது.

"ஏய் டோனி... என்னாச்சு உனக்கு?" பகீர் உணர்வோடு குனிந்து டோனியைப் பார்த்தான் தனபால். அதன் கழுத்தில் ரத்தக் கசகசப்பு. அவன் பார்த்துக் கொண்டிருக்கும்போது உடம்பு விதைக்க அது துடிக்க ஆரம்பித்தது.

"எங்கே ரீட்டா?" என்று திரும்பினால் அதுவும் இதேபோல் உயிர்ப்போர் நிகழ்த்திக் கொண்டிருந்தது. பக்கத்திலேயே மணிசுந்தரமும் விறைத்துக்கிடந்தான்.

"நாம இனி தாமதிக்கக்கூடாது. உடனே போய்த் தலைவரைப் பார்க்க வேண்டியயதுதான்..."

"ஆமாம்... ஆமாம்... இன்னிக்குக் கிளம்பின நேரமே சரியில்லை. உள்ள ஒரு பிணம் வேற விழுந்துடிச்சு."

"ஒண்ணுல்லே... மூணு... டோனி, ரீட்டாவை விட்டுட்டியா?"

"சரி, கிளம்புவோம். நீ ரீட்டாவைத் தூக்கு, நான் டோனியைத் தூக்கறேன்."

இருவரும் வேகமாய்ச் செயல்படத் தொடங்கினார்கள்.

மணிசுந்தரத்தின் உடல் மட்டும் விறைத்துப்போய் விடியலுக்காக காத்திருக்கத் தொடங்கியது.

விடிந்துவிட்டது!

'கக்கர கிரீச்ச்ச்... ச்ச்ச்...'

கோயில் கதவு இசைபாடிக்கொண்டே திறந்து கொள்கிறது.

பட்டர் ஈர உடலோடும், மந்திர உச்சாடனத்தோடும் உள்ளே கால் எடுத்து வைக்கிறார். கூடவே லலிதாவும் பிரசாத்தும்...

மிக மிக அதிசயமாய் ஒரு குச்சியை ஊன்றியபடி டாக்டர் கே.ஆரும் அவர்களுடன் தெரிந்ததுதான் ஆச்சரியம்!

ஒரு பக்கம் பிரசாத், அப்பா கே.ஆரைக் கைத்தாங்கலாய்ப் பிடித்தபடி நிலைக்கதவைத் தாண்டினான். மறுபக்கம் லலிதா பிடித்துக் கொண்டிருந்தாள்.

அந்தக் கூட்டத்தில் வைத்தியர் ராமரத்னமும் இருந்தார்!

லலிதாவை அழைத்து மடப்பள்ளிக்குப் போய் எண்ணெய்த் தூக்கை எடுத்துவரச் சொன்னார் பட்டர்.

"சரிப்பா..." திரும்பி ஓடியது அந்த மயில். அங்கே நிகழ்ந்திருக்கும் விபரீதம் தெரியாமல்...

பிரசாத்துடன் நடந்து வரும் கே.ஆரின் பார்வையோ, மணிசுந்தரத்தைக் காண சுற்றிச்சுற்றிப் பாய்கிறது.

"அப்பா..." என்று பிரகாரமே நடுங்கும்படி லலிதாவிடம் இருந்து ஒலிவர எல்லோரும் திடுக்கிட்டார்கள்.

வைத்தியர் ஒலி வந்த திசை நோக்கி வாரிச் சுருட்டிக்கொண்டு ஓடினார். போனவர் திரும்ப வந்து, "சாமி மோசம் போயிட்டீங்க சாமி... மோசம் போயிட்டீங்க. உங்க மகன் உள்ற பிணமா கிடக்கறாருங்க" என்று கண்ணீர் மல்க நிற்கவும், அந்தச் சந்நிதி வாசலிலேயே அப்படியே ஸ்தம்பித்து உட்கார்ந்துவிட்டார் பட்டர்.

மணிசுந்தரம் லலிதாவின் மடியில் அவளின் கதறலுக்கு நடுவே மடப்பள்ளியில் விறைப்பாகக் கிடந்தான்.

"மணி... எலே மணி... சொல்லச் சொல்லக் கேட்காம இப்படிச் செத்து வெச்சிருக்கியேய்யா, விடியும்போது பாருங்கன்னு சொன்னியே... இதைத்தானா? வயசுல சின்னவனா இருந்தாலும் சரிக்கு சரி பேசிப் பழகினியே... உன்னை மாதிரி ஒரு நண்பனை இனி நான் எப்ப பார்ப்பேன்?"

அவரால் வாய்விட்டுப் புலம்ப முடிந்தது. ஆனால் லலிதாவால் முடியவில்லை. மயங்கி விழுந்துவிட்டாள்.

"தண்ணி... தண்ணி..." கூட்டம் திமுதிமுத்தது. பிரசாத் எழுந்து மடப்பள்ளி உள்ளே சென்று தண்ணீர் எடுத்து வந்து லலிதாவின் முகத்தில் தெளித்து, அவன் மயக்கத்தை கலைக்கப் பார்த்தான்.

நொண்டி நொண்டிக்கொண்டு கே.ஆரும் அங்கே வந்து விட்டிருந்தார். பைத்தியமாய் நடிப்பதையும் மறந்து உணர்ச்சிவசப்பட்டு கலங்கிப் போயிருந்தார்.

பிரசாத், லலிதாவை மயக்கத்தில் இருந்து மீட்டு தன் மார்பில் சாயவிட்டிருந்தான்.

செய்தி வெளியே அசுரவேகத்தில் பரவியதில் திபுதிபுவென்று சித்தர்பட்டியே உள் நுழையத் தொடங்கிவிட்டது. ஊமைச்சாமியும் செய்தி கேட்டு ஓடி வந்திருந்தது.

"வழி விடுங்கப்பா... வழி விடுங்க... ஊமைச்சாமி வருது..." கூட்டத்தில் சலசலப்பு.

இடுப்புத் துண்டோடு நாரைச் சிறகையொத்த தாடியை வருடியபடி அந்தக் கிழம் நடந்து வரும் நடையில் ஒரு அசாத்திய வேகம்.

மணிசுந்தரத்தின் அருகில் அமர்ந்து, அவனது மணிக்கட்டை தொட்டுப் பார்த்தது.

அந்த நிமிஷத்தில் அதன் உறைந்த விழிகளில் வைரச் சுடரொளியாய் வெளிச்சம்!

பிரசாத் உன்னிப்பாய் அதைக் கவனித்து சரியாகக் கேட்டான்.

"சாமி... இன்னும் நாடித்துடிப்பிருக்கா?"

ஆமோதிப்பாய்த் தலையை அசைத்த ஊமைச்சாமி ஒரு விநாடிகூட தாமதிக்காமல் மணிசுந்தரத்தின் உடலைத் தொட்டுத் தூக்கிக்கொண்டது.

கோயிலை விட்டு வெளியே ஆசிரமத்தை நோக்கி ஓடியது. எல்லோரும் கூடவே ஓடினார்கள்.

கோயிலே வெறிச்சோடிவிட்டது.

கே.ஆர். இறுக்கம் தளர்ந்து லேசாகி அப்பாடா என்ற பெருமூச்சோடு தனியே நிமிர்ந்தார்.

எப்படியோ மணிசுந்தரம் சாகவில்லை!

அப்போது காலை இடறியது தண்ணீர் செம்பு.

சிரமத்துடன் குனிந்து எடுத்தவர், அதை இருந்த இடத்தில் வைப்பதற்காக மெல்லக் கெந்திக்கெந்தி நடந்தார்.

அவர் பார்வை நேராக அடுப்புச்சுவர்மேல் விழுந்தது. பளீரிட்டது அந்தச் செய்தி!

அதை வாசித்தவருக்குத் திக்கென்றது!

கொத்தனார் தனபால் என்ற எழுத்தில் பார்வை நிலைகுத்தி நின்றது!

இனி ஒரு விநாடிகூட தாமதிக்கக் கூடாது என்றது உள்ளுணர்வு.

அவருக்காக ராஜவேணியும் ஆசிரமச்சரிவில், வேங்கை மர நிழலில் பாறை ஒன்றின்மேல் அமர்ந்து கொண்டிருந்தாள்!

நீர் லிங்கமாய்த்தான் அந்தச் சுனைக்குள் இருப்பதைத் தெய்வமே தெரிவிப்பதாய் அமைந்த அந்தப் பாட்டுதான் சகல சதிகளுக்கும் அடித்தளமிட்டது.

> 'பாருக்குள் பஞ்சலிங்கமாய்
>
> நேருக்கு நேர் நின்ற எனை
>
> நீருக்குள் நீர் லிங்கமாய்
>
> ஊறித் திளைக்க வைத்த மன்னன்
>
> ஓரியின் மலைக்குன்றம் இது
>
> வீரியம் மிக்க தாமோ!'

ஆசிரம வாசலில் திமுதிமுவென்று கூட்டம்!

அண்ணாமலை அண்ணன், அக்னிராசு என்று ஊரே திரண்டுவிட்டது.

அண்ணாமலை முகத்தில் சுரத்தேயில்லை. கோபம் வேறு. "வரட்டும்... செட்டியார் வரட்டும். கோயிலை மொதல்ல இழுத்து மூடிட்டு மறுவேலை பாருமய்யான்னு சொல்லப்போறேன்.

எவ்வளவு சொன்னாலும் புத்தியில்லாம இப்படிப்போய் கிழிபட்டு வந்தா என்ன அர்த்தம்?

சாமிக்குக் கோபம் வந்து அது ஊரையே அழிக்குமுன்ன கோயிலைப் பூட்டிற வேண்டியதுதான்.

பட்டர் மகனே நம்பிக்கையில்லாம இப்படிச் செஞ்சா அப்புறம் யாருக்கு என்ன பண்ணத் தோணாது?"

அதிசயமாய் அதை ஆமோதித்தான் அக்னிராசு.

உள்ளே மணிசுந்தரம் பச்சிலைக்கட்டில் உதியமரப் பட்டைமேல் கிடத்தப்பட்டிருந்தான். மணிசுந்தரத்தின் கால்மாட்டிலேயே அமர்ந்திருந்தாள் லலிதா.

நாடியிலேயே குறியாக கையைப் பிடித்துக்கொண்டு உட்கார்ந்திருந்தது ஊமைச்சாமி. அவரை ஒட்டிக்கொண்டு பட்டர்.

தலைப்பக்கம் தவிப்போடு பிரசாத்! தோளை உரசிக்கொண்டு பிரசாத்துக்கு வெகு அருகில் வைத்தியர் ராமரத்னம்.

"தம்பி..." என்று பிரசாத்தை தனியே அழைத்தார்.

"என்ன வைத்தியர் சார்...?"

"சொல்றேன்னு தப்பா நினைக்க வேண்டாம்" என்றார் கிசுகிசுப்பான குரலில்!

"சொல்லுங்க."

"தாமதிக்காம மணியை சேலம் ஜி.ஹெச்சுக்குக் கொண்டு போவோம். இங்க ஊமைச்சாமிகிட்ட வைத்தியம் வேண்டாம்."

பிரசாத் அதிர்ந்துபோனான்...

"வைத்தியரே... என்ன பேச்சு இது? நீங்களா இப்படிச் சொல்றது?"

"ஏதோ யார் செஞ்ச புண்ணியமோ மணி உடம்புல உசுர் ஒட்டியிருக்கு. உங்க நல்லதுக்குத்தான் சொல்றேன். இங்க இருந்தா அவனைப் பிழைக்க விடமாட்டாங்க. அந்த ஊமைச்சாமிய நம்பறதுக்கில்ல."

பிரசாத் அகண்ட விழிகளோடு அவரைத் தொடர்ந்து வெறித்தான்.

'ஊமைச்சாமி மேலேயே உனக்குச் சந்தேகமா?' என்ற பிராண்டல் அதில்.

"என்ன ஊமைச்சாமிய பத்தியே பேசறதா ஆச்சரியப்படறீங்களா? எவ்வளவோ பேர் செத்துருக்காங்க. அப்பல்லாம் இந்த ஊமைச்சாமி கோயில்பக்கம் எட்டியாவது பார்த்துச்சா? இப்ப மட்டும் ஏன் வந்துச்சு? இதுல ஏதோ சதி இருக்கு... தப்பித்தவறி மணி பிழைச்சுட்டா எங்கே குட்டு உடைஞ்சுடுமோன்னு பயம் – அதான் ஓடி வந்துடுச்சு..."

பிரசாத்துக்கு நின்ற இடம் நழுவுகிற மாதிரி தோன்றியது. ஊமைச்சாமியைக் கவனித்தான்.

அது கர்மமே கண்ணாக... அதை ஒரு வில்லனாய் அவனால் நினைத்தே பார்க்கமுடியவில்லை! அதேசமயம் வைத்தியர் பேச்சைப் புறந்தள்ளவும் முடியவில்லை.

பிரசாத் தன் வாழ்நாளில் அனுபவித்திராத குழப்பத்தில் இருந்தான். தந்தையின் நினைவு வந்தது. லலிதாவிடம் எல்லாவற்றையும் கூறிவிட்டு தந்தையைப் பார்க்கக் கிளம்பினான்.

"பிரசாத் எங்கே போகிறான்?" என்று வைத்தியர் கேட்கவும், லலிதா "அவங்கப்பாவைப் பார்க்க..." என்றாள் வெகுளியாக...

"அந்தப் பைத்தியத்தை இப்ப எதுக்குப் போய்ப் பார்த்துக்கிட்டு...?"

"அவர் பைத்தியமில்ல... நடிக்கிறார். மணி இதை உங்ககிட்ட சொல்லலியா?"

வைத்தியரால் பிளந்த வாயை மூடமுடியவில்லை.

ராஜவேணி கே.ஆரின் தகவலோடு மலைக்கூட்டத்தில் கரைந்து காணாமல் போய்விட்டாள். தகவலை அனுப்பிவிட்ட தெம்போடு ஆசிரமத் தட்டி வேலிக்குள் கே.ஆர். நுழைந்துகொண்டிருந்த நேரம்...

"அப்பா..." அருகிலிருந்து அழைப்பொலி. பிரசாத் வந்து கொண்டிருந்தான்.

"டேய்... மணி எப்படி இருக்கான்? முதல்ல அதைச் சொல்லு."

"அவன் விஷயமா பேசத்தான் வந்தேன். அவனை ஜி.ஹெச்சுக்குக் கொண்டுபோகச் சொல்றார் இந்த வைத்தியர். அவருக்கு நம்ம விஷயங்கள், திட்டங்கள்லாம் ஓரளவு தெரிஞ்சிருக்கு. உடைச்சுப் பேசறாரு."

கே.ஆர். முகம் கலங்குகிறது.

"நீ என்ன சொல்றே பிரசாத்?"

"ஊமைச்சாமிய நம்பறதுக்கில்லையாம். அவரேகூட அந்த வில்லனா இருக்கலாமாம். மணியைச் சாகடிக்கத்தான் அது கோயிலுக்கே வந்து தூக்கிக்கிட்டுப் போய்ட்டதா அவர் யூகம் போகுது..."

"அந்த வில்லன் ஊமைச்சாமியா இல்லை வேற யாராவதாங்கறது நிச்சயம் ரொம்ப சீக்கிரம் தெரிஞ்சுடும்."

"ரொம்ப சீக்கிரம்னா...?"

"வில்லனோட கையாள் யாருன்னு தெரிஞ்சுபோச்சு பிரசாத்."

"நிஜமாவா... எப்படி?"

மணிசுந்தரம் கரிச்சுவரில் எழுதியதைச் சொல்லிவிட்டு, 'கொத்தனார் தனபால்' என்கிற பெயரை கே.ஆர். அழுத்தமாகச் சொல்லவும், பிரசாத்தின் விழிகளில் விடிவெள்ளிபோல் ஒரு பிரகாசம்.

"அப்பா... மணிசுந்தரம் கோடு போட்டுட்டான். இனி நான் அதுல ரோடு போட்டுடுவேன். இனி என்னைத் தடுக்காதீங்க..."

"மாட்டேன் பிரசாத்... இனி எல்லாமே உன் கைலதான் இருக்கு. யார் இந்தக் கொத்தனார் தனபால்ங்கறதை தெரிஞ்சுக்கோ... உடனே ருத்ராபதியைப் பாரு. மணிசுந்தரம் விஷயத்துல அவன் ஜி.ஹெச்சுக்குப் போக வேண்டாம். ஜி.ஹெச்சே அவனுக்காக இந்த மலைக்கு வரும். மற்றதை நான் பார்த்துக்கறேன்."

"எப்படிப்பா?"

"ராஜவேணி இந்த நிமிஷம் அடிவாரம் போய்ச் சேர்ந்திருப்பா. ருத்ராபதி கீழே செக்போஸ்ட்லதான் இருக்கார்! அவர் டாக்டர்ஸ் க்ரூப்பை உடனேயே அனுப்பி வெச்சுடுவாரு. மணிசுந்தரம் நிலை எப்படி வேண்டுமானாலும் ஆகலாம்னு நான் நேத்து சாயந்தரமே ருத்ராபதியை அலர்ட் பண்ணிட்டேன்."

பிரசாத், கே.ஆரை அந்தப் பரபரப்பான வேளையிலும் கூட பெருமிதத்தோடு பார்த்தான். "டாட்... ஐ ஆம் பிரவுட் ஆஃப் யூ..." என்றான்.

"நானும் உன்னைப் பார்த்து அப்படிச் சொல்லணும். ஓடு பார்ப்போம்."

ஓடத் தொடங்கினான்.

ஆசிரமத்தை எட்டியபோது ஊமைச்சாமியை ஊர் சுற்றி வளைத்துக் கொண்டிருந்தது.

அண்ணாமலை அண்ணன் ஊமைச்சாமியை கேள்விமேல் கேள்வியாகக் கேட்டுக்கொண்டிருந்தார். மணிசுந்தரம் அருகில் கவலையோடு உட்கார்ந்து கொண்டிருந்தார் வைத்தியர்.

"சாமி எதுக்கு மணிசுந்தரத்துக்கு மட்டும் சிகிச்சை தரணும்?" இது அக்னிராசு.

"இதுல என்னவோ இருக்கு, அது என்னன்னு தெரிஞ்சாகணும்" இது அண்ணாமலை அண்ணன்.

"ஒண்ணுமில்லை... அது மனிதாபிமானம்" என்றாள் லலிதா.

"மனிதாபிமானம்னா அது ஏன் மத்தவங்க பைரவசாமியால தாக்கப்பட்டு கிடந்தப்போ காப்பாத்த சாமி ஓடி வரலை. உங்க அண்ணன் விஷயத்துல மட்டும் ஏன் வரணும்? ஒருவேளை சாமியே மணிசுந்தரத்தை உள்ளே பதுங்கி இருந்து நடக்கறது என்னன்னு பாக்கச் சொல்லிச்சோ...?"

"அவர் ஏன் அப்படிச் சொல்லணும்? அவர் என்ன என் அண்ணா மாதிரி நாஸ்திகமா பேசறார்...?"

"நீ வேற புரியாத பொண்ணா இருக்கியே... தனக்கு இங்க ஒரு முக்கியத்துவம் இல்லாம இருக்குன்னு நினைச்சுக் கோயில் விஷயத்தைத் தெரிஞ்சுக்க பார்த்திருக்கலாம் இல்லியா? அந்த சித்தேஸ்வரசாமியை விடவும் தான் பெரிய ஆள்னு காட்ட ஆசைப்பட்டிருக்கலாம் இல்லியா?"

"ஆமாம்... அதனாலதான் அந்த சாமி சாகடிக்கப் பார்த்த நபரை இந்த ஊமைச்சாமி காப்பாத்தப் பாக்குது. ஆனா அது நடக்காது. எங்க சாமி சக்திக்கு முன்னாடி யாரோட சூதுவாதும் பலிக்காது..."

பிரசாத், வைத்தியரைப் பார்த்தான். "பார்த்தீங்களா? யாருக்குமே ஊமைச்சாமி மேலே நம்பிக்கை இல்லே... நீங்க உடனே ஜி.ஹெச்சுக்கு உடம்பைத் தூக்குங்க..." என்றார் வைத்தியர்.

"அவசியமில்ல... ஜி.ஹெச்சே இங்க வரும்."

"என்ன சொல்றீங்க...?"

"பொறுத்திருந்து பாருங்க..."

அப்போது, "சாமிய தப்பா சொல்றவங்க அழிஞ்சு போயிடுவாங்க..." என்று தீர்க்கமான ஒரு குரல் கூட்டத்தை உசுப்பியது. நன்றி உணர்ச்சியோடு அப்படிப் பேசியது அந்தோணிமுத்துதான். பைத்தியங்களை அடைத்துவிட்டு அப்போதுதான் வந்திருந்தான்.

"யாராச்சும் பெரியவங்க பேச்சுக்கு மறுபேச்சு பேசினா வெட்டிப் பொலிபோட்டுருவோம்" என்றபடி அக்னிராசு வேட்டியை மடித்துக் காட்டினான்.

ரசாபாசம் ஆகும்போல தெரிந்தது.

"பட்டரே... செட்டியார் ஊர்ல இல்லியாம். மெட்ராஸ் போயிருக்காரு. வர நாலு நாள் ஆகுமாம். அதுவரை கூட கோயிலைத் திறந்து வெச்சிருக்க வேண்டாம். உடனே போய் மூடிட்டு வாங்க. செட்டியார் வரட்டும் பேசி முடிவெடுப்போம். எலே அக்னி... நீ கோயில் வாசல்ல நம்ம ஊர் வாலிப பசங்களோட காவல் இருக்கே..."

"உத்தரவுண்ணே..."

பட்டர் எதிர்க்கேள்வி கேட்காமல் கோயிலை நோக்கி நடையிட ஆரம்பித்தார்.

லலிதாவைத் தனியே அழைத்து ரகசியமாக, "உனக்கு கொத்தனார் தனபால் யாருன்னு தெரியுமா?" என்று கேட்டான் பிரசாத்.

"எனக்குத் தெரியாதே... அந்தோணியைக் கேளுங்கோ தெரிஞ்சிருக்கும்."

நல்லவேளையாக அந்தோணிமுத்துக்குத் தெரிந்திருந்தது.

"தனபால் வீடு, கீழகாளப்பநாயக்கன்பட்டில அம்மன் பேட்டை மூணாவது தெருவுலல்ல இருக்கு. நம்பர் ஞாபகமில்ல. ஆனா, வீட்டு முன்னால பெரிய வேப்பமரம் இருக்கும். எதுக்கு அவனைக் கேக்கறீங்க?"

"காரணமாத்தான் அந்தோணி..."

"இப்பதான் அவனை வழியில பார்த்தேன். அடிவாரம் போற அடுத்த பஸ் எத்தனை மணிக்குன்னு விசாரிச்சுக்கிட்டிருந்தான்."

காற்றை விட வேகமாகப் பறக்க ஆரம்பித்தான் பிரசாத்.

தனபாலிடமும் அதே வேகம்! சூட்கேஸும் கையுமாக வாசலில் வெளிப்பட்டவன் நெஞ்சைக் கையில் பிடித்துக்கொண்டு அப்படியே அமர்ந்துவிட்டான்.

வெளியே ருத்ராபதி தலைமையில் ஒரு சிறிய போலீஸ் வட்டம்.

ஜீப்பின் பானட் மேல் முறைத்த விழிகளோடு பிரசாத்!

ஆலயத்தின் நூற்றெட்டு தூண்களில் முதல் தூணிலேயே நுட்பமான தர்மத்தின் செய்தி:

> 'விடாது வினை! அது தர்மத்தின் கனை
> அடாத செயலுக்குள்ளே ஒளிந்து
> கெடாமல் வளருமதற்கு
> ஐடாதரனும் கட்டலாகாதே அணை!'

போலீஸையும், பிரசாத்தையும் ஒருசேரப் பார்த்த அதிர்ச்சியில் தனபால் நடுநெற்றியில் சுடப்பட்ட மாதிரி ஆகிவிட்டான்.

உடம்பில் நடுக்கம்... பார்வையில் பரிதவிப்பு. மூளைக்குள்ளோ நியூரான்களின் முனைப்பான கட்டளை.

'முட்டாளே...   தப்பிக்க   முடியாவிட்டால்   தற்கொலை செய்துகொள்!'

அதுதான் சரி... மின்னல் வேகத்தில் வந்த வழியே திரும்பி வீட்டுக்குள் ஓடிக் கதவைத் தாழிட்டுக்கொண்டான்.

சூட்கேஸைத்   திறந்து   துப்பாக்கியைத்   தேடி   எடுத்து நெற்றிப்பொட்டுக்கு   கொண்டுபோவதற்குள்   துப்பாக்கி   தாங்கிய

உள்ளங்கையின் சனிமேட்டைத் துளைத்தபடி ஊடுருவியது ருத்ராபதியின் கைத்துப்பாக்கியிலிருந்து புறப்பட்ட குண்டு.

தெறித்து விழுந்து விட்டிருந்தது அவன் கைத்துப்பாக்கி.

ரத்தம் தரை முழுக்க உலக வரைபடம் போல தேங்கிப் பெருகியது.

"வேண்டாம் தனபால்... சாக முயற்சிக்காதே. நீ அப்ரூவராயிட்டா தாராளமா நல்லபடி வாழ வழியிருக்கு. நான் சொல்றதைக் கேளு..." என்றார் ருத்ராபதி.

தனபால் தடுமாற்றத்தில் ருத்ராபதியின் பேச்சைக் கேட்டுத் துளிதான் யோசிக்கத் தொடங்கியிருப்பான்.

அந்த விநாடிகளை பிரசாத் நன்றாகவே பயன்படுத்திக்கொண்டான். கதவை உதைத்தே திறந்து உள் நுழைந்தான்.

ஓடிச்சென்ற போலீஸ் தவக்களை பிடிபோட்டது.

வீதியே வேடிக்கை பார்க்கும் அந்தக் கடூர நிமிடங்களில் கையில் ஒரு சூட்கேஸுடன் மாணிக்கம் வீதி ஆரம்பத்தில்.

நடப்பதைப் பார்த்து விதிர்த்து அப்படியே கூட்டத்தில் மறைவாய் ஒடுங்கினான்.

அவன் ஒடுங்குவதை தனபாலும் பார்த்தான்.

ரத்தம் வழியும் கரத்தை உதறித் துடித்தான்.

"ருத்ராபதி, முதல்ல ஹாஸ்பிடலுக்கு அப்புறமா ஸ்டேஷனுக்கு..." என்று கத்திக்கொண்டே தன் கர்சீப்பால் அவன் கைக்குக் கட்டுப்போட்டு ஜீப்பில் ஏற்றினார்.

❖ ❖ ❖

போலீஸ் ஸ்டேஷனில் சட்டையைக் கழற்றிவிட்டுப் பின்பக்கமாய்க் கைகளைக் கட்டி ஒரு மர ஸ்டூலில் உட்கார்த்தி வைக்கப்பட்டிருந்தான் தனபால். ருத்ராபதி ஒரு போலிஸ்காரரைப்

பார்க்க, அவர் பெரிய லத்திக் கம்பைக் கொண்டுவந்து ருத்ராபதி முன் போட்டார்.

"நீ அப்ரூவர் ஆகி நடந்தது, நடக்கப்போறது எல்லாத்தையும் சொல்லிட்டா தப்பிச்சுடுவே. இல்லேன்னா..."

ருத்ராபதியின் 'இல்லேன்னா' நல்ல பலன் தந்தது. தனபால் பேச ஆரம்பித்தான்:

"நான் ஒரு கொத்தனார். எனக்குக் கட்டடம் கட்ட மட்டும்தான் தெரியும். கோயிலைப் புதுப்பிக்கணும்னு முடிவெடுத்து வேலைய ஆரம்பிச்சப்போ இன்ஜினீயர் ராமநாதன் கீழே வேலைக்குச் சேர்ந்தேன். இன்ஜினீயர் எப்படிப் பண்ணனும், எந்த மாதிரி பண்ணனும்னு எங்ககிட்ட சொல்லிட்டுப் போயிடுவார். நாங்கதான் அங்க எல்லாம். அப்பத்தான் எங்களுக்குத் தலைவர் நல்லா பழக்கமானாரு.

ஒரு நாள் யதார்த்தமா இன்ஜினீயர் சொன்னபடி புது அஸ்திவாரக் குழிக்குக் கோடுபோட்டு அதுமேலே கயிறு கட்டி ஆறடி குழி தோண்டப் போனோம்.

அப்போ அந்தக் குழியில ஏகமா தாமிரப் பாத்திரங்களும், உடைஞ்ச கல்சட்டி, மருந்து அரைக்கற மாக்கல் அப்புறம் கொப்பரையெல்லாம் கிடைச்சிச்சு.

அந்தநேரம் வேலை எப்படி நடக்குதுன்னு பார்க்க அந்த வந்த தலைவர் அதையெல்லாம் தான் எடுத்து வெச்சுக்கிட்டாரு.

அப்படியே சுனைக்குப்போய் சுனையில் தண்ணி இறைச்சுக் குடிச்சாரு. தலைவரோட கூட வந்தவரு சுனையில இப்படிப் பாத்திரத்தால தண்ணி இறைச்சுக் குடிக்கக் கூடாதுன்னு போட்டிருக்கு பாருன்னு ஒரு கல்வெட்டைப் படிச்சுக் காட்டினாரு. அப்படியே நிறைய கல்வெட்டுக்களைப் படிக்க ஆரம்பிச்சாங்க. இதுக்கு நடுவுல அந்தச் சுனைத் தண்ணியைக் குடிச்ச, நோய்ப்பட்ட மலை ஜனங்க பலரும் தலைவர் முன்னேயே குணமானாங்க.

ஒரு நாள் இதையெல்லாம் பார்த்த தலைவர் சுனைத் தண்ணியை இறைச்சுக் குடிச்சதோட ஒரு சுத்தமான பித்தளைக் குடத்துல அதை எடுத்துக்கிட்டுப் போனாரு.

போய் வந்தவரு, இந்தச் சுனை மாதிரி ஒரு அற்புதச் சுனை இந்த உலகத்துலயே கிடையாதுன்னு சொன்னாரு.

எதை வெச்சு சொல்றீங்கன்னு கேட்டோம். இதோட தண்ணிய அமெரிக்காவுக்கே அனுப்பிச் சோதிச்சுப் பார்த்துட்டேன். டானிக் மாதிரி இதுன்னு அவங்க சொல்லிட்டாங்க. இந்தத் தண்ணிக்குத்தான் ஏதோ விசேஷமிருக்குன்னு சொன்னார்.

'மலைத்தண்ணி அதுலேயும் ஊத்துத் தண்ணி அப்படித்தான் இருக்கும். சித்தர் சாமிங்கள்ளாம் ஒரு காலத்துல இங்க தங்கி இருந்ததால ஏதாச்சும் மருந்துகிருந்து கலந்திருப்பாங்க'ன்னு நாங்க சொன்னோம். அது எந்த மருந்துன்னு தனக்குத் தெரியணும்னாரு.

ஒரு நாள் சுனைகிட்ட போன என்னோட கைவிரல் மோதிரம் நழுவி, சுனைக்குள்ள விழுந்துடிச்சு. அப்ப சுனையைச் சுற்றிக் கைப்பிடிச்சுவர் எழுப்பிக்கிட்டிருந்தோம்.

தேடிப் பார்க்கச் சுனையிலே இறங்கினேன். நான் நல்லா தம் கட்டுவேன்.

அப்படி இறங்கினப்பதான் உள்ளே நீர் லிங்கங்களைத் தொட்டுப் பார்த்தேன். தலைவர்கிட்டேயும் அதைச் சொன்னேன். ஆனா, மோதிரம் கிடைக்கலை.

தலைவர் உடனேயே எதையோ கண்டுபிடிச்சிட்ட மாதிரி கையைச் சந்தோஷமா குத்திக்கிட்டாரு. 'கல்வெட்டுக் குறிப்பிட்டிருந்த நவபாஷாண லிங்கம் இதுக்குள்றதான் இருக்கா. இனியும் விடக்கூடாது'ன்னு ஒரே குஷியாயிட்டாரு.

தண்ணிக்குள்ற திரும்ப முங்கி ஒரு மிளகு அளவு அந்த லிங்கத்தைச் சுரண்டி எடுத்து வந்து தந்தேன். அதுக்கே உசுர் போயிடுச்சு.

அதுக்காக எனக்கு ஆயிரம் ரூபாயைத் தந்து 'மூச்சுவிடக் கூடாது'ன்னும் சொன்னாரு.

இப்படித்தான் அந்த லிங்கம் எங்களுக்குத் தெரிய வந்துச்சு. அப்படியே சுனைக்குள்ற ஒரு ஓரமா ஒரு துவாரம் இருந்தது. அதுக்குள்ற நுழைஞ்சு பார்த்தா நீளமா சுரங்கப்பாதை. அது பக்கத்து நாகலிங்க மரக்காட்டுல போய் முடிஞ்சிடுச்சு. அது முடிஞ்ச இடத்துல ஒரு லிங்கம் இருந்துச்சு.

அந்தப் பாதைக்குள்ற ஓலை, சுவடி, குளிகைன்னு என்னென்னவோ கிடைச்சது."

தனபாலின் நாவண்ணங்கள் உலர்ந்துபோயின. குடிக்கத் தண்ணீர் கேட்டான். கொண்டுவந்து தந்தார்கள். குடித்தவன் சுற்றுமுற்றும் ஒரு பார்வை பார்த்துவிட்டு, "நான் அப்ரூவராயிட்டா என்னை நிச்சயமா வெளிய விட்ருவீங்கதானே?" என்று தயங்கித் தயங்கிக் கேட்டான்.

"நிச்சயமா, நீ விஷயத்தை நிறுத்தாம சொல்."

"இந்த நவபாஷாண நீர் லிங்கங்கள் சுனைக்குள்ற இருக்கறது தெரிய வந்தப்போ கிட்டத்தட்ட கோயில் வேலை எல்லாம் முடிஞ்சு கும்பாபிஷேகத்துக்கு நாளும் குறிச்சாச்சு.

கும்பாபிஷேகம் நடந்து ஜனங்க வந்துபோக ஆரம்பிச்சுட்டா ரகசியமா எங்களால அந்த லிங்கங்களை வெளிய எடுக்க முடியாது.

அப்ப எந்தக் கட்டுப்பாடும் கோயிலுக்குன்னு இல்லாததால கோயிலுக்குள்ற எப்ப வேணும்னாலும், யார் வேணும்னாலும் வந்து போற நிலை. இந்த நிலையில எப்படி லிங்கங்களை வெளிய எடுக்க முடியும்? அப்பதான் பிரமாதமா ஒரு ஐடியா பண்ணினார் தலைவர்."

"என்ன ஐடியா அது?"

"கர்ப்பக்கிரகத்துல சித்தேஸ்வரரே ஓலை மூலம் உத்தரவு அனுப்பறதா புரளி கிளப்பிவிட்டார். அப்படி வந்த ஒரு ஓலையிலே

'தனக்கு கும்பாபிஷேகம் வேண்டாம்'ன்னு ஒரு உத்தரவு வந்தது. அதோட 'சூர்யாஸ்தமனத்தோட கோயில் நடை முடிடணும்... இல்லேன்னா மரணம் சம்பவிக்கும்'னு குறிப்பு தயார்செய்து எல்லாரையும் நம்ப வெச்சுட்டார் தலைவர். ஆனா, எதையுமே தலைவர் தன் வாய் திறந்து சொல்லமாட்டார். அதுதான் அவர் சாமர்த்தியம்."

"இதை எல்லாரும் நம்பினாங்களா? யாரும் சந்தேகப்படவில்லையா?"

"சந்தேகப்படாம இருப்பாங்களா? ஆனா, ஊர்க்காரங்களோட சந்தேகம் – முதல்முதல் அந்தப் பத்திரிகைக்காரன் ஸ்ரீகாந்த், நாய் கடிபட்டு செத்தவுடனேயே மாயமா மறைஞ்சிடுச்சு."

தனபால் தன் பேச்சில் மீண்டும் சற்று இடைவெளி விட்டான். ஆசுவாசித்தான்.

ருத்ராபதி பிரசாத்தைப் பார்த்தார். பிரசாத் நமட்டுச் சிரிப்பு சிரித்தான்.

தனபால் தொடர்ந்தான்.

"ஸ்ரீகாந்த் சாவு நாங்க எதிர்பார்த்த நல்ல விளைவைக் கொடுத்தது. ஓரளவு ஊர் வாயை முடிக்கிச்சு. ஊர் இப்படிப் பயப்பட்டா மட்டும் போதாது. கோயில் மேல அதுக்கு நம்பிக்கையும் வளரணும். அப்பதான் தாக்குப்பிடிக்க முடியும்கறது தலைவரோட முடிவு."

"இவன் சொல்றதுல எவ்வளவு நிஜமோ, எவ்வளவு பொய்யோ!" என்றான் பிரசாத், அவநம்பிக்கையுடன்.

"இல்ல... நான் பொய் சொல்லலை. நான் சொல்றதெல்லாம் சத்தியம். அதுக்கப்புறம் பசுபதி, விஷ்வராம்னு நாயைக் கொண்டு சாகடிச்சுப் பயத்தையும் வளர்த்தோம்."

"அப்பாவி பசுபதி... அவனை ஏன் கொல்லணும்?"

"கோயில் விதிக்குப் புத்திசாலி, அப்பாவி கிடையாது. தெரிஞ்சும் தெரியாமலும் யார் தப்புப் பண்ணினாலும், காலபைரவர் கொன்னுடுவார்னு நிருபிக்க எங்களுக்குப் பசுபதி பயன்பட்டான்.

தலைவர் தீர்மானிச்சா அது சரியா இருக்கும். யார் சந்தேகப்படறவங்க, யார் நம்பறவங்கன்னு அவருக்குத் துல்லியமா தெரியும். அவர் கணக்கு பொய்யானதே இல்லை."

"என்னடா சொல்றே நீ...?"

"மணிசுந்தரம் சாகலைங்கறது தலைவருக்குக் காலையிலேயே தெரியும். இருந்தும் சொல்றேன். அவன் பிழைக்க முடியாது. அதேபோல தலைவரையும் நீங்க பிடிக்கமுடியாது. அவர் அந்த மலைக்காற்று மாதிரி."

"முதல்ல அந்த அசகாய சூரனான உங்க தலைவர் யாருன்னு சொல்லு..."

"உயிர் போனாலும் ஒருத்தரை ஒருத்தர் காட்டிக்கொடுக்கக் கூடாதுன்னு சத்தியம் செய்திருக்கோம்."

"அப்ப யாருன்னு சொல்லமாட்டே?"

ருத்ராபதி கோபமாகப் பேசியயடி எழுந்த விதத்தில் தூசு பறந்தது. கையில் லத்திக்கம்பை எடுத்துக்கொண்ட தோரணையில் பரபரப்பு கூடிப்போனது.

"இப்ப உண்மையைச் சொல்றியா இல்லை சொல்ல வைக்கவா?"

ருத்ராபதியின் அலறலைத் தொடர்ந்து மயான அமைதி.

தனபாலும் "சொல்றேன் சார்... சொல்றேன்" என்று பணிந்தான்.

26

அந்த ஆலயம் பற்றியே ஒரு கல்வெட்டு! அது, ஆலயத்தின் தலையெழுத்தைப் பற்றிக் கூறியபடியே நடந்துவிட்டதை என்னவென்று சொல்ல...! ஆலயத்தின் வாசலில் முதல்படியிலேயே அந்தச் செய்தி பொறிக்கப்பட்டிருந்தது:

> 'ஊழ்வினை, பாழ்வினை
>
> உத்பாதத் தீ வினை
>
> சூழ்மனை யாகிப்
>
> போகுமிவ் வம்பலம்!
>
> எழுகடல் தாண்டி வரும் ஒரு
>
> கிழமகன் ஆசையாலே
>
> விழுமியே புகழ்பெறும்...
>
> அதுவரை இருள் நடம்!'

சித்தர்பட்டிக்குள் அப்படி ஒரு வேகத்தில் அந்த புல்லட் பைக் நுழைந்ததை அதற்கு முன்னும் சரி, பின்னும் சரி யாரும் பார்த்திருக்க வாய்ப்பில்லை.

புல்லட் மேல் மாணிக்கம்.

அவன் எதிரிலேயே சேலத்திலிருந்து வந்த மெடிக்கல் வேன் குலுங்கியபடி கடந்து கொண்டிருந்தது.

ஒரு விநாடி அதைப் பார்த்தவன் புல்லட்டைப் புழுதி பறக்க நிறுத்தி ஊர்க்காரன் ஒருவனைப் பார்த்துக் கேட்டான்.

"ஏய்... என்னா இது மெடிக்கல் வேன்?"

"எல்லாம் பட்டர் மகனைக் காப்பாத்தத்தான் வந்துட்டுப் போறாங்க..."

"பய பொழைச்சிக்கிட்டானா?"

"நாடி சீரா இருக்காம். ஒரே ஆச்சரியமா இருக்கு. பிழைச்சுக்குவான்னுட்டு போறாங்க."

அடுத்த விநாடி அந்த புல்லட் ஆவேச கதிக்கு மாறி, அன்னாசித் தோட்டத்து வரப்புக்குள் எல்லாம் ஓடி அந்த மலை நாட்டையே ஒரு கலக்கு கலக்கியது. பலாத்தோட்டம் ஒன்றுக்குள் நுழைந்தது.

"எதுக்கு இவன் இப்படிப் பறக்கறான்?" அந்த மலைவாசி முணுமுணுத்தான்.

தோட்டத்துக்குள் அந்த புல்லட் படுவேகமாக வருவது தலைவன் காதிலும் விழுந்திருக்க வேண்டும். எழுந்து வெளியே வந்து நின்றுகொண்டு எதிரில் தெரியும் பலாத்தோட்டத்தைப் பார்க்கிறார்.

எதிரே புழுதி பறக்க மாணிக்கம்.

புல்லட்டை ஸ்டாண்ட் போடக்கூட மறந்து ஓடி வருகிறான்.

"தலைவரே... தனபால் மாட்டிக்கிட்டான். போலீஸ் சுத்தி வளைச்சுடிச்சு.."

"எப்படிடா?" தலைவனிடம் தலைமேல் இடி விழுந்த அதிர்ச்சி.

"யாருக்குத் தெரியும்? அவனைப் பிடிச்சு இழுத்துக்கிட்டுப் போறதைப் பார்த்துட்டு ஓடி வரேன். போலிஸ் கூட்டத்துல டாக்டர் மகன் பிரசாத் இருந்தான்! இப்ப என்ன பண்ணலாம்?"

"எப்படிடா இப்படி நடந்துச்சு. நீ பொய் சொல்றே..."

"ஐயோ... நான் ஏன் பொய் சொல்றேன்? நம்ம பிளான்லே எங்க கோட்டை விட்டோம்னு கண்டுபிடிக்கறதை விட முக்கியம்

இப்ப நாம தப்பிக்கறதுதான். ஆமா, இன்னுமா அந்த மணிசுந்தரம் உயிரோட இருக்கான்?"

"எப்படியோ தப்பி இந்த விநாடி வரை உயிரோட இருக்கான். நானும் மருந்துன்னு சொல்லி யாருக்கும் தெரியாம அவன் உடம்பு முழுக்க விஷமா பூசியிருக்கேன். உங்களுக்கு விஷயத்தைக் கொடுக்கறதுக்கு முன்னாடி ஊர்க்காரங்களுக்குச் சந்தேகம் வந்துட்டுது... மணிசுந்தரத்தை ஆசிரமத்திலேயே தனியா ஒரு இடத்துல படுக்கவெச்சுட்டாங்க. இப்ப சேலத்துலேருந்து டாக்டர்கள் வந்து மருந்து கொடுத்துட்டுப் போறாங்க... அவன் நாடி அடங்கற மாதிரி தெரியலை... என் கணக்கு தப்பாகிக்கிட்டு இருக்கு..."

"முதல்ல இடத்தைக் காலி பண்ணுங்க. போய்க்கிட்டே பேசுவோம். இங்க இருக்கற ஒவ்வொரு விநாடியும் ஆபத்து..."

"இதோ வந்துடுறேன். விடக்கூடாது. அவன் இப்ப ஆசிரமத்துல தனியாத்தான் இருக்கான். அவனை அப்படியே உயிரோட வெச்சுக் கொளுத்திட்டு வந்துடுறேன். அவன் பக்கத்துல அவன் தங்கச்சி நகராம உட்கார்ந்துக்கிட்டிருக்கா. அவளும் இந்தத் தீயிலே வெந்துபோகட்டும்."

தலைவர் ஓடினார். சுரைக்கொடியும், மல்லிகைக்கொடியுமாகப் பச்சைப் பசுமையில் இருந்த ஆசிரமப்பகுதி வீட்டின்மேல் மண்ணெண்ணை டின்னைக் கவிழ்க்கத் தொடங்கினார். ஜன்னல், கதவு, அவ்வளவின் மேலும் குமிழிவிட்டுப் பாய்ந்தது மண்ணெண்ணெய். சற்றுத் தள்ளி மாட்டுக்கொட்டகை. அதன் அருகில் பிரிப்பிரியாக வாங்கி வந்திருக்கும் வைக்கோல் உரிகள்.

அவ்வளவையும் வாரி எடுத்து வந்து வீட்டைச் சுற்றிப் பரப்பிவிட்டு பின்பக்கம், முன்பக்கம் என்று கதவையும் இழுத்துச் சாத்திவிட்டு ஒரு தீக்குச்சியையும் உரசிப் போட்டபோது தீ நாக்கு வேகமாக எழுந்து நடனமாடத் தொடங்கியது.

"போ... வண்டியை ஸ்டார்ட் பண்ணு..." அலறிக்கொண்டே ஒரு சூட்கேஸை மட்டும் கையில் எடுத்துக்கொண்டு, புல்லட் கவிழ்ந்துகிடக்கும் இடம் நோக்கி ஓடினார்.

மாணிக்கம் புல்லட்டைத் தட்டி எழுப்பினான். பாய்ந்து பின்பக்கம் ஏறிக்கொண்டார் தலைவர்.

"நேர்பாதைல போகாதே..." என்றபடி திரும்பிப் பார்த்தார். ஒதுங்கிய மலைக்காட்டில் அந்த ஆசிரம வீடு, கொழுந்துவிட்டு எரிய ஆரம்பித்திருந்தது. உள்ளே லலிதாவின் அலறல் சத்தம் காதை எட்டியது.

"ஒழிஞ்சுபோங்க சனியன்களா! எரிஞ்ச தீயில நானும் சாம்பலாகிவிட்டதா எல்லாரும் நினைப்பாங்க..."

புல்லட்டின் மேல் தலைவரிடம் கித்தாப்பு. சுள்ளென்று அடிக்கிறது வெயில். சீறிப் பாய்கிறது புல்லட்.

மலைக்காட்டில் மரக்கூட்டங்களுக்கு நடுவில் கிடுகிடு சரிவிலெல்லாம் அதன் பாய்ச்சல்.

ஆசிரமத்துக்குத் தீ வைத்துவிட்டு மாணிக்கமும், தலைவரும் தப்பித்துப்போனது ருத்ராபதிக்கு தெரிய வருகிறது.

"இம்மீடியயட்டா எல்லா ஸ்டேஷன்களுக்கும் தகவல் அனுப்புங்க... மலையைச் சுற்றி வளைக்கணும். குறுக்குப் பாதைலதான் இந்த மாதிரி ஆளுங்க போய்க்கிட்டிருப்பாங்க..."

அடுத்த விநாடியே வயர்லெஸ் தகவல் கொடுத்தார் ருத்ராபதி.

அங்கே குறுக்கு வழியிலே ஒரு புதர் வளைவில் மாணிக்கம் மணலில் சிக்கிய புல்லட்டைக் கிளப்பப் போராடிக்கொண்டிருந்தான். அருகில் தவிப்போடு தலைவர்!

"என்னடா வண்டி இது... கவுத்திடும் போல இருக்கே. ஸ்டார்ட் பண்ணது போதும்... வா ஓடுவோம்..." என்று சூட்கேஸுடன் ஓட ஆயத்தமாகிக் கொண்டிருந்தார் அவர்.

எதிரே துப்பாக்கியின் ட்ரிக்கரில் ஆள்காட்டி விரலை நுழைத்தபடி அதறல் பதறல் இன்றி கால்களை அகட்டி நின்ற நிலையில் தோன்றிய ருத்ராபதியைப் பார்த்து வெளிற ஆரம்பித்தார் தலைவர்!

◆◆◆

மெள்ள, மிக மெள்ள மணிசுந்தரத்தின் விழிகள் விரிகின்றன.

இனிவிரியவேவிரியாது. மூடிக்கொண்டதுமூடிக்கொண்டதுதான் என்கிற நிஜம் அப்பளமாய் நொறுங்கிப்போனது அங்கே!

விரிந்த அந்த விழிகளின் எதிரே வரிசையாக மனிதர்கள்! முதலில் மங்கலாகத் தெரிபவர்கள் பின்பு பளிச்சிடத் தொடங்குகிறார்கள். அந்த ஆசிரமத்தில் அப்படித் தெரிபவர்களில்,

முதலாமவர் டாக்டர் கே.ஆர்!

"காட் இஸ் கிரேட்" என்கிறார் வாழ்க்கையிலேயே முதன்முறையாக... நெற்றியில் விபூதி குங்குமம் கூடப் பளிச்சிடுகிறது!

அடுத்தது பட்டர்!

"சித்தேஸ்வரா..." என்று உருக்கமாகக் கைகூப்பி நெகிழத் தொடங்குகிறார் அவர். கண்களில் ஆனந்தக் கண்ணீர்.

மணிசுந்தரத்தின் கண்கள் லலிதாவையும், பிரசாத்தையும் தேடுகின்றன.

அவன் தவிப்பறிந்த மாதிரி இருவரும் அப்போது அங்கு நுழைகிறார்கள். பிரசாத் தலையில் பெரிதாக ஒரு கட்டு!

லலிதா கண்மலர்ந்து கிடக்கும் மணிசுந்தரத்தைப் பார்த்துவிட்டு ஓடுகிறாள்.

"மணி..." கண்கள் பனிக்க அவனைக் கட்டிக்கொள்கிறாள்.

"கழுதே... எங்கே போயிட்டே?" அவனிடம் வாஞ்சை.

"கோயிலுக்கு... நீ போய் ஸ்வாமிக்கு திருவிளக்கு போடு, மணி நிச்சயம் கண் திறந்துடுவான்'னு சொன்னாங்க. அதான் ரெண்டுபேரும் போனோம். எங்க நம்பிக்கை வீண் போகலை. நீ கண் திறந்துட்டே."

மேனி படபடக்க உற்சாக அலையடிக்க லலிதா பேசப்பேச அவளையே வெறிக்கிறான் மணிசுந்தரம்.

இன்னுமா அந்தக் கடவுளின் மேல் நம்பிக்கை?

இத்தனைக்கும் பிறகுமா? அவன் விழிமணிகளில் தொக்கி நிற்கும் கேலிக்கும், கேள்விக்கும் கே.ஆரே பதிலளிக்கத் தொடங்கினார்:

"மணி... ரியலி சித்தேஸ்வர ஸ்வாமி இஸ் கிரேட்... ஸ்வாமி இஸ் எவர் கிரேட்..." என்று ஆரம்பித்தார்.

யார்? கே.ஆரா இப்படியெல்லாம் பேசுவது? மணிசுந்தரத்திடம் இப்போது ஆச்சரிய வெள்ளம்!

"தனக்கு மேல ஒரு சக்தி இருக்குங்கற பயம்தான் இந்த உலகத்துல ரொம்பப் பேரை மனுஷனாவே வெச்சிருக்கு... அந்தச் சக்தியும் அப்பப்ப தன்னை அடையாளம் காட்டிக்கத் தவறுவது கிடையாது. நம் விஷயத்துலயும் அந்த அடையாளத்தை நான் துல்லியமா உணர்ந்தேன்."

மணிசுந்தரம் பொறுமையிழந்து போனான். "டாக்டர் சார்... எனக்குப் பீடிகை வேண்டாம். விஷயம்தான் வேணும். தயவுசெஞ்சு நேரா விஷயத்துக்கு வாங்க... என்ன நடந்தது?"

"என்ன நடக்கணுமோ எல்லாம் நடந்தது."

"அதுதான் என்ன?"

"நீ மடப்பள்ளி சுவத்துல எழுதினதை வெச்சு அந்த தனபாலை போலீஸும், பிரசாத்தும் சுத்தி வளைச்சுட்டாங்க. அவனும் உண்மைகளைக் கக்கிட்டான்... பாவம், அவன் ஒரு அம்புதானே? எய்தவன்தானே இதுல பிரதானம்!"

"அதுதான் யார்?" படபடப்போடு படுக்கையை விட்டு எழுந்துவிட்டான்.

"சொன்னா நம்புவியா?"

"ப்ளீஸ்... முதல்ல சொல்லுங்க. அந்தக் கொடுமையான மனுஷன் யார்? பிரசாத் நீயாவது சொல்லு..."

"அத நான் சொன்னாதான் நல்லா இருக்கும்..." என்ற குரலோடு அங்கு நுழைபவர் க்ரைம் பிராஞ்ச் ருத்ராபதி. ஆசிரமத்துக்கு

வெளியே அலைமோதும் நிருபர் பட்டாளத்தைத் தாண்டியபடி உள்ளே நுழைகிறார்.

"வாங்க ருத்ராபதி சார்... என்ன ஆச்சு? ஒழுங்கா வாக்குமூலம் கொடுத்தானா அந்த ப்ளாகாட்...?" கே.ஆரின் ஆர்வத்துடிப்பான கேள்விக்கு அழுத்தமான சிரிப்பு ருத்ராபதியிடம்.

"என்ன டாக்டர் நீங்க... ஆளைக் கையும்களவுமா பிடிச்சதுக்கப்புறம் வாக்குமூலம் வாங்கறதுதானா எங்களுக்கு பெரிய விஷயம். வாக்குமூலம் வாங்கின கையோட அந்த அமெரிக்க டாக்டர் எர்ணால்டை வளைக்கவும் இன்டர்போல் மூலமா எல்லா ஏற்பாடும் செய்தாச்சு. ஏற்கெனவே நீங்க இந்தியப் பிரசித்தம். இதனால மேலும் பிரசித்தமாயிட்டீங்க..."

"இதுக்கெல்லாம் நான் என் ஜூனியர் விஷ்வராமுக்குத்தான் முதல்ல நன்றி சொல்லணும்."

"எப்படி டாட்?"

"என்மேல இருக்கற கோபத்துல அந்த ஸ்டுப்பிட் விஷ்வராம் சென்ட்ரல் மினிஸ்டர் மகன் கேஸ்ல விளையாடிட்டான் பிரசாத்.

என் ட்ரீட்மெண்டுக்கு குறுக்க நின்னு ஆன்ட்டி ட்ரீட்மெண்ட் கொடுத்து மினிஸ்டர் மகனோட பைத்தியத்தை அதிகமாக்கிட்டான். இதெல்லாம் எனக்குக் கொஞ்சம் லேட்டாதான் தெரியும். நான் அலெர்ட் ஆகறதுக்குள்ள அந்த கேஸ் இந்த சித்தர்பட்டி வந்து பூரண குணமும் அடைஞ்சிடுச்சு.

என் தொழிலுக்கு விடப்பட்ட சவால் மாதிரி ஆயிடுச்சு அந்த நிகழ்ச்சி. அதனால நானும் இந்த சித்தர்பட்டி பற்றித் தெரிஞ்சுக்க முயற்சி செஞ்சேன். பைத்தியமா உள்ள நுழைஞ்சாதான் யாருடைய சந்தேகத்துக்கும் ஆட்படாம, சுதந்திரமா இங்க தங்கியிருந்து அந்த மர்மங்களைத் தெரிஞ்சுக்க முடியும்னு முடிவெடுத்தேன்.

ருத்ராபதி எனக்கு முன்பே நண்பர். அவரும் என் முடிவுக்குத் துணை செய்தார். எல்லாம் நல்லபடியா முடிஞ்சிடுச்சு. ஆனால், இந்த விஷ்வராம் கதிதான் பரிதாபமா போயிடுச்சு. சரியான முந்திரிக்கொட்டை!

எதிரியோட பலம் தெரியாம விவேகமில்லாம போய் மாட்டிக்கிட்டான். என்னையும் பைத்தியம்னு நம்பி, என் பைத்தியம் தெளியாம இருக்க வாழைப்பழத்துல மருந்தெல்லாம் வெச்சுக் கொடுக்கப் பார்த்தான்.

ஸ்டுப்பிட்! கடைசில எதிரிகிட்ட மாட்டி செத்தும் வெச்சான். ஆமாம்... ஒவ்வொரு கொலையையுமே எப்படிச் செஞ்சோம்னு குற்றவாளி சொல்லிட்டானா?" ஆர்வத்துடன் ருத்ராபதியைப் பார்த்துக் கேட்டார் கே.ஆர்.

"எல்லாத்தையும் க்ளியரா எழுதி வாங்கிட்டோம். அவன் செஞ்ச கொலைகளுக்குக் கருவியா பயன்பட்டு செத்தும் போயிட்ட அந்த கறுப்பு நாய்களையும் தோண்டி எடுத்தாச்சு. மாஜிஸ்திரேட் பதினைஞ்சு நாள் டயம் கொடுத்திருக்கார். அதுக்குள்ள எல்லாத்தையும் முடிச்சிடுவோம். இந்தப் பத்திரிகைக்காரங்க ஆர்வம்தான் பெரிய அன்புத்தொல்லையா இருக்கு. மலைநாட்டு மர்மங்கள்னு ஒரு கட்டுரைத் தொடரையே ஒரு பத்திரிகை ஆரம்பிக்கப் போகுது!"

ருத்ராபதியின் விவரிப்பில் மணிசுந்தரம் அந்தத் தலைவன் யார் என்பதை தேடத் தொடங்கி நெற்றியைச் சுருக்குகிறான்.

"என்ன மணி... இன்னுமா அந்தத் தலைவன் யார்னு தெரியலை?"

"தெரியலையே!"

தலைவன் யார் என்று ருத்ராபதி சொல்ல மணி அப்படியே அதிர்ச்சியில் மரமானான்!

மகத்தான அந்த ஆலயத்தில் சட்டை முனிவரின் காயகற்ப சூத்திரமும் கல்வெட்டாய்த் தெரிகிறது. அதில்தான் என்ன ஒரு ஆழ்ந்த பொருள்!

> 'கற்பத்தை யுண்டால்
> காயமழியாது.
> கற்பத்தினாலே காணலாம்
> கைலைலயை
> கற்பத்தினாலே காணலாம்
> சோதியை
> கற்பத்தினாலே காலையும்
> கட்டிடே...'

தலைவனின் பெயரைக் கேட்ட அதிர்ச்சியிலிருந்து மணிசுந்தரம் மீண்டு வருவதற்குள் ஊமைச்சாமி ஆசிரமத்துக்குள் நுழைந்தது. மணி குணமாகிக் கண் திறந்து பேசிக்கொண்டிருப்பதைப் பார்த்துக் குதூகலத்தில் அதிசயமாய் அது பாடியது!

"காலமதில் கடியரவின் விடமும் ஏறா...
கடுந்தீயின் குடேறா, சலமும் கொல்லா...
ஞாலமதில் சமாதி பெற மண்ணுந்தின்னா...

நடுவெனவன் உனதருகே வரவே மாட்டான்...
வரவே மாட்டான்..."

இது என் பாட்டில்லை... கோரக்கச் சித்தர் பாட்டு. காயகற்பம் சாப்பிட்டவர்களை அந்த எமனால்கூட ஒண்ணுமே பண்ண முடியாதுங்கற பொருள்கொண்ட அந்தப் பாட்டுக்கு இதோ மணிசுந்தரமும் ஒரு ஆதாரம்...

"சாமி நீங்க பேசுவீங்களா... உங்களால பேச முடியுமா... அப்ப இவ்வளவு நாளா ஊமையா நடிச்சு எங்களையெல்லாம் ஏமாத்திக்கிட்டு இருந்தீங்களா?" - மணிசுந்தரம் அழாத குறையாகக் கேள்வி மேல் கேள்வி கேட்டான்.

"நான் யாரையும் ஏமாத்தலே குழந்தை! நான் இதுநாள் வரை பேசாததுக்குக் காரணம் நான் என் குருநாதருக்குச் செய்துகொடுத்த சத்தியம்தான்! தீ நாக்குகளுக்கு நடுவுல நீ எரிய ஆரம்பிச்சுட்டப்போ என்னையும் மீறி நான் உடைஞ்சுபோய் 'சித்தேஸ்வரா'ன்னு கதறிட்டேன். நடக்கற அநீதி ஒரு முடிவுக்கு வரணும்னுதான் அந்த சித்தேஸ்வரனே என் சத்தியத்தை முறியடிச்சுட்டான் போலிருக்கு...!"

பேச்சோடு நெகிழ்ந்து கண்களை இறுக்க மூடி அன்று நடந்ததைத் திரும்ப ஒருமுறை நினைத்துப் பார்த்தது ஊமைச்சாமி!

மணி படுத்திருந்த ஆசிரம வீட்டுக்கு தீ வைத்துவிட்டு தலைவன் நிம்மதியாக கிளம்பிப்போன சில விநாடிகளுக்குள் கே.ஆரும், அந்தோணிமுத்துவும் மணிசுந்தரத்தைப் பார்ப்பதற்காக ஊர் மனிதர்களுடன் ஆசிரமத்தை ஒட்டிய பிராந்தியத்தில் வந்து கொண்டிருந்தார்கள்.

வானம் ஏறிக்கொண்டிருந்த தீப்புகையும், லலிதாவின் தீனக்குரலும் அவர்கள் அத்தனை பேரையுமே எட்டிக் கலக்க ஆரம்பித்தது. ஓட்டமாய் ஓடி வந்தார்கள்.

"ஐயோ... வீடு தீப்பிடிச்சுகிடுச்சு, அணைக்கமாட்டாம எரியுது. பக்கமா பொட்டுத் தண்ணிக்கும் வழியில்ல..."

பதறினார்கள்.

"நெருப்பை அணைக்கப் பாருங்க. போங்க தண்ணிய கொண்டு வாங்க."

"செடிகொடிகளைப் பிடுங்கி எரியற நெருப்பு மேல போட்டுத் தீயை தணிக்கப் பாருங்க..."

ஆளாளுக்கு அலற, அந்தக் குழப்பத்திலும் கணீரென்று வெங்கலக் குரலில் எல்லா சத்தங்களையும் அடக்கியவாறு, "சித்தேஸ்வரா..." என்று அழைப்பு வருகிறது.

அங்கிருந்தவர்கள் அத்தனைபேரும் ஆச்சரியத்துடன் திரும்பிப் பார்க்க, அவர்களின் முகங்களில் வியப்பும் திகைப்பும் கலந்த கேள்விக்குறி...

உணர்ச்சிவசப்பட்ட நிலையில் கன்னத்துச் சதைகள் துடிக்க... மூடிய கண்ணிரண்டிலும் நீர் வழிய உடம்பில் லேசான நடுக்கத்துடன் நின்றிருக்கிறார் ஊமைச்சாமி.

"ஊமைச்சாமி நீங்க பேசுவீங்களா?" கேட்டார் கே.ஆர்.

"உஸ்ஸ்... அந்த சித்தேஸ்வரனை இப்ப நீங்களும் கூப்பிடுங்க. உம்... சித்தேஸ்வரா!"

"என்னய்யா சித்தேஸ்வரா, பெரிய சித்தேஸ்வரா?" - கோபத்தைக் கொட்டுகிறார் கே.ஆர்.

"பெரிய சித்தேஸ்வரன்தான்... விஷயம் மனிதசக்தியைத் தாண்டிடிச்சு. இனி அவன்தான் வரணும், வருவான்... நிச்சயம் வருவான்."

ஊமைச்சாமி அப்படிச் சொன்ன மறுவிநாடி வானில் ஆமோதிப்பதுபோல் ஒரு மின்னல் கீற்று.

நீலவானில் மின்னலா?

நிமிர்ந்து பார்த்தால் கிழக்குச் சரிவில் மேகக்கூட்டம்.

தேர்க்கூட்டம் போல உருண்டு அது தீ நாக்கெரியும் வீட்டின்மேல் சங்கமிக்க ஓடி வருகிற மாதிரி தெரிகிறது. காற்றடங்கிய நிலையில் இது எப்படி சாத்தியம்?

வருகிறது!

வந்துவிட்டது!

சடசடவென நீர்ப்பொட்டுகள் தரை இறங்கத் தொடங்குகின்றன! வானுக்கும், அந்த மலை மண்ணுக்கும் இடையே நீர்ப்பாலம். நினைத்துப் பார்க்கமுடியாத அதிசயம்.

நனைசலுடன் தேகங்கள் அந்த அதிசயம் பார்த்துக் கைகூப்புகின்றன.

"சித்தேஸ்வரனுக்கு அரோகரா...
சித்தேஸ்வரனுக்கு அரோகரா..."

சொல்லி வைத்த மாதிரி அந்தப் பிராந்தியம் மட்டுமே நனையும் மழை!

மழையா அது... இல்லையில்லை இறைவனின் கருணை.

உள்ளே படுக்கையில் மணிசுந்தரம்... சின்னச் சேதமும் இல்லாமல் கே.ஆர். விந்தி விந்தி நடந்தபடி போய் லலிதாவை இழுத்து அணைத்துக்கொண்டார்.

ஊமைச்சாமி நின்ற இடத்தைவிட்டு அசையாமல் 'சித்தேஸ்வரா சித்தேஸ்வரா' என்று உருகிக் கொண்டிருந்தது!

சாமியிடம் குதூகலத் தொடர்ச்சி. பட்டர் அதைக் கேட்டும் பரவசப்பட்ட நிலையில் ஊமைச்சாமியின் காலில் விழுந்தார்.

"எழுந்திருங்க... எழுந்திருங்க... சத்தியத்தை மீறின பாவி நான்... என் காலில விழலாமா?" பதறியது ஊமைச்சாமி. ஊஹூம் பேசும் சாமி!

கண் திறந்த மணிசுந்தரத்துக்குள் காண்பது கனவா இல்லை நிஜமா என்கிற கேள்வி.

"சாமி, மணிசுந்தரம் நாய்க்கடி, விஷம், நெருப்புன்னு மூணு கண்டம் மீண்டவன். அப்படி அவன் மீள முதல் காரணம் நீங்கதான். நீங்களே உங்க வாயால மணிகிட்ட எப்படின்னு சொல்லிடுங்களேன்."

கே.ஆரின் வேண்டுகோளை ஏற்றுக்கொண்டது போல் வாய் திறந்தது ஊமைச்சாமி.

"குழந்தை, நீ நாய்களோட போராடி மடப்பள்ளியில மயக்கமா விழுந்தப்ப நானும் கோயிலுக்குள்ள வந்தேன்..." என்கிற அதன் தொடக்கமே மணிசுந்தரத்தை மட்டுமல்ல, அத்தனை பேரையுமே உலுக்கி எடுத்தது.

"சித்தத்துல கண்கட்டு வித்தையெல்லாம் பாலபாடம். மோப்பம், திருஷ்டிங்கற விஷயங்களுக்கு அப்பாற்பட்ட உடம்பானதனாலே புழு பூச்சியில இருந்து நாய் பேய்வரை இந்த காயகல்பத் திருமேனிகளை எதுவும் செய்ய முடியாது. ஆகையால் ஆலமரத்துக்குள்ள நான் வந்தது அந்த மனிதர்களால மட்டுமல்ல, நாயாலேயும் உணர முடியலை.

அப்பதான் அந்த நாய்களை விஷக் கத்தியால குத்திட்டு நீ கீழே விழுந்திட்டே. அந்த விநாடில இருந்து காலே அரைக்கால் நாழிங்கற காலக்கணக்குள்ள நீ ஜீவரசம் அருந்தினா பிழைச்சுட முடியுங்கறது என் நம்பிக்கை. உடனே நான் வெளிப்பட்டு உனக்கு ஜீவரசம் கொடுத்தேன். என் கணக்குப் பொய்யாகலை. நீ பிழைச்சுட்டே... எந்த விஷமும் உன் உடம்புல வாலாட்ட முடியாது. விஷத்துக்கு விஷம் நீ!

இப்ப மட்டுமில்ல மணி... குறைந்தபட்சம் இன்னும் முப்பது வருஷத்துக்காவது நீ விஷங்களை ஜெயிச்சு வாழ முடியும். ஆனா, நான்தான் இனிமே யாருக்கும் வைத்தியம் பார்க்க முடியாத பாவியாயிட்டேன்...!"

"சாமி..."

ஒருசேர அத்தனை பேருமே அதிர்ந்துபோய் அலறுகின்றனர்.

"ஆமாம்... என் குருநாதர் ஒரு மகா சித்தர். தனக்குத் தெரிஞ்சதையெல்லாம் எனக்குக் கற்றுத்தந்து என்னைத் தன் வாரிசாக்க நினைச்சவர், அதற்கான குருதட்சணையா, அதன் பிறகு எந்தக் காரணத்தைக்கொண்டும் நான் பேசவே கூடாதுன்னு கேட்டுக்கிட்டார். அப்படி என்றைக்காவது ஒருநாள் அந்தச் சத்தியத்தை மீறுகிற கட்டாயம் எனக்கு ஏற்பட்டால், அதன்பிறகு நான் யாருக்குமே வைத்தியம் செய்யக் கூடாதுன்னும் சத்தியம் வாங்கிட்டார்."

"இப்படிக்கூட ஒரு சத்தியமா?" பட்டரிடமும் சுழிப்பு.

"அதுல அவருக்கென்ன லாபம்?" இது டாக்டர் கே.ஆர்.

"அந்த லாப நட்டக் கணக்கைப்போட நமக்கு அறிவு போதாது கல்யாணராமன். மௌனத்தைப் போன்ற ஒரு சக்தியைச் சேமிக்கிற சாதனம் உலகத்துலயே வேற எதுவுமே கிடையாது.

சித்த விலாசத்தைப் பொறுத்தவரை பேச்சு ஒரு சத்தம். சத்தம் அமைதிக்கு எதிரி. அதோட ஜீவசக்தியில பெரும்பகுதி பேசுவதால போயிடுது. உடம்போட சக்தி ஆதாரங்கள் தளர்ந்துபோயிடுது. ஆகையாலதான் நான் பேசக்கூடாதுன்னு சொன்னார். நான் உடனேயே அந்த சத்தியத்தைச் செய்து கொடுத்துட்டேன். அப்ப செய்த சத்தியத்தை இப்ப மணியைக் காக்க, மீறவும் செய்துட்டேன்..."

ஊமைச்சாமி இப்படிச் சொல்லி நிறுத்தும்போது ஒரு பலமான சோகம் அதில். செய்யக்கூடாத தப்பை செய்துவிட்ட பாவனை அதில்.

"முதல்ல என் குரு, என் பேச்சையே காணிக்கையா கேட்டப்போ எனக்குப் புரியாத அந்த விஷயம் போகப்போக நான் மௌனமா இருக்க இருக்க மெல்லப் புரிய ஆரம்பிச்சது."

"எப்படி...?"

"அதை எப்படிச் சொல்வேன்? பேசாம நான் இருந்தவரையில் என் ஜீவசக்தி விரயமாகாமல் ஒரு தனிப்பெரும் சக்தியா, மின்காந்த அலைகளா என் உடம்பைச் சுற்றி வெளிப்பட்டுக்கிட்டு இருந்தது. கொடுக்கற மருந்துலயும் கலந்து வெளிப்பட்டது. மருந்து பாதி, கைராசி பாதிங்கறது இதுதான்!

யார் பேச்சைக் குறைத்தாலும் அவர்களுக்குள் ஜீவசக்தி பெருகி, அவர்கள் பரு உடலைச் சுற்றி மின்காந்த அலைகளின் வீச்சு ஏற்படும். யோகமும், தவமும் அதைப் பன்மடங்கு அதிகரிக்கச் செய்யும். பல யோகியரை, ஞானியரைப் பார்த்த மாத்திரத்துல நாம் கையெடுத்துக் கும்பிடக் காரணமே அந்த அலைகளின் செயல்பாடுதான்! இப்போ நான் அதை இழந்துக்கிட்டே இருக்கேன் குழந்தை.

இனி என்னால அற்பச் சொற்ப வியாதிகளை மட்டும்தான் குணப்படுத்த முடியும். சாவோட விளிம்புக்குப் போயிட்டவனைத் தட்டி எழுப்பிக் கூட்டி வர இனி என்னால முடியாது.

என்ன குழந்தை... நான் சொல்ற விஷயங்கள் உன் பொறுமையைச் சோதிக்குதா?"

ஊமைச்சாமி அதிர்வில்லாத குரலில் மென்மையாகக் கேட்கும் கேள்வி மணிசுந்தரத்தை என்னவோ செய்தது.

மெல்லக் கலங்கினான்.

அதன் கரத்தைத் தேடிப்பிடித்துக் கண்ணில் ஒற்றிக்கொண்டான்.

"மணி... நீ சித்தேஸ்வரனை நம்பலை. ஆனாலும் உன்னை சித்தேஸ்வரன் கைவிடலை. அவன் கருணையால பிழைச்சு உக்காந்துருக்கே. உனக்கு அவன் ஆசீர்வாதம் நிறைய இருக்கு. இனி என்ன பண்ணப்போறே?"

எதையோ எதிர்பார்ப்பதுபோல் கேட்டது ஊமைச்சாமி.

"என்ன பண்ணணும் சாமி?"

"என்னைப்போல வைத்தியம் பார்க்கணும். நான்தான் இனி பார்க்க முடியாது. நீயாவது..."

மணி ஊமைச்சாமியின் கையை இழுத்துப் பற்றினான்.

"நிச்சயம் உங்க ஆசையை நிறைவேற்றுவேன். உங்களுக்குத் தெரிஞ்சதை எனக்குச் சொல்லித்தாங்க. நவபாஷாணச் சுனை இருக்கு. எல்லாத்துக்கும் மேலா சித்தேஸ்வரசாமி இருக்கார். இனி காலத்துக்கும் என் பணி கோயிலைப் பாத்துக்கறதும்,

வைத்தியமும்தான். என் ஜீவசக்தியைப் பெருக்கிக்க நானும் இனி பேசப் போறதில்லை..."

"மணி, அவசரப்படாதே! கோர்ட்ல நீ சாட்சியெல்லாம் சொல்லணும். அப்புறமா, நீ மௌன விரதத்துக்குள்ற நுழையலாம்" கே.ஆரின் எச்சரிக்கையைக் கேட்டு அவன் சிரிக்கிறான்.

எல்லோரும் குதூகலத்துடன் இருக்கும் அந்த நொடிகளில் லலிதா, பிரசாத்தை நன்றியும், காதலும் பொங்கி வழியப் பார்த்தாள்.

"இங்கேயே இப்பவே உங்களுக்கு என் கல்யாண வாழ்த்துக்கள்!" என்ற ருத்ராபதியை இருவரும் மகிழ்ச்சி ததும்பப் பார்த்து, நன்றியோடு சிரித்தனர்.

எல்லோரும் சிரித்தனர்.

ஒரு மனிதனால் மட்டும் அது முடியாமல் போகிறது.

தற்கொலைக்குக் கூட வக்கற்றுப்போய் போலீஸ் காவலில் மாணிக்கம் ஒரு மூலையில் உட்கார்ந்திருக்க, தலைவன் மட்டும் ஒரு அரை நிஜாருடன் குட்டிப்போட்ட பூனைபோல் சிறைக்குள் உலாத்திக் கொண்டிருந்தான். அவனுக்குப் பைத்தியம் பிடித்தாலும் ஆச்சரியப்படுவதற்கில்லை என்ற பயம் போலிசைத் தொற்றிக்கொள்கிறது. பைத்தியம் பிடித்த மாதிரி அவனும் பயங்கரமாய்ச் சிரிக்கிறான்.

"யோவ் சிரிக்கறதை நிறுத்துய்யா... நிறுத்துய்யான்னா!"

போலீஸ் சர்க்கிளின் கட்டளையை மீறிச் சிரிக்கிறான் அவன்.

அது பைத்தியக்காரச் சிரிப்பா, இல்லை முற்றிய சோகத்தால் விளைந்த சிரிப்பா என்பதை மற்றவர்கள் உணரமுடியாத வகையில் சிரித்துக் கொண்டிருந்தான் தலைவன் – வைத்தியர் ராமரத்னம்!

━━━ முற்றும் ━━━